‘निर्भया’ः कशासाठी?

राष्ट्र म्हणून विचार करताना, ‘निर्भया’ आपल्या जीवनात एका असाधारण वेळी आली आहे आणि महिला म्हणून विचार करताना उत्क्रांत होत चाललेल्या जगात आपल्यासमोर संकटे असल्याचे दिसत असताना निर्भया आपल्यासमोर आली आहे.

बलात्कार, सामूहिक बलात्कार, अनैतिक संबंध, अल्पवयीन आणि लहान मुलींवरील बलात्कार, कोठडीतील बलात्कार आणि विशेषतः मूलभूत पितृसत्ताक समाजात महिलांना विविध प्रकारे दिल्या जाणाऱ्या धमक्या, त्यांना घातली जाणारी दहशत यांच्या कथा आपल्या रोजच वाचनात आणि ऐकिवात येतात. पितृसत्ताक समाजाचे रूपांतर आता पुरुषांवरची जबाबदारी कमीत कमी करून ती महिलांवर अधिकाधिक प्रमाणात लादणाऱ्या समाजात झाले आहे आणि दिवसेंदिवस अधिकाधिक प्रमाणात होत चालले आहे.

या उद्वेगजन्य परिस्थितीशी लढा देणे शक्य आहे, याविषयी वाचकांना सजग बनवणे हा या लेखनाचा उद्देश आहे. या संदर्भात काहीतरी करणे शक्य आहे. आपल्या समोरच्या अडचणींशी समोरासमोर दोन हात करणे किंवा त्यांच्यामधून बाहेर पडणे या गोष्टी शक्य आहेत. समाज म्हणून विचार करता मला असे वाटते की महिलांनी वेगळे दृष्टिकोन स्वीकारले आणि वेगळ्या बाजूने विचार केला, तर महिला हे करू शकतील, अशी आशा आपण बाळगण्याची गरज आहेच.

– कुसुम चोप्रा

निर्भया

मूळ लेखिका : कुसुम चोप्रा

मराठी अनुवाद : डॉ. मीना शेटे – संभू

VISHWAKARMA
PUBLICATIONS
VP

निर्भया

Nirbhya

First Published by : Vitasta Publishing Pvt. Ltd

प्रथमावृत्ती– ऑक्टोबर २०१५
© कुसुम चोप्रा

ISBN 978-93-83572-76-2

मूळ प्रकाशक – वितास्ता पब्लिशिंग प्रा. लि.
मराठी रूपांतराचे प्रकाशक – विश्वकर्मा पब्लिकेशन्स, पुणे

प्रकाशक
विश्वकर्मा पब्लिकेशन्स
२८३, बुधवार पेठ, सिटी पोस्टाजवळ, पुणे ४११००२.
दूरध्वनी: +९१–२०–२४४४८९८९ / २०२६११५७
ई मेल: info@vpindia.co.in
वेबसाईट : www.vpindia.co.in

अनुवाद: **डॉ.मीना शेटे – संभू**

मुद्रितशोधन : **विश्वकर्मा पब्लिकेशन्स**

मुखपृष्ठ : **मेघनाद देवधर – विश्वकर्मा पब्लिकेशन्स**

अक्षरजुळणी : **चैताली नाचणेकर – विश्वकर्मा पब्लिकेशन्स**

अर्पणपत्रिका

महिलांविषयी आदर बाळगणाऱ्या

मिहिर आणि **जईंदर** या माझ्या दोन मुलांना

आणि

कदाचित त्यांच्याच पावलांवर पाऊल टाकून पुढे वाटचाल करू शकणाऱ्या

आदित्य आणि **नूह**

या माझ्या नातवांना.

प्रस्तावना

निर्भया : महिलांचा आवाज

१६ डिसेंबर २०१२ हा आधुनिक भारताच्या इतिहासातील काळाकुट्ट, संस्मरणीय दिवस होता. त्या रात्री नवी दिल्लीत चालत्या बसमध्ये झालेल्या हिंस्त्र सामुदायिक बलात्कारामुळे एका तरुण महिलेला जवळजवळ मृत्यूच्या जबड्यात ढकलून दिले गेले होते. बलात्कारानंतर तिला मरण्यासाठी चालत्या बसमधून रस्त्यावर फेकून देण्यात आले होते. मरणोत्तर तिचे नामाभिधान करण्यात आले, 'निर्भया!'

या भयावह घटनेमुळे देशभर अभूतपूर्व क्षोभ उसळला. हजारो लोकांनी निदर्शने केली. आपल्या देशातील निम्म्या लोकसंख्येकडे पाहण्याच्या समाजाच्या दृष्टिकोनात मूलभूत बदल घडून यावेत हा या त्यामागचा हेतू होता. कोणाच्याही मनात एकच प्रश्न येतो, का? न्यायात अशा प्रकारच्या पोकळ्या का राहतात? ही निदर्शने का केली जातात? न्यायाची मागणी का करावी लागते? बलात्कार का होतात? महासत्ता बनण्याची क्षमता असलेल्या आणि जलद गतीने त्या दिशेने वाटचाल करत असलेल्या पितृसत्ताक, लिंगभेदावर आधारित पुरुषप्रधान संस्कृतीत अशी कोणती कमतरता आहे?

याचे उत्तर सोपे आहे. आपण ऐकून घ्यायचे थांबवले आहे. महिलांचे आयुष्य अवघड बनवणाऱ्या मूक हुंदक्यांकडे लक्ष द्यायला सध्याच्या गुंतागुंतींच्या आणि आत्मसंतुष्ट प्रवृत्तीच्या भारतीय समाजाकडे वेळच उरलेला नाही. आपण

आत्मत्यागाचा साचा तयार केला आहे. निःस्वार्थी 'मदर इंडिया'चा बळी देण्यासाठी आणलेल्या शांत, सहनशील मेंढ्यांचा शिक्का आपल्या महिलांवर आपण मारला आहे.

असे गुदमरलेले, दडपले गेलेले अस्फुट आवाज ऐकण्यास हे पुस्तक तुम्हाला शिकवेल. पिढ्यान्पिढ्या महिलांना सहन कराव्या लागलेल्या यातना समजून घेण्यास मदत करेल. रिक्त, वचनभंगांची किंमत चुकती करण्याचे दुःख तुमच्यापर्यंत पोहचवेल.

'निर्भया' हा महिलांचा आवाज आहे. या पुस्तकातील आत्मसंतुष्ट, पोकळ अभिमानाचा डामडौल मिरवणारे पुरुष आणि घरात दुःख सहन करणे हेच आपले प्राक्तन आहे असा विश्वास बाळगणाऱ्या महिला यांचे चित्रण करतानाच आपल्या पितृसत्ताक पद्धतीत डोळ्यांत झणझणीत अंजन घालणारे हे पुस्तक आहे.

म्हणूनच ऐका! लक्ष देऊन ऐका!!

– विश्वा श्रीवास्तव

ऋणपत्रिका

या पुस्तकाचा आधार देशव्यापी असून कित्येक वर्षे अनेक लोकांनी या कथांना अनिवार्यपणे, निनावीपणे प्रेरणा दिली आहे.

त्या सर्वांवर परमेश्वर कृपा करो!

महिलांच्या अतीव यातना आणि परिश्रम मांडणाऱ्या कथांचा संग्रह तयार करून धाडसी निर्भयाला श्रद्धांजली म्हणून अर्पण करण्यासाठी मला प्रोत्साहन देणाऱ्या विश्वा श्रीवास्तव यांची मी विशेष आभारी आहे.

बेला, चिंतन पांड्या, इस्थर डेव्हीड, गौरी, हरिम, मिनल भट्ट, निकिता दुधाणी, रंजनी शास्त्री, श्वेता परीख आणि अशा कित्येक मैत्रिणींनी या प्रवासात मला साहाय्य केले. मिहिर आणि जईंदर आणि पितांबर या माझ्या मुलांनी आणि हेमांगिनी, काजल, अमिना, करिश्मा आणि मुस्कान या माझ्या मुलींनी आईला फक्त पाठबळच दिले नाही; तर आणखीही कितीतरी प्रकारची भरीव मदत केली.

विटास्टा येथील रेणू, वीणा, अलोक, मेघा आणि इतर अनेकांनी हे पुस्तक तयार करण्यासाठी अतीव परिश्रम घेतले. त्या सर्वांचीच मी आभारी आहे.

अनुक्रमणिका

१. एक नवीन गोष्ट

पोलिसांच्या गाडीच्या सायरनच्या आक्रंदनाचा आवाज कानांवर येत असतानाच गाडी गेटमधून आत शिरली आणि एका कोपऱ्यात झालेल्या गर्दीजवळ जाऊन थांबली. पोलीसवाल्यांना पाहताच गर्दीची पांगापांग झाली. समोरचे दृश्य भेसूर होते. शेजारच्या फुलांच्या ताटव्यावर एका व्यक्तीचे डोके चेंदामेंदा होऊन पडले होते. सगळीकडे रक्तामांसाचा चिखल झाला होता... थोडासा काळसर..थोडासा करडा मांसाचा चिखल आणि रक्ताचे थारोळे. त्याचे बाकीचे सगळे शरीर लांबट फुग्यासारखे तिथे पसरले होते.

कोणीतरी वरच्या दिशेने खूण केली. त्या वर उचलल्या गेलेल्या बोटाच्या दिशेने इन्स्पेक्टर जाधव यांनी बाराव्या मजल्याकडे पाहिले. तिथून एक अशक्त दिसणारा पांढराफटक पडलेला चेहरा अगदी पुढे वाकल्यासारखा दिसत होता. त्याने रागारागाने तिला मागे जाण्यासाठी इशारा केला. ''पीछे..पीछे!'' तो ओरडला. मृतदेहाचे फोटो काढण्यासाठी काही लोकांना तिथेच मागे सोडून तो इतरांसह झपाट्याने जिन्यावरून वर निघाला. सर्वात वरच्या मजल्यावरच्या फ्लॅटच्या उघड्या दरवाजातून डोकावण्याचा प्रयत्न करणाऱ्या चौकस लोकांना सोसायटीचा इस्टेट मॅनेजर मागे ढकलत होता. गर्दीतून एक नोकर घाबऱ्याघुबऱ्या आपली मान हलवत खुल्या दरवाजातून दिसणाऱ्या त्या दुबळ्या, अशक्त आकृतीकडे बघत होता. खुल्या टेरेसवर ती आकृती उभे होती. आता ती थोडीशी सावरली होती. तिने आपला दुपट्टा आपल्या तोंडावर घेतला होता आणि त्याचे टोक हातांत घट्ट धरले होते.

''आम्ही त्यांच्या मुलाला फोन केला आहे,'' इस्टेट मॅनेजरने माहिती दिली.

''भैय्याजी रस्त्यातच आहेत...'' नोकराने त्या माहितीत झटकन भर घातली.

जाधव टेरेसकडे गेला. तो शांतपणे पहात होता. झरोका पद्धतीच्या झालींनी इमारतीच्या टाक्यांचे खराब, विद्रूप दृश्य झाकून टाकण्यात आले होते. एका कोपऱ्यात बसण्याची दगडी आसन व्यवस्था होती. त्याच्या शेजारीच एक उंच वेताची खुर्ची होती. टेरेसवर बाकी सर्वत्र बगीचा होता. लॉनच्या कडेने क्रोटॉन्स होती आणि विविध प्रकारच्या हिरव्या छटांमध्ये तेवढी एकच किंचितशी वेगळ्या रंगाची छटा होती. ती वृद्ध स्त्री टेरेसच्या एका टोकाला उभी होती. तिचे डोळे भकास दिसत होते आणि सताड उघडे होते. तिच्या क्षीण चेहऱ्याच्या मानाने तिचे डोळे एकदम मोठे वाटत होते.

जाधवने तिच्या खांद्यांवर दिलासा देण्यासाठी थोपटले. त्याच्या स्पर्शाने ती एकदम दबकून गेली. त्याने नोकराला तिला आत नेण्याची खूण केली. परंतु त्याचा हातही तिने हिंस्रपणे थरथरत दूर केला. कोणीतरी पाण्याचे ग्लास आणले आणि तिच्या ओठांना लावले. ती घटाघटा पाणी प्यायली आणि नंतर आपल्या चेहऱ्यावरून तिने दुपट्टा बाजूला केला. पुन्हा एकदा तिच्या डोळ्यांत तो प्रश्नार्थक भकासपणा आला होता.

''माँजी, चलिये. आत या,'' जाधवच्या आवाजात सहानुभूती होती. तिच्या चेहऱ्यावर पुन्हा एकदा तेच प्रश्नचिन्ह उमटले. ''यहाँ नही बैठना है. अंदर चलिये।''

तरीही ती तशीच बसून राहिली. जाधवने आपल्या एका माणसाला तिथेच तिच्यावर लक्ष ठेवण्यासाठी थांबण्याची खूण केली आणि नोकराला घेऊन तो आत गेला. ''काय घडलं?''

''साब, मी स्वयंपाकघरात होतो, त्यामुळे नेमकं काय सांगावं ते मला कळत नाही. मला ओरडल्याचा आवाज आला तेव्हा मी बाहेर बघायला आलो. साब नेहमीप्रमाणेच ओरडत होते. त्यांचा चेहरा लालबुंद झाला होता आणि ते दात ओठ खात होते. त्यांच्या डोळ्यांत प्रचंड संताप होता. ते सगळं भयावह दृश्य होतं...''

''मग काय झालं?''

''त्यानंतर ते पुन्हा घराच्या दिशेने चालू लागले...''

''मग आधी ते कुठे होते?''

''ती दोघेही गच्चीच्या टोकाला उभी होती आणि नेहमीप्रमाणेच त्यांच्यात भांडण सुरू झालं होतं. त्यानंतर ते मागे येऊ लागले. नंतर....'' दरवाजाजवळ काहीतरी हालचाल झाली. नोकर घाबरल्यासारखा दिसू लागला. एक तरुण आत आला. ''भैय्याजी...''

जाधवशी हस्तांदोलन करणाऱ्या राहुलचा चेहरा म्लान दिसत होता. त्याने नोकराला विचारले, ''भोलू, आई कशी आहे?''

जाधवने त्याच्या खांद्यावर हात दाबला आणि तो म्हणाला, ''सॉरी बेटा, तुझे वडील मरण पावले आहेत.''

''आई?''

जाधवने त्याला दोन पावले पुढे नेले आणि त्या बसलेल्या वृद्ध स्त्रीकडे त्याने बोट दाखवले. राहुल झटकन पळतच तिच्याकडे गेला. त्याने आपले हात तिच्याभोवती टाकले. त्याने तिला झटकन आपल्याकडे खेचून घेतले आणि छातीशी घट्ट धरले. तो जणू काही आपली ताकद तिला देऊ पहात होता! त्याचे डोळे ओलावले होते. त्याने तिला घट्ट मिठी मारूनही तिचे डोळे मात्र आश्चर्यकारकपणे अगदी ठार कोरडे होते. त्याने तिला सोफ्याजवळ नेण्याचा प्रयत्न केला; परंतु तिने त्याला ढोसून आपल्या बेडरूमकडे नेण्यास खुणावले. जाधवने हलकेच खांदे उडवले. मुलाने तिच्या खुर्चीत तिला स्थिरपणाने बसवले आणि तिचे हात धरून तो तिच्या पायांशी बसला. त्यानंतर तो इन्स्पेक्टरकडे पाहू लागला.

''काय झालं?''

''आम्ही तेच नोकराला विचारत होतो. त्याने आम्हाला सांगितलं की ती दोघंही टेरेसच्या एका टोकाला गेली होती आणि तुमचे वडील रागारागाने ओरडत घराच्या दिशेने परत येत होते.''

''साब, ते घरात पोहचू शकले नाहीत. माँजीनी त्यांना काहीतरी सांगितलं. ते तिथेच थबकले आणि मागे वळून ते पुन्हा एकदा रागाने जोरजोरात ओरडू लागले. 'मी तुला ठार मारेन' असं ते ओरडत होते. आपले हात पसरून ते त्यांच्या दिशेने पुढे पुढे चालले होते.

मला वाटलं की आता ते माँजीना टेरेसवरून खाली फेकून देतील.'' हे बोलत असताना
तो त्या वृद्ध स्त्रीच्या डोळ्यांत थेट रोखून पहात होता. इन्स्पेक्टरनेही त्याच्या नजरेचा वेध
घेत त्या वृद्ध स्त्रीकडे पाहिले. तिच्या चेहऱ्यावर तोच पूर्वीचा विचित्र प्रश्नार्थक भाव होता.

''मग काय झालं?''

''पता नही साब, काय झालं कोणास ठाऊक! ते कसं काय घडलं? एका क्षणी माँजी त्या
भिंतीला टेकून उभ्या होत्या आणि साब तिकडे जोरजोरात निघाले होते. त्यांचे हात पुढे
होते आणि असे पुढच्या बाजूला पसरलेले होते...'' त्याने आपल्या हातांची बोटेही
नाट्यमयरित्या ताणल्यासारखी करून हात पुढे पसरले. ''आणि अचानक...त्या खाली
बसल्या. तुम्ही आलात त्यावेळी त्या होत्या तशाच....आणि ते तसेच आरडाओरडा करत
भिंतीवरून खाली पडले.....''

त्या वृद्ध स्त्रीचे शरीर अचानकच गदगदू लागले. मात्र तिच्या ओठांतून कसलाही आवाज
बाहेर पडत नव्हता. तिने पुन्हा एकदा आपल्या ओठांवर दुपट्टा घट्ट धरला होता. तिच्या
डोळ्यांतून एकही अश्रू ओघळला नव्हता. तिचा मुलगा उठून उभा राहिला. त्याने एका
ग्लासात ब्रँडी आणि पाणी घालून ग्लास तयार केले आणि तिला ते प्यायला दिले. त्याने
तिला आपल्या मिठीत घट्ट धरून ठेवले होते.

''माँ, मी इथेच आहे, तुझ्याजवळ...''

जाधव आता चौकसपणे पहात होता. तिथे काहीतरी विचित्र, आश्चर्यकारक घडले होते.
त्या तरुणाचा चेहरा म्लान आणि तणावपूर्ण दिसत होता. त्याच्या चेहऱ्यावर सावधपणाही
दिसत होता का? शिवाय त्याच्या चेहऱ्यावर थोडेसे दुःखही दिसत होते. कदाचित ती वृद्ध
स्त्री अजूनही पूर्णपणे धक्का बसलेल्या अवस्थेत असावी. ती गोष्ट तशी काळजी
करण्यासारखी होती.

त्याचा मोबाईल वाजला. ''त्यांना हलवून या धक्क्यातून बाहेर काढ,'' तो त्या मुलावर
ओरडला. ''मी थोड्याच वेळात परत येतोय.'' लिफ्टच्या दिशेने भराभरा जाता जाता तो
म्हणाला.

जिन्यावरून खाली गेल्यावर चौकस लोकांच्या नित्याच्या कलकलाटाचा आवाज त्याच्या
कानांवर पडला. तो तसाच पुढे गेला. त्याच्या माणसाने एका वयस्कर माणसाला गर्दीतून

पुढे आणले होते. ''साब, त्याने काय घडलं ते प्रत्यक्ष पाहिलंय असं तो म्हणतोय. तो समोरच्या ब्लॉकमध्ये राहतो आणि तोही आपल्या गच्चीवरच होता.''

''ते नेहमीच तिथे थांबून एकमेकांशी भांडत असत. आजही तेच झालं होतं. तो खरोखरच प्रचंड संतापला होता; संतापाने अगदी वेडाच झाला होता म्हणा ना! तो तसाच घराकडे निघाला होता. अचानकच तो वळला आणि त्याने आपले हात वर केले....''

इन्स्पेक्टरने त्याला मध्येच अडवले. ''होय, होय. मला ते माहिती आहे. परंतु तो खाली कसा काय पडला? भिंत काही एवढ्या कमी उंचीची नाही. तुम्ही इथेच राहता. तुम्हाला हे माहिती असलं पाहिजे.''

''मलाही त्याचंच तर आश्चर्य वाटतंय. तो खाली कसा काय पडला? पण माझ्या ह्या..ह्या उघड्या डोळ्यांनी मी त्याला खाली पडताना पाहिलं.''

''तुम्ही त्यांना वैयक्तिकरित्या ओळखता का?''

त्याने नकारार्थी उत्तर दिले. त्याचे नाव, त्याने सांगितलेली माहिती आणि इतर तपशील टिपून घ्यायला जाधवने आपल्या माणसाला सांगितले आणि तो तसाच झपाट्याने घटनास्थळी गेला. तिथेच तो मृतदेह पडला होता. खाली असलेल्या दगडी फरशांमुळे तो जिवंत राहणे शक्यच नव्हते. तो इतरांकडे वळला आणि त्यांच्यापैकी कोणी त्यांना वैयक्तिकरित्या ओळखते का असे तो विचारू लागला. कोणाच्याही चेहऱ्यावर ते त्यांना ओळखत असल्याची कसलीच खूण त्याला दिसली नाही. कोणालाही या भानगडीत अडकायचे नव्हते. पोलिसांचा ससेमिरा मागे लावून घेण्याची कोणाचीही इच्छा नव्हती. ते सगळेच थोडेसे मागे सरकले.

''हे पहा, मी तुम्हाला कोणालाही यासाठी जबाबदार धरत नाही किंवा तुम्हाला यात ओढतही नाही. मला फक्त या लोकांच्याविषयी थोडी अधिक माहिती आहे. तुमच्यापैकी कोणी त्यांना वैयक्तिकरित्या ओळखतं का?'' दोघा वृद्धांच्या चेहऱ्यावर संभ्रमित भाव पसरले. त्यानंतर भराभरा शटर्स ओढली गेली आणि गर्दी पांगू लागली. अगदी नाईलाजाने का होईना; परंतु त्यांचा चौकसपणा थंडावला होता.

निराश झालेला इन्स्पेक्टर पुन्हा जिन्यावरून वर गेला. त्याने पुन्हा एकदा जबरदस्त आवेशाने नोकराकडे आपला मोर्चा वळवला आणि पुन्हा एकदा तो त्याच्याकडे चौकशी

करू लागला. परंतु आधी सांगितलेल्या माहितीखेरीज तो नोकर आणखी काहीही माहिती देऊ शकला नाही. ती वृद्ध स्त्री अजूनही जागी असली तरीही तशीच निस्तेज आणि आपल्याच विचारांत दंग असल्यासारखी भकास दिसत होती. ''डॉक्टरला बोलवा,'' त्याने तिच्या मुलाला सांगितले आणि तो तसाच टेरेसवर गेला. त्या वृद्ध स्त्रीची नजर त्याचाच मागोवा घेत होती. त्याला ती वृद्ध स्त्री जिथे बसलेली आढळली होती, तिथपर्यंत तो टेरेसवरून तसाच हात पसरून धावत पुढे गेला. तो टेरेसच्या टोकापर्यंत पोहचला. तिथेच ती भिंत होती. कोणतीही दुर्घटना घडू नये, म्हणून तिथे भिंतीला किंचितसा वक्राकार देण्यात आला होता. तो तसाच मागे गेला आणि पुन्हा एकदा झटकन पुढे धावत गेला. त्या वक्राकारामुळे त्याची पावले तिथल्या तिथे अडखळून थांबली होती. मग हा वृद्ध माणूस खाली कसा काय पडला होता?

जाधव पुन्हा एकदा घरात गेला. राहुलने आपल्या आईला तिच्या बेडरूममध्ये नेले होते. ती अजूनही तशीच भकास दिसत होती. नोकर भयभीत आणि मुलगा तणावग्रस्त दिसत होता. त्याने त्याच्यावर प्रश्नांची सरबत्ती केली. ''त्याच्या वडलांचं वय काय होतं? उंची किती होती? देहयष्टी कशी होती? मजबूत होती का? त्यांची कशावरून भांडणं होत होती?'' राहुलचा आवाज अधिकाधिक आक्रमक बनत चालला होता.

''ती अगदी सरळ साधी गोष्ट आहे. कोणीही या टेरेसवरून खाली पडू शकणार नाही. मग तुमचे वडील कसे काय पडले?'' अचानकच प्रतिक्षिप्त क्रियेप्रमाणे त्या वृद्ध स्त्रीचे शरीर शहारले. राहुलने तिच्याकडे दृष्टिक्षेप टाकला. ''आपण या प्रश्नाचं उत्तर नंतर शोधूया का? आमचे डॉक्टर आता वाटेतच आहेत. ते एवढ्यात येतील.''

लवकरच नाईलाजाने पुराव्याअभावी ते प्रकरण गुंडाळले गेले.

त्यानंतर काही वर्षांनी निवृत्तांची घरे असलेल्या कॉलनीतून जाधव फिरत असताना त्याला अचानकच तेथील काही रहिवासी दिसले आणि त्यांच्यापैकी काही चेहरे त्याला ओळखीचे वाटले. त्यामुळे त्याच्या जुन्या आठवणी चाळवल्या गेल्या. तिथेच नदीच्या कडेला एका कोंडाळ्यात सहजतेने, प्रसन्नपणे बसलेल्या एका गोल चेहऱ्याच्या वृद्ध स्त्रीकडे पाहिल्यावर त्याच्या डोळ्यांसमोर दुपट्ट्याने आपला चेहरा झाकून घेणाऱ्या त्या वृद्ध स्त्रीचा चेहरा तरळू लागला.

जाधवही त्या ग्रुपमध्ये जाऊन बसला. एक बुटका, जाडजूड माणूस आपण गाजवलेल्या एका 'मर्दुमकीमची (?) प्रौढी मिरवत होता. तो सांगत होता, ''आह....ती इतकी आगळी वेगळी भावना होती की बस्स! मी एका राजकुमारीला तिच्या बाल्कनीत पाहिलं होतं. तिच्या मादक पाठमोऱ्या आकृतीने मला एवढं वेड लावलं होतं की मला दिवसभर चैन पडली नाही. तिच्या चेहऱ्यावरचे तिचे ओठ म्हणजे अगदी परिपूर्ण कमळाच्या पाकळ्या होते. मग ते ओठ आतल्या बाजूला किती नरम, मुलायम आणि परिपूर्ण असतील. मला हा विचार अस्वस्थ करत राहिला. मग त्या रात्री उशीरा मी पाईपवरून चढून तिच्या बेडरूममध्ये गेलो. कदाचित तिने मला पाहिलं असावं. त्यावेळी मी खूपच रुबाबदार दिसत होतो. असं सुटलेलं पोट नव्हतं आणि अंगावर चरबीही चढलेली नव्हती. ती अगदी शांतपणे आपल्या पलंगावर झोपली होती. जणू काही तिच्या मुलायम कमळाच्या पाकळ्यांची चव मी चाखावी म्हणून माझ्यासाठीच ती तशी झोपलेली होती. मला तिच्याकडे आकृष्ट करायला तेवढी गोष्टच पुरेशी होती.'' तो आपल्या त्या 'मर्दुमकीमविषयी (?) जोरजोरात सांगत होता. तो अगदी रंगात आला होता. त्याने भराभरा बऱ्याच अशिष्ट गोष्टीही तिथे सांगितल्या आणि आपली तथाकथित शूरगिरी संपवताना तो म्हणाला, ''माझी खूण मी तिथे तिच्या शरीरावर सोडून आलो. तिच्या विशाल कपाळावरच्या बिंदीवर मी जळत्या सिगरेटची आडवी लालसर खूण करून आलो....'' त्यानंतर तो जोरजोरात आपल्या घोगऱ्या, कर्कश आवाजात खिदळू लागला. एक थरथरता हात आश्चर्यकारकरित्या, हळुवारपणे पुढे झाल्याचे त्याच्या लक्षातही आले नव्हते.

त्या दांडगट माणसाच्या त्या बोलण्यात पूर्ण दंग झाल्यामुळे आपल्याकडे जाधवची तीक्ष्ण नजर आहे याची जाणीवही तिला झाली नव्हती. जाधवला तो चेहरा कुठेतरी पाहिल्याचे आठवत होते ; परंतु नेमका कुठे आपण तो पाहिला होता ते त्याच्या ठामपणे लक्षात येत नव्हते. त्या प्रौढी मारणाऱ्याकडे अत्यंत संतप्तपणे पहात त्या वृद्ध स्त्रीने आपला दुसरा हात वर केला. त्या हातात दुपट्टा होता आणि त्या दुपट्ट्याने तिने आपले तोंड झाकून घेतले.

प्रौढ बनलेल्या त्या पोलिसाच्या मनात ताबडतोब तिचा तो चेहरा आला. फुलांच्या ताटव्याच्या कडेला बांधलेल्या दगडी जमिनीवर आणि कडांवर आदळून बळी पडलेल्या माणसाचा चेंदामेंदा झालेला चेहरा त्याच्या डोळ्यांसमोर आला. त्याच्या मेंदूच्या ठिकऱ्या ठिकऱ्या उडाल्या होत्या. त्या उंच मनोऱ्याच्या दिशेने त्याचे विचार गोळा झाले. टेरेसवरून डोकावून पाहणाऱ्या त्या स्त्रीचा चेहरा त्याच्या नजरेसमोर आला.

खुर्ची झटकन मागे ढकलली गेली. त्याबरोबर त्या निवासी लोकांच्या गटातील दुसरी स्त्री गडबडीने उठून उभी राहिली. तिच्या चेहऱ्यावर एकदम किळस निर्माण झाली. ''हे लोक असे दुष्टपणाने एवढं धडधडीत खोटं का बोलतात? एवढ्या घातकपणे? एवढ्या दुष्टाव्यानं? कशासाठी? कोणासाठी? या असंस्कृत मूर्खाची एवढी बाष्कळ बडबड मला ऐकायची नाही.'' ती स्त्री तिथून निघून जात असताना त्या गटातील इतर काही स्त्रियाही तिच्यासोबत निघाल्या. जाधव ज्या स्त्रीच्या चेहऱ्याकडे रोखून पहात होता, तीही त्यांच्याबरोबर उठली होती.

त्या दोन स्त्रियांमध्ये अत्यंत सलगी दिसत होती. जाधवला त्या गोष्टीचे आश्चर्य वाटले. आपल्या नवऱ्याच्या मृत्यूमुळे जिवघेणा धक्का बसल्यामुळे आपली वाचा ती स्त्री त्यावेळी हरवून बसली होती. ती स्त्री आणि अर्थातच ती निवृत्त व्यावसायिक स्त्री या दोघींमधील ती सलगी पाहून जाधव चक्रावून गेला होता. त्यांच्यात कोणता समान धागा होता? आपल्या आठ दिवसांच्या वास्तव्यात आपण तिथे पाहुणे म्हणून राहणार असल्याचे तो विसरला आणि आता त्या निवृत्तांच्या त्या निवासस्थानांमधून त्याच्यासमोर काय काय येणार होते त्याची तो आतुरतेने वाट पाहू लागला. त्या दोघींचे संभाषण चोरून ऐकण्याचा प्रयत्न तो करत होता.

परंतु ती प्रौढ जोडी इतक्या हळू आवाजात बोलत होती, की त्यांच्या संभाषणातील एक शब्दही त्याच्या कानांवर पडत नव्हता. मात्र त्या सतत खिदळत आणि स्मित करत चालल्या होत्या, एवढे त्याला दिसत होते. बोलता बोलता मध्येच त्या एकमेकींचे हात हातात घेत होत्या. तिथल्या रहिवाशांच्या मुख्य इमारतींपासून त्या दूर चालल्या होत्या. जाधवने तेथील मॅनेजरला गाठले. एकेक ग्लास बिअर पोटात गेल्यावर त्याने त्याला विचारले, ''त्या दोन स्त्रियांमध्ये अगदी सलगी दिसतेय. इथे त्या नेहमीच येतात का?''

''अजिबातच नाही. ती वृद्ध मिसेस खन्ना इथे जवळजवळ दहा वर्षांनी आली होती. तिच्या नवऱ्याच्या मृत्यूनंतर काही महिन्यांनंतर ती इथे आली होती, त्यावेळी ती अतिशय खिन्न मनःस्थितीत होती. ती क्वचितच बोलत होती आणि नेहमीच आपल्या दुपट्ट्याच्या आड आपला चेहरा झाकून घेत होती. तिच्या कोशातून बाहेर काढण्यासाठी आम्हाला खूप प्रयत्न करावे लागले. तिच्या मुलाच्या भेटींमुळेही फारसा फरक पडला नव्हता. त्यानंतर डॉ. जयश्री इथे आल्या. त्यानंतरच मिसेस खन्नाने आपल्याभोवती उभी केलेली भिंत हळूहळू ढासळू लागली. तरीही आपल्या निवडक मैत्रिणींखेरीज इतर समाजात

मिसळण्यास तिला बराच वेळ लागला.''

''पण त्या दोघींमध्ये असा कुठला समान धागा आहे?''

''कोणास ठाऊक! दोघीही विधवा आहेत हाच समान धागा असावा, असं मला वाटतं.''

''वैधव्य? तशा तर इथे कितीतरी विधवा आहेत. या दोघींना एकत्र आणणारा आणखी कोणता धागा आहे?''

''ते जाऊ दे. कारण मला काही अंदाज बांधता येणार नाही. माझी बायको मला नेहमीच सांगते की वैधव्य ही एक निसरडी स्थिती असते. प्रत्येक जणच त्या स्त्रीच्या एकाकीपणाबद्दल बोलत असतो आणि त्यांच्या दुःखाबद्दल हळहळत असतो. त्यांनी आपले पती गमावलेले असतात. परंतु ज्या स्त्रियांची नवऱ्यांच्या मृत्यूमुळे सुटका होते आणि त्यांच्या इच्छा त्यानंतरच त्या पूर्ण करू शकतात त्यांच्याविषयी काय? नवरा मरण पावल्यामुळे त्या सुटकेचा निःश्वास टाकतात आणि आता आपल्यावर कोणीही वर्चस्व गाजवणारं नाही म्हणून मुक्त झालेल्या असतात. त्यामुळे हे पहा, कोणत्याही बाहेरच्या व्यक्तीला इतर दोन व्यक्तींमध्ये कशामुळे जवळीक निर्माण झाली आहे हे सांगता येणं कठीण असतं. त्या सगळ्या खूपच खासगी गोष्टी असतात.''

''ती डॉक्टर कुठून आली? कदाचित ती बालपणीची मैत्रीणही असू शकेल.''

''मला डॉ. जयश्रीची फारशी माहिती नाही. परंतु मला एवढंच माहिती आहे, की ती आणि तिचा नवरा हे आदर्श जोडपं होतं. तो सर्जन होता आणि ती ॲनेस्थेटिस्ट. दोघेही एकमेकांबरोबर सक्षमपणे काम करत होते आणि त्यामुळे डॉ. जयश्री घरगुती कामकाजही विसरून गेली होती. त्यानंतर तिच्या नवऱ्याचा मृत्यू झाला आणि मग तिने आमच्याप्रमाणेच निवृत्तांच्या घरांच्या कॉलनीत राहण्यास पसंती दिली. या घरांमध्ये सगळी घरगुती कामं करायला माणसं असतात.''

''सर्जन एवढ्या लवकर मरतात? एवढ्या तरुणपणी? एखादा डॉक्टर खूपच तरुणपणी मरणं ही आश्चर्यजनक गोष्ट नाही का?''

''ते एक प्रश्नचिन्हच आहे. फक्त थोडेच डॉक्टर स्वतःच्या आरोग्याविषयी जागरूक असतात. डॉ. जयश्री तशी जागरुक आहे; परंतु तिच्या नवऱ्याला अचानकच संतापाच्या

भरात हृदयविकाराचा झटका आला. हृदयविकाराबद्दल कोणालाही अंदाज बांधता येत नाही.''

आणखी काही माहिती काढण्याच्या प्रयत्नांना यश आले नव्हते. परंतु जर त्या दोघींचे संभाषण तो ऐकू शकला असता तर कदाचित त्याच्या मनात आणखी उत्सुकता निर्माण झाली असती.

''त्या हलकटानं आपलं म्हणणं संपवलं त्यावेळी तुझं कपाळ तू चोळत होतीस. मला एक सांग, की त्यामुळे तुझ्या जुन्या स्मृती चाळवल्या गेल्या का? तुझ्या नवऱ्यानेही तेच केलं होतं का?''

''स्वतःला आनंद मिळवण्यासाठी एवढंही काल्पनिक काही तरी बरळू नये. परंतु होय. त्यामुळे माझ्या जुन्या स्मृती चाळवल्या गेल्या.''

''कसल्या?''

त्या वृद्ध स्त्रीने तिच्याकडे रोखून पाहिले. आपण तिला ते सांगावे की नाही अशा विचारांत ती गढून गेली होती.

''जाऊ दे, मरू दे ना ते! आता इतक्या वर्षांनी त्याला काय महत्त्व आहे? पण ठीक आहे. ऐक. आम्ही हनिमूनला गेलो होतो आणि मला हे सांगितलंच पाहिजे की ती सगळी प्रेमाची जाहिरातबाजी निराशाजनक होती. एका रात्री हा अनोळखी माणूस मला तिथे दिसला होता. तो खरोखरच मला आवडला होता. माझ्या नवऱ्याने त्याला माझ्याकडे कशासाठी तरी धाडलं होतं. त्याबद्दल खरं तर मी जवळजवळ त्याचे आभारच मानले होते. माझ्या कपाळावर मला त्याने केलेली खूण समजली होती. पोकरच्या खेळातून सवड मिळाल्यावर माझ्याकडे येण्याची तसदी घेतलेला माझा नवरा माझ्याकडे येण्याच्या अगदी थोडाच वेळ मला ती दिसली होती. अंधारात या मूर्खाचा चेहराही मला दिसला नव्हता. त्यामुळे नंतर पुन्हा इतक्या सगळ्या वर्षांत त्याला भेटण्याचा प्रसंग येणंही शक्य नव्हतं...मला कोणाला शोधावं हेच माहिती नव्हतं. काहीही झालं तरी माझ्या नवऱ्याला ते सगळं....'' त्या सगळ्या लज्जास्पद आठवणीने ती शहारली.

थोड्या वेळाने तिने विचारले, ''तुझं काय? अशा प्रकारचं काही विचित्र धाडस?''

''डॉक्टरांना कधी असली धाडसं करता येतात का? व्यवसायाचं गांभीर्य आमच्या हाडा-मांसात भिनलेलं असतं, असं मला वाटतं. आम्हालाही तशाच आनंदात जगत राहण्याची सवय झाली होती. त्यानंतर कामाच्या त्या ताणाने आमचा आनंद भंग पावला. फक्त काम करत रहायचं. आणखी जास्त काम..आणखी जास्त काम. आणखी एखादी शस्त्रक्रिया आणि त्यानंतर आणखी एखादी. मी त्याला नेहमीच ते सगळं आवरतं घ्यायला सांगत असे. अगदी त्यासाठी त्याच्याकडे याचना करत असे. सगळ्या गोष्टी थोड्या सहजतेने घ्याव्यात असं त्याला मी म्हणत असे. आमचं भवितव्य कोणावर तरी सोपवावं असं म्हटलं तर आम्हाला मुलंही नव्हती. मग आम्ही एवढा सगळा पैसा कशासाठी आणि कोणासाठी साठवत होतो? त्यामागे काही संशोधनासारखं प्रतिष्ठेचं कामही नव्हतं. परंतु तो थांबतच नव्हता. मला मनापासून कंटाळा आला होता. त्यातच रजोनिवृत्ती आली आणि मग साऱ्याच गोष्टी आणखी वाईट बनल्या.''

''त्याची मीही कल्पना करू शकते. परंतु त्याने त्यासाठी तुला दिलासा दिला नाही का?''

''आपण कामात व्यग्र राहिलो की सगळ्या गोष्टी सोप्या बनतात, असं त्याने मला सांगितलं. व्वा! काय पण महान उपाय! पुरुष एवढे मंद बुद्धीचे असू शकतात. कोणीतरी आम्हाला आरोग्य तपासणीसाठी नेलं आणि त्याला हृदयविकाराचा त्रास असल्याचं दिसलं त्यावेळी मी देवाचे खरोखर मनापासून आभार मानले. परंतु त्यामुळेही काम थांबलं नाही. तो स्वस्थ बसत नव्हता.''

''मग त्याचा मृत्यू त्यामुळे झाला का?''

''हंऽऽ अंशतः...काही प्रमाणात.''

''म्हणजे?'' तिथे अर्थगर्भ स्तब्धता पसरली होती.

''आम्ही फार्महाऊसवर गेलो होतो आणि माझ्या मोबाईलची बॅटरी डाऊन झाली होती. परंतु मला थोडीशी शांतता मिळावी म्हणून मी तो चार्ज केला नव्हता. तो कधीच त्याच्याबरोबर स्वतःचा मोबाईल घेऊन येत नसे. त्याला अस्वस्थ वाटू लागलं, परंतु त्याला तातडीने रुग्णालयात नेण्याऐवजी मी त्याला विश्रांती घेऊ दिली. विश्रांतीनंतर तो अधिक चांगला दिसू लागला. जेवणाऐवजी सूप पिऊन नेहमीच्या तुलनेत तो लवकरच

झोपायला गेला. त्याला आपण खूपच दमलो आहोत असं वाटत होतं. सकाळी मी त्याच्या बेडरूममध्ये गेले तेव्हा तो केव्हाच गेला होता. त्यानंतर आमच्या कर्मचाऱ्यांनी बराच गोंधळ घातला की साहेबांना अस्वस्थपणा वाटत होता, तरीही मेमसाहेबांनी रुग्णवाहिका बोलावली नाही इ. इ. प्रसारमाध्यमांनीही त्याचा बराच बाऊ केला. परंतु हळूहळू सगळा गोंधळ थांबला. सगळा धुरळा हळूहळू खाली बसल्यावर मी सगळी मालमत्ता विकली आणि इकडे आले.''

''परंतु त्यामुळे प्रश्नचिन्हं तशीच मनात रेंगाळत रहात नाहीत का?''

''एकदा आपलं स्वातंत्र्य परत मिळवल्यावर पुन्हा मी त्या प्रश्नचिन्हांमध्ये अडकून पडले असते का किंवा त्या न संपणाऱ्या शस्त्रक्रियांमध्ये तरी गुंतून पडले असते का?''

''खरं आहे. मलाही तसंच वाटतंय. परंतु काही लोक तसंच सोडून देत नाही. तुला माहिती आहे का तिथे जागा बघायला आलेला तो माणूस माझ्याकडे सारखा बघत होता. अगदी रोखून बघत होता. तोही माझ्या मनात असेच प्रश्न निर्माण करण्याचा प्रयत्न करत होता. खरं तर ते प्रश्न दहा वर्षांपूर्वीच माझ्या मनातून मी काढून टाकले होते आणि माझं स्वातंत्र्य अबाधित राखलं होतं.''

''तो कोण आहे आणि तू काय केलं होतंस?''

''नाही. तसं नाही...म्हणजे मी केलं होतं. माझ्या हरामखोर नवऱ्याचे पाय मी वर उचलले होते आणि त्याला टेरेसच्या भिंतींवरून खाली ढकललं होतं आणि तो नालायक पोलीसवाला मला विचारत राहिला होता, की भिंत एवढी उंच असतानाही तो कसा काय खाली पडला होता? तो तिथे आल्यापासूनच माझ्याकडे रोखून बघत होता. त्या मूर्खाच्या कथेमुळे त्याचं लक्ष विचलित झालं ते बरंच झालं. पण तो ते तसंच सोडून देईल असं वाटत नाही.''

''मग आपण ते त्याला करायला लावूया.''

''आपण करू शकू का? कसं?''

२. जेवणाचा पास :
घटस्फोटाची शरीररचना

''ती बोलण्यासाठीही कधीच परत आली नाही.''

''पण कशासाठी? आणखी काही टोमणे मारायचे होते का?''

''आमचं लग्न वाचवण्यासाठी, त्यासाठी प्रयत्न करण्यासाठी.''

''तू घटस्फोटासाठी अर्ज केल्यावर कसलं उरलं होतं लग्न?''

''परंतु तिने प्रयत्न तर करायला हवा होता...'' जवळजवळ तिरसटपणे शब्द बाहेर पडले.

''ते चाळीस वर्षांपूर्वी घडलंय. तू विसरलास, तुझ्या आई–वडलांकडे ती तिच्या आई–वडलांना घेऊन गेली होती.''

''ती माझ्याकडे आली नव्हती...''

''तू माझ्यावर प्रेम करतोस आणि तुला माझ्याशी लग्न करायच आहे हे तू तिला सांगितल्यावरही तिने यायला हवं होतं?''

''तू नेहमीच दुसऱ्याचीच बाजू का घेतेस?''

''तू या गोष्टीकडे व्यवहार्यपणे बघ. चाळीस वर्षांपूर्वी घटस्फोट हा खूप मोठा कलंक होता. तो तू तिच्यावर लादला होतास. त्यामुळे आधीच ती कदाचित खूप विटली असेल आणि तुला तर घटस्फोट ही तुझी सुटका वाटत होती, हेही तिला दिसत होतं. समाजाच्या दृष्टीने

१३

तिने काही काळ थोडा आरडाओरडा केला आणि तिच्या पालकांनाच खूप काही करू दिलं. परंतु तिलाही त्यातून तिची सुटकाच दिसली असणार. माझ्यावर विश्वास ठेव...म्हणूनच ती इतका काळ ठामपणे दूर राहिली.''

''सुटका? पण कशापासून?''

''तुला त्याचं सगळं दळण दळायचं आहे का?''

''पण मी काय केलं? मला जेवढं शक्य होतं तेवढं उत्तम मी तिला दिलं होतं.''

''उत्तम देणं ही परस्पर सापेक्ष गोष्ट असते, हे तुला माहिती आहे. कदाचित तिनेही तुला शक्य तेवढं उत्तमच दिलं असेल. परंतु कदाचित तुझं आणि तिचं 'उत्तम' हे एकमेकांशी सुसंगत नसेल आणि तू नेहमीच सुंदर दिसणाऱ्या अशा गोष्टी घरी घेऊन येतोस. सातत्याने. तुला ते माहिती आहे.''

''म्हणजे ती माझा तिरस्कार करत होती, असं तुला म्हणायचंय?''

''लग्नासारख्या परिस्थितीत 'तिरस्कार करत होती' हा शब्द खूपच टोकाचा झाला. ती बहुधा विटली होती. म्हणूनच ती प्रत्येक लहान–मोठ्या गोष्टींसाठी माहेरी निघून जात होती. तू मात्र 'ती स्वतःचा ढळलेला समतोल सावरण्यासाठी जाते,' असं म्हणत होतास. ती इथे होती त्याहून तिकडे कितीतरी चांगली वागत असणार. बाळ झाल्यामुळे तिने कदाचित कधीच विभक्त होण्याची कल्पनाही केली नसेल. कारण तशा परिस्थितीत स्त्रीला तडजोड करण्याचेच डोस पाजले जातात. तू ज्यावेळी तिच्यावर विभक्त होण्याची जबरदस्ती केलीस त्यावेळी कदाचित तिने आपल्या नशीबाचे आभार मानले असतील. कारण तोपर्यंत बाळ बऱ्यापैकी मोठं झालं होतं. म्हणजे ती बाहेर जाऊन काम करू शकण्याइतपत मोठं झालं होतं.''

''माझा या सगळ्या वेडगळपणावर अजिबात विश्वास नाही.''

''तेच तर आहे ना! तुझ्या कमकुवतपणाची तुला सातत्याने जाणीव करून दिली पाहिजे का? कुत्रा किंवा हलकट असं तुला सतत म्हणत राहिलं पाहिजे का?''

''मी तुझ्याशी लग्न का केलं तेच मला समजत नाही? का? खरोखरच का?''

''मी तुझा...''

''हुं...?''

''जेवणाचा पास आहे, म्हणून. मी तुझी जेवणाची सोय आहे. चांगल्या पगाराची नोकरी, भावनेला सहज बळी पडणारं भक्ष्य. पण आता मात्र तू रोज करत असलेल्या शाब्दीक पाणउताऱ्यामुळे तिच्याप्रमाणेच मीही सुटका शोधणार आहे. तुझा जेवणाचा पास संपला....''

३. लग्नाचा सुरक्षितपणा (?)

''इथे असलेल्या सगळ्या मुलांच्यामध्ये काय वाईट आहे? तू त्यांच्यापैकी कोणाशीही लग्न का करू शकत नाहीस? फौजी हैं, शेरदिल जवान हैं। कोणाचीही एकाची निवड कर,'' ती वयस्कर स्त्री ओरडली.

''माँ, तुझा आवाज जरा कमी कर. प्लीज. इथे सगळीकडे, आपल्या अवतीभवती अधिकारी आहेत,'' प्रियानी या तिच्या मुलीने शांतपणे विनवणी केली.

''मी त्यांना घाबरतेय काय? एखाद्या बापाला आपल्या मुलीनं लग्न करावं असं वाटलं तर त्यात चुकीचं काय आहे?''

''मी करणार नाही, असं मी म्हटलंय का? माझी छोटीशी नोकरी मला संपवून देत. अजूनही मला तिथे दोन वर्षं काढायची आहेत.''

पत्नीच्या पाठिंब्याने प्रोत्साहित झालेल्या तिच्या वडलांनीही म्हटले, ''लष्करातून निवृत्त झालेल्या स्त्रीकडे कोणी बघायला तरी तयार होईल काय? सध्या तुझी चलती आहे. नंतर मात्र तू टाकाऊ ठरशील. तुझ्या सारखा मागे मागे असतो त्या राकेश चुघमध्ये काय कमी आहे? मला सांग, उत्तर दे.''

कॅप्टन प्रियानीने आपल्या पालकांकडे संतापाने कटाक्ष टाकला आणि एमईएस बंगल्यातील गेस्टरूममधून बाहेर पडून ती ताड्ताड् निघून गेली. आपल्या पालकांना

आपण त्या तळावर भेटायलाच बोलावले नसते तर बरे झाले असते असे तिला वाटत होते. लष्करातील आपले नवीन आयुष्य त्यांनी पहावे अशी तिची इच्छा होती. कँटोन्मेंटचा हिरवागार परिसर, प्रसन्न, सुखद मेस आणि आपल्या गणवेशाचा सगळीकडे ओसंडून वहात असलेला अभिमान हे सारे त्यांनी पहावे असे तिला वाटत होते.

त्यांची मात्र ती सुरक्षित लग्नबंधनात अडकावी, अशी इच्छा होती. त्यामुळे त्यांची ही भेट तिच्यावरच उलटली होती. आपल्या क्वार्टरमधून फिरताना तिने गंमतीने स्वतःशीच म्हटले, 'त्यांच्या मनातून हे लग्नाचं भूत मी कशी काय काढून टाकू? त्यासाठी त्यांनी माझा पिच्छा पुरवू नये म्हणून मी काय करू? लग्नात कसली आलेय सुरक्षितता? मी फक्त लग्न करावं असं त्यांना वाटत होतं, तर मग त्यांनी मला लष्करात जायला प्रोत्साहन का दिलं?'

कॅप्टन सुषमा शर्मा तिची बॅचमेट होती. तिने तिला हळुवारपणे विचारले, ''तू त्यांना राहुलविषयी का सांगत नाहीस?''

''पण तो तर त्याच्या शैलाच्या पलीकडे पहातही नाही. त्याच्या क्षितिजावर दुसरी कुठली स्त्रीच नाही.''

''ते सोडून दे. त्याच्याबरोबर तुझंही खूपच चांगलं जमतं.''

प्रियानीचा चेहरा पडला. राहुल! राहुल? त्या धाडसी, डॅशिंग कॅप्टनविषयीचे प्रेम तिच्या मनात उफाळून आले. ज्या ज्या वेळी ते एकमेकांसोबत कॉफी पीत असत, त्या त्या वेळी तिचे हृदय उचंबळून येत असे. हृदयाची धडधड खूपच वाढत असे. राहुल शैलाविषयी सातत्याने विचारत, बोलत रहात असे. ती त्याची मैत्रीण होती. प्रियानीला तिच्या प्रेमप्रकरणांविषयी तो विचारत असे. प्रियानीला प्रशिक्षणाच्या काळापासूनच राहुल आवडत होता. फक्त राहुल सोडून सगळ्यांच्याच ते लक्षात येत होते. प्रियानीचे ओठ शिवल्यासारखे बंद होते. शैलासारख्या सुंदर मुलीबरोबर स्पर्धा?

सुषमा एकदम उसळून म्हणाली, ''हे बघ प्रियानी, तुझ्या मॉंचं आणि बाबांचं म्हणणं इतकंही काही चुकीचं नाही. आपले युनिफॉर्म चांगले आहेत. त्यांची किंमत आपण जाणतोच, परंतु म्हणून काही आपल्या आयुष्यातून लग्न पुसलं जात नाही. आपण जोपर्यंत घालतो, तोपर्यंत आपल्याला आपले युनिफॉर्म तडफदारपणा देतात, रुबाब देतात. परंतु

पाच–सात वर्षांनी आपण ते काढून ठेवतो, त्यावेळी लग्नाच्या बाजारात आपण उरल्यासुरल्या शिळ्या अन्नासारख्या असतो. तुला राहुल हवा असेल तर तू त्याच्यासाठी प्रयत्न कर यार. निदान त्याला सांग तरी आणि मग त्याला कोणाचीही निवड करू देत. तू त्याला निवडीची संधी तर देऊन बघ.''

''मी प्रयत्न केला, परंतु त्याला सांगू शकले नाही. आपण दुसऱ्याच कोणाच्या तरी प्रेमात पडलो आहे, हे एखादा मुलगा आपल्याला सांगत असताना आपण त्याला 'मी तुझ्यावर प्रेम करते,' असं कसं काय सांगू शकू? देवाच्या कृपेनं मी त्याची जिवलग मैत्रीण तरी आहे.''

त्यानंतर एकच जड शब्द तिच्या तोंडून बाहेर पडला, ''पण बाबा!''

''मी ते राहुलला सांगू शकत नाही.''

''मग?''

एक दीर्घ उसासा सोडून प्रियानी म्हणाली, ''कदाचित मी आंटीजीशी..राहुलच्या मम्मीशी बोलू शकेन. त्या गेल्या वर्षी राहुलला भेटायला आल्या होत्या. आठवतंय?''

८०० किलोमीटर दूरवर तिचा तो कॉल हे एक सुखद आश्चर्य होते. या छानशा कॅप्टनविषयी बॅनर्जींच्या घरात नेहमीच चर्चा होत असे. त्यांच्या लाडक्या राहुलवर लुब्ध असलेली ती कॅप्टन त्यांना आवडत होती. पार्ट्यांमध्ये शैला तर सारखी एकाकडून दुसऱ्याकडे अशी फिरत असे. तिच्याशी तिची तुलना केली जात असे.

''हॅलो आंटीजी, प्रियानी बोलतेय. तुम्ही आणि अंकलजी कसे आहात?''

''भालो स्वीटहार्ट. तुम्ही सगळे कसे आहात? तिकडे कसं काय चाललंय?''

''मला तुमच्याशी थोडं बोलायचं आहे. मी ते कसं सांगू ते मला समजत नाही. पण माँ, आंटीजी माझं राहुलवर प्रेम आहे. पण...''

''पण काय प्रियानी?त्याला ते माहिती आहे का? तू त्याला सांगितलंस का?''

''मी ते त्याला सांगू शकले नाही. कृपा करून तुम्ही त्याला सांगा ना, माझ्यासाठी!'' ती

काकुळतीला येऊन म्हणाली. तिचे हृदय जवळजवळ बंद पडण्याच्याच मार्गावर होते. पलीकडून कसलाच प्रतिसाद आला नाही...

''आंटीजी तुम्ही ऐकताय ना? मी तुम्हाला दुखावलं असेल, तर कृपा करून मला माफ करा. मी तुमच्यासाठी, तुमच्या कुटुंबासाठी ...तितकीशी चांगली नाही.'' प्रियानी तुटकपणे, चाचरत म्हणाली. आपल्या कडक, आत्मविश्वासू, व्यावसायिक 'कॅप्टन दत्त व्यक्तिमत्त्वाचे' हे काय झाले याचे तिचे तिलाच आश्चर्य वाटत होते.

''अरें बेटी, रुक रुक! तू तितकीशी चांगली नाहीस असं तुला कोणी सांगितलं.? माझ्या आंधळ्या मूर्खासाठी तू खूपच चांगली आहेस.''

''तुम्ही त्याला सांगाल का?'' दुसऱ्या बाजूचा आवाज कानांवर पडेपर्यंत तिच्या शरीरभर विमनस्कता पसरत गेली.

''मी जर जोड्या जुळवणारी असते तर किती बरं झालं असतं! त्याच्या आयुष्यात आम्ही कसलीही ढवळाढवळ करणार नाही असं आम्ही त्याला वचन दिलंय. त्यामुळे तू शैलाला सोडून दे आणि प्रियानीला तुझ्या आयुष्यात स्थान दे असं आम्ही त्याला कसं काय सांगू शकू? ते बरं दिसेल का? परंतु जर तू त्याला सांगितलंस आणि त्याने मला विचारलं तर मी अगदी आनंदाने तुझ्याच बाजूने असेन याची खात्री बाळग. बोलून टाक बाळा.''

आता पुन्हा एकदा चेंडू प्रियानीच्याच कोर्टात होता.

''तुझं काय बिनसलंय? राजेशचं आणि तुझं भांडण बिंडण झालंय का?'' बाबूजी आपल्या आवडत्या विषयावर बोलत होते. ''तुला त्याच्याबरोबर लग्न करायचं नसेल तर कोणाबरोबर करायचं आहे ते मला सांग. पण आता तू २८ वर्षांची होईपर्यंत मी वाट बघू शकत नाही.''

तो विषय तसाच लोंबकळत राहिला. दर वेळी राहुलला प्रियानी भेटली की तो तिच्याशी फक्त शैलाविषयीच बोलत असे. बाबूजींचे म्हणणे तिच्या गळी उतरवण्याचा प्रयत्न करत असे. सगळे ज्येष्ठ सहकारी, इतर सहकारी आणि प्रियानीचे पालक हे सगळे एका बाजूला होते. राजेशचे पालकही त्याच बाजूला झुकले होते आणि मग बघता बघता लग्नाची बोलणी

सुरू झाली. लग्न जवळ येत चालले होते, तशी प्रियानीची नजर भकास बनू लागली होती.

अखेरीस तिने काकुळतीला येऊन पुन्हा एकदा फोन केला. ''आंटीजी, प्लीज, मी तुमच्याकडे याचना करते. कृपा करून त्याच्याशी बोला. नाहीतर माझा साखरपुडा होईल.''

''बेटी, मी कशी काय बोलू?''

''मग प्लीज, अंकलजींना सांगा ना.''

अखेरीस तिने लग्नाच्या घाईगडबडीत पुन्हा एकदा अखेरचा फोन केला. ''आंटीजी, लग्न उद्यावरच आलंय. आता जरी राहुलनं होय म्हटलं तरी मी लगेच त्याच्याबरोबर निघून जाईन. बाकीच्या सगळ्या गोष्टींशी मला काहीच देणंघेणं नाही.''

राहुलच्या आई–वडलांनी एकमेकांकडे काळजीने पाहिले. त्यांच्या मनात गोंधळ उडाला होता. ते थांबले आणि नंतर त्यांनी एक नंबर फिरवला.

''राहुल, बेटा कसा आहेस तू?''

''छान आहे, माँ. तुला ती कॅप्टन प्रियानी आठवते का? तिचं उद्या लग्न आहे.''

''ती अतिशय छान मुलगी आहे. तू तिला आधीच विचारायला हवं होतंस. कोणाबरोबर लग्न होतंय तिचं?''

''माँ, राजेश हा अतिशय रुबाबदार मुलगा आहे. थोडासा तापट आहे; पण तेवढी एक गोष्ट सोडली तर तसा चांगला मुलगा आहे.''

''बेटा....''

''बाय माँ. मला आता निघालं पाहिजे.''

त्यानंतरचे तीन दिवस प्रियानीसाठी खूपच दुःखद होते. तिची नजर तिच्या लग्नाच्या तयारीत मदत करणाऱ्या राहुलचा पाठलाग करत रहात असे. राहुलचे आईवडीलही या सगळ्या गोष्टींचा अत्यंत खिन्नपणे विचार करत राहिले. जणू काही त्यांच्या मुलीचेच तिच्या मनाविरुद्ध लग्न होत होते. त्यानंतरचे पंधरा दिवस तसेच अस्वस्थतेत गेले. आतापर्यंत

सारे काही सुरळीत झाले असावे असे त्यांना वाटत होते. त्यांनी पुन्हा एकदा फोन केला.

''हॅलो बेटा, तिकडे कसं काय चाललंय ?''

''छान. तुम्ही दोघे कसे आहात ?''

''आम्ही ठीक आहोत. परंतु तुझ्या मैत्रिणीचं प्रियानीचं कसं चाललंय ?''

''अगदी वाईट पापा. आम्ही राजेशचाच विचार करत आहोत. तो भरपूर पितो आणि त्याने प्रियानीला खूपच मारहाणही केली. त्यामुळे अखेरीस तिला आपल्या आई–वडलांकडे जाऊन रहावं लागलंय.''

त्या वृद्ध स्त्रीच्या मिटल्या डोळ्यांतून अश्रू ओघळले. तिने प्रियानीला फोन केला, त्यावेळी तिचा आवाज थरथरत होता. ''मला माफ कर बाळा. ही सगळी माझीच चूक आहे. मी तुझं म्हणणं ऐकलं नाही. माझ्याकडे माझ्या मुलाला ठणकावून सांगण्याची हिंमत असती तर...''

''नाही, माँ. प्लीज स्वतःला दोष देऊ नका. हे माझ्या नशीबाचे भोग आहेत; अन्यथा मीच ते धाडस केलं असतं.''

त्या वृद्ध स्त्रीने खिडकीतून बाहेर पाहिले. सूर्यास्त होऊ लागला होता. ती त्याकडे खिन्नपणे पहात राहिली. 'मी एवढी मूर्खासारखी कशी काय वागले, एवढ्या भित्रेपणाने ? मी जर त्यावेळी बोलले असते तर कदाचित मी चार आयुष्यं वाचवू शकले असते.'

तिकडे ८०० किलोमीटर दूरवर असलेली आणखी एक जोडी अशीच भकास नजरेने बाहेर, सूर्यास्ताकडे पहात होती. आदल्या रात्रीच्या मारहाणीमुळे आपल्या अंगावर उठलेल्या टेंगळावरून त्यांची मुलगी हात फिरवत होती.

''तो मारहाण करतो हे माहिती असतानाही तू त्याच्यासमोर ते बोललीसच कशाला ?'' तिच्याविषयी अजिबात सहानुभूती नसलेले बाबा तिला विचारत होते. 'सुरक्षितपणे विवाहित' या आपल्या संकल्पनेत ते अजूनही मश्गूल होते. त्यामुळे तिच्या त्यावेळच्या मनःस्थितीत त्यांना फारसे स्वारस्य नव्हते.

''मग आईप्रमाणेच मीही मुकी, गरीब गाय बनून रहावं अशी तुमची अपेक्षा आहे का ?''

बाबांचे मोठे डोळे रागाने लाल झाले. आयुष्यात प्रथमच प्रियानीने आईला एक पाऊल पुढे टाकताना पाहिले. तिने आपला हात त्यांच्या खांद्यावर ठेवला आणि ती म्हणाली, ''तुम्हाला तिने घटस्फोट घ्यायला नको आहे. पण तुम्ही जे बोलता आहात, त्यामुळे तिला त्याच रस्त्यावरून जाणं भाग पडेल. तुम्ही कशाला अशा गोष्टी बोलता?''

प्रथमच आपल्या पत्नीने आपली खरडपट्टी काढल्यासारखे त्यांना वाटले. ती आपली चूक दाखवून देते याचे आश्चर्य त्यांच्या चेहऱ्यावर स्पष्ट दिसत होते. तिच्या थोबाडीत मारण्यासाठी त्यांनी क्षणार्धात आपला हात उचलला. प्रियानी झटकन पुढे झाली आणि तिने त्यांचा हात पकडला. दोघेही एकमेकांकडे संतापाने पहात राहिले. बाबा मागे वळले. त्याच वेळी आई तिथून दूर झाली. ''आमची तिकीटं काढ.'' ते म्हणाले.

स्टेशनवर पोहचल्यावर आई काहीतरी बोलणार होती; तेवढ्यात बाबा कडाडले, ''आपल्याला घटस्फोट नको आहे. हळूहळू सारं काही स्थिरस्थावर आणि सुरळीत होईल. राजेश एवढाही वाईट नाही.''

प्रियानीने आपले ओठ एकमेकांवर घट्ट दाबून धरले होते. त्यानंतर ती ओरडली, ''तुम्हाला आणखी किती मुक्या गायी हव्या आहेत? आपल्या 'सुरक्षित विवाहाच्या' कवचात राहून अजूनही तुमचं समाधान झालेलं नाही का? आणि त्याच कवचात राहून माझं काय झालंय तेही तुम्हाला दिसतंय. (तिने आपल्या पोटाकडे बोट दाखवले) आणि हे सगळं आता मला कुठे घेऊन जाणार आहे?''

त्या वृद्ध पालकांच्या त्रस्त मनासमोर तो प्रश्न तसाच लोंबकळत ठेवून ती तिथून ताड्ताड् निघून गेली. त्या लांबलचक प्लॅटफॉर्मवरून ती पुढे चालली होती, त्याच वेळी तिच्या कानांवर शब्द आदळले, ''या कँटोन्मेंटच्या झोपडपट्टीत मी राहू शकणार नाही. माझ्याशी लग्न करायचं असेल तर यातून झटपट बाहेर पड.'' राहुल शैलाला ट्रेनमध्ये बसवून देत होता आणि शैला त्याला फटकारल्यासारखी सांगत होती. त्यांच्याकडे एक कटाक्ष टाकून प्रियानी तशीच बाहेर पडली. त्यानंतर सुषमाबरोबर ड्रिंक घेत असताना तिच्यासमोर असलेल्या पर्यायांचा त्यांनी विचार केला.

''प्रियानी, नाक कापून अपशकुन करू नकोस. त्यालाही तसाच त्रास होऊ देत. या सगळ्या घाणीतून बाहेर पडण्याचा एखादा मार्ग शोध. घटस्फोट घेऊन या सगळ्या लोकांना आपल्या विरोधात उभे राहू देऊ नकोस. ते सगळे एकमेकांच्या बाजूनेच उभे

राहतील आणि तुला वाईट चालीची ठरवतील. शतकानुशतकापासून आपल्या चुकांवर पांघरुण घालण्यासाठी ते वापरत असलेला हा सर्वात सोपा आणि प्रभावी मार्ग आहे.''

''मग?'' दोघीही प्रियानीसमोरच्या पर्यायांचा विचार करत राहिल्या. ''मग मी बदलीचा प्रस्ताव दिला तर?''

''तुला सी.ओ. कशासाठी बदली हवी आहे असा प्रश्न विचारेल. कारण जोडप्यांना सहसा एकत्र रहायचं असतं. मग ते तुझं समुपदेशन करू लागतील. राजेश तिथे माफी मागण्याचं नाटक करेल आणि नंतर एकदा का त्याने त्यांची खात्री पटवून दिली की पुन्हा तो मूळपदावर जाईल.''

''पण पुढच्या वेळी मी एम.आय. रूमकडे औषध घेण्यासाठी गेले तर त्यांना त्याच्या मारहाणीविषयी समजून येईल.''

''पण सीओला का सांगायचं नाही आणि राजेशलाही प्रश्न विचारले का जाऊ नयेत? फक्त त्यामुळे तुला तुझं स्वातंत्र्य कसं मिळेल हा खरा प्रश्न आहे.''

''तोच तर खरा मुद्दा आहे. मला इथून निघून जायचं आहे. आम्ही दोघे एकमेकांपासून थोडे दूर राहिलो तर मला काही गोष्टींवर नीट विचार करता येईल. त्यासाठी आणि पुढे काय करायचं ते ठरवण्यासाठी मला वेळ हवा आहे. शिवाय इथून बाहेर पडल्यावर माझ्या करिअरविषयीही काय करायचं ते मला ठरवायचं आहे.''

''वॉव! ही गोष्ट अत्यंत चांगली आणि योग्य वाटतेय. घटस्फोटाचं काय? की दूर गेल्यामुळे त्यालाही प्रेमाने वागावंसं वाटू लागण्याची शक्यता आहे, असं तुला वाटतंय?''

''समज तसं घडलंच तरीही त्या पुढच्या गोष्टी असतील. सध्या तरी मला स्वतःला विचार करण्यासाठी वेळ हवा आहे. मला या सगळ्यावरचा उपाय शोधायचा आहे.'' ती मध्येच थांबली. तिच्या चेहऱ्यावर किंचितसे स्मित होते. ''मला त्याला एकदम जमिनीवर आणायचं आहे आणि त्याला कसा धक्का बसतो ते पहायचं आहे. त्याचा तो धक्का बसलेला चेहरा मला बघायचा आहे. फक्त एकदा तरी!''

सुषमाही खिदळली. ''भयानक स्त्री आहेस. नंतर काय? त्यानंतर तो तुझ्यापासून तुझा सगळा आनंद हिरावून घेईल.''

''हे सगळं एकदा खुल्यावर झालं आणि मला ते झाकण्याची गरज भासली नाही की मग मी त्याला ताळ्यावर आणू शकणार नाही असं तुला वाटतं? आपल्याला कशाचं प्रशिक्षण मिळालं होतं? काहीही झालं तरी तो हे सगळं सार्वजनिक ठिकाणी करणार नाही. त्याच्यासाठी त्याची प्रतिष्ठाही महत्त्वाची आहे.''

''प्रियानी, जरा विचार कर. हा सगळा त्रास तर तुलाच होणार आहे. यात त्याला कसला त्रास होणार आहे?''

''आपण दर वेळी फक्त पुरुषांचाच विचार का करत राहतो? त्याचा विचार त्याला करू देत ना! यापुढे मी फक्त माझाच विचार करणार आहे. मला इथून दूर निघून जायचं आहे. चांगल्या किंवा वाईट अशा कोणत्याही पद्धतीने. आता मी प्रथम माझ्या बदलीसाठी संघर्ष करणार आहे. एकदा का मी लष्करातील दुसऱ्या करिअर पोस्टसाठी तयार झाले की मी ते माझ्या कागदपत्रांतही नमूद करेन. त्यानंतर मला हव्या त्या पद्धतीने मी जगेन. सतत मला बांधून घालून जुलमी सत्ताधीशांना मी माझ्यावर जुलूम करू देणार नाही. आता यापुढे आणखी बाबा नकोत आणि घटस्फोटही नको. तो लष्कराची नोकरी सोडून देईपर्यंत त्याला मी घटस्फोट तर देणारच नाही आणि घटस्फोटाशिवाय इतर कुठल्याही स्त्रीच्या बाबतीत तो माझ्याशी जसा वागला तसा कधीच वागू शकणार नाही, अशी मी आशा करते.''

''आमीन.''

४. एका मुलीचा सूड

मायाचे घरी येणे तसे खूपच लांबले होते, तरीही सगळ्या मुलांसोबत रात्रीचे जेवण करणे ही एक खिन्न बनवणारी बाब होती. मायाला धक्का बसला होता आणि त्यातून बाहेर पडण्याचा ती प्रयत्न करत होती. ज्येष्ठतेनुसार मुले आपापल्या जागांवर बसली होती. मायाच्या पाच वर्षांच्या मुलीच्या – लेखाच्या बाजूला नोकराने छोटीला बसवले होते.

तिच्या लेखापेक्षा थोडीशी लहान. परंतु तिचा चेहरा बघून माया जागच्या जागी थिजल्यासारखी झाली. तो चेहरा!

मायाचा संताप अनावर झाला होता. खाऊ की गिळू अशा नजरेने ती आपल्या सावत्र आईकडे वळली. तिच्या आयुष्यात प्रथमच राजीची नजर माया समोर येताच खाली झुकली.

मायाच्या मनाला त्यामुळे किंचितसे समाधान वाटले. स्टेशनवर तिची काकू किंवा तिची भावंडे आलेली नव्हती. कोठीत सर्वत्र शांतता होती. राजी गबाळ्यासारखी दिसत होती आणि त्या सर्वांहूनही महत्त्वाची गोष्ट म्हणजे तिचे प्रिय ठाकुरदा थकल्यासारखे दिसत होते. त्यांच्या शरीरावर वृद्धत्वाच्या खुणा दिसत होत्या. त्यांच्या डोळ्यांखाली फुगीर भाग दिसत होता. खांदे पडले होते.

'तिच्या विश्वासघाताविषयी बाळाच्या चेहऱ्यावरूनच त्यांना समजलं असणार.' माया जवळजवळ याच विचाराभोवती घुटमळत राहिली होती. 'त्यांना माहिति आहे की त्यांचा विश्वासघात झालाय.'

त्यानंतर तिला वाटले होते की त्या रात्री तिने आपल्या वडलांसोबत थोडा अधिक काळ घालवायला हवा होता. ते बागेतून फिरत असताना त्यांनी तिला विश्वासाने सांगितले होते की ''मी गेल्यावर ती काय करेल, असा विचार माझ्या मनात येतो.'' मायाने त्यांना तसे बोलू नये असे सुचवले; परंतु ते तसेच पुढे बोलत राहिले. ''मला फक्त तुझ्याशी बोलायचं होतं. मी तेवढीच वाट पहात होतो. माझी वेळ झालेलीच आहे.''

''अशा अशुभ गोष्टी बोलूसुद्धा नका....''

''माया, आपल्यापैकी प्रत्येकालाच एक ना एक दिवस जावंच लागेल. ती गर्भार असल्याचं तिने सांगितल्याबरोबर वैद्यजींनी आपली शक्य तेवढ्या लवकर ताटातूट केली हे मला माहिती आहे. ती निर्लज्ज आहे. मी गेल्यानंतर तिचं कसं काय होईल? ती नालायक स्त्री तुझं आणि सुमनचं आयुष्य नरक बनवून टाकेल.''

''सुमन?'' मायाने जोरात विचारले.

''होय. तिचंसुद्धा. माझी चूक आहे. मला वाटलं की चांगलं कुटुंब असणं पुरेसं असतं. आता राजीचं काय होईल?''

त्या वृद्ध माणसाच्या प्रेमातील निष्कपटपणाचे मायाला आश्चर्य वाटले. सगळे जण ज्याला दादा म्हणत होते त्या त्यांच्या सर्वात मोठ्या लाडक्या मुलाने त्यांचा विचारही न करता काय केले होते आणि त्यावेळी कितीही यातना होत असल्या तरी त्यांना ते आपल्या मुलींना कसे सांगावे लागले होते, ही गोष्ट त्यांना आठवत नव्हती काय? सुमनचा लग्न समारंभ पार पडेपर्यंत दादा थांबला होता आणि नंतर घरातील कोणालाही काहीही न सांगता तो घर सोडून सरळ लष्करात दाखल झाला होता.

त्यानंतर तो ठामपणे दूर राहिला होता. आपल्या वडलांपेक्षाही आपल्या समवयस्क असलेल्या आपल्या सावत्र आईच्या समोर कधीही येण्याची त्याची इच्छा नव्हती.

परंतु आपली स्वतःची किती हानी झाली या दुःखात चूर असलेल्या ठाकुरदांच्या लक्षात आपल्या मुलाला झालेला तीव्र मनस्ताप आला नव्हता. आपल्या विश्वासघातकी बायकोविषयी ते तसेच कुरकुरत राहिले होते.

काहीही न बोलता माया उठून उभी राहिली आणि आपली हरवलेली मनःशांती परत आणण्याचा प्रयत्न करू लागली. आपले लाडके ठाकुरदा तिथे असल्याखेरीज तिला खरोखरचा आनंद किंवा शांतता कधीच जाणवली नसती.

ठाकुरदांचे शब्द खरे ठरले होते. ते फक्त तिला भेटण्याचीच वाट पहात होते. त्या रात्री झोपेतच त्यांचा शांतपणे मृत्यू झाला. आपल्या प्रिय व्यक्तीला असे निपचित पडल्याचे पाहून मायाचे हृदय आक्रंदन करू लागले, 'का, ठाकुरदा का? तुम्ही नेहमीच एवढे खंबीर होतात. या हलकट माणसाला तुम्ही स्वतःला एवढं दुबळं कसं काय बनवू दिलं? आपल्या सन्मानार्थ, त्याचा सूड घेण्यासाठी तुम्ही आपल्या बळकट हातांनी त्याला ठार का मारलं नाही? निदान तुम्ही मला तरी त्याची बायको होण्याच्या या जन्मभराच्या भयानक शिक्षेतून मुक्त करायला हवं होतं.'

त्या दिवशी नंतर आपल्या वडलांच्या तिरडीजवळ तिने मूक शपथ घेतली.

'आता त्याच्या जुलमांसमोर मी आणखी झुकणार नाही. देवने माझ्या वडलांचा सत्यानाश केला. मी त्याचा सत्यानाश करेन. त्यासाठी मला काहीही करायला लागलं तरी हरकत नाही. त्यासाठी मला कजाग स्त्री बनावं लागलं तरीही मी ती बनेन.'

ती गहन विचारात गढल्याचे दादाने पाहिले आणि चौकसपणे त्याने आपली भुवई उंचावली. नंतर काही वेळाने मायाने त्याला सारे काही सांगितले. आपल्या जावयाशी, देवशी ज्या छचोरपणे राजी प्रणयचेष्टा करत होती, त्याविषयी दादा अनभिज्ञ होता; अशातला भाग नव्हता. त्याला सारे काही माहिती होते. सुमन या त्यांच्या छोट्या बहिणीच्या लग्नात मायाच्या नवऱ्याशी म्हणजेच देवशी ती जशी वागत होती, ते सारे त्यानेही पाहिले होते.

दादा तिथेच होता आणि त्याच्या चेहऱ्यावर अशा प्रकारच्या भावभावना उमटल्या होत्या की न बोलताही त्याच्या चेहऱ्यावरचे भाव वाचता येत होते. 'माझ्या सावत्र आईवर माझंही प्रेम आहे. परंतु ते आईसारखं प्रेम नाही.' हे भाव स्पष्ट दिसत होते.

त्याच्या हातात टॉर्च होता आणि अंत्ययात्रेविषयी त्याच्या लक्षातच राहिलेले नव्हते हे कित्येक जणांच्या लक्षात येण्याआधी अचानकच तो तिथून निघून गेला. बेबी रतीचा जन्म झाला. ती हुबेहूब आपल्या पित्याचा तोंडवळा घेऊन आली होती. त्यामुळे ठाकुरदांच्या

झालेल्या विश्वासघातावर शिक्कामोर्तब झाले होते. त्यांच्या बायकोने आणि जावयाने त्यांचा केलेला विश्वासघात त्यांच्यासमोर रतीच्या रूपाने आला होता.

''आता तू मला साथ देशील का?'' मायाने विचारले.

''नक्कीच,'' दादाच्या आवाजात किंचितसाही संभ्रम नव्हता. ''मी काय करावं असं तुला वाटतं?''

''आपण ठाकुरदांना तर वाचवू शकलो नाही; परंतु त्यांच्या स्मृतींचा सन्मान तर आपण राखू शकू. देवने बेबीला अजून पाहिलेलं नाही. राजीला आणि त्या बाळाला इथून जावंच लागेल. कोणालाही आणि विशेषतः देवला त्या तिथे दिसता कामा नयेत.''

मायाच्या या मागणीने दादा एकदम आश्चर्यचकित आणि सावध झाला.

''त्यांना कुठे जावंच लागेल?''

''तिला आपल्या मुलांना नेहमीच परदेशी पाठवायचं होतं. त्या छोटीला घेऊन तिने तिकडेच जावं.''

''परंतु ते तिला कोण सांगणार?''

''आता तू कुटुंबप्रमुख आहेस. तूच तिला ते सांगितलं पाहिजेस.'' मायाने त्याच्या खांद्यावर टाकलेले ओझे खूपच भयावह होते. याचा अर्थ त्याला आपल्या प्रिय व्यक्तीला कायमचे हद्दपार करायचे होते आणि पुन्हा कधीही तिचे तोंडही पहायचे नव्हते.

''या सगळ्यासाठी किती खर्च करावा लागेल याचा विचार तू केला आहेस का?''

''ठाकुरदांच्या खात्यात भरपूर पैसा आहे. जर आणखी कशाची गरज भासलीच तर काहीतरी विकून टाक. जमीन किंवा काहीही. आपल्याला ठाकुरदांच्या सन्मानार्थ हे करावंच लागेल.''

''माया, देव हा तुझा नवरा आहे...''

''त्याला माझ्यावर सोपव. त्याची या दृष्टीने मी चांगलीच काळजी घेईन.'' तिने अचानकच गूढपणे सांगितले. ''आता तो येईल तेव्हा त्याने त्या छोट्या मुलीला पाहू नये एवढीच

काळजी आपल्याला घ्यावी लागेल. शिवाय राजीला आणि त्याला एकांतात बोलताही येऊ नये याची काळजीही आपण घेतली पाहिजे. त्या छोट्या मुलीला इथून दूर नेलं गेलं तर ते अधिक चांगलं ठरेल. मात्र याविषयी कोणत्याही...एकाही व्यक्तीला अजिबात समजता कामा नये. तिला इथून निघून जाण्याविषयी आपण सांगेपर्यंत कोणालाही त्याविषयी अवाक्षरानेही कळता कामा नये.''

हे सगळे करणे कठीण नव्हते. काहीही झाले तरी मुलांना नेहमीच अंत्यसंस्कार आणि त्यावेळी घरात निर्माण होणाऱ्या दु:खाच्या वातावरणापासून दूर ठेवले जाते. विधवेभोवती कित्येक स्त्रियांचा गराडा पडला होता. पुरुषांच्या नजरेस ती पडणे शक्य नव्हते.

देव उशीरा आला आणि सुमन अजिबातच आली नाही.

देवशी झालेल्या आपल्या संकटासमान लग्नाच्या आठवणी मायाच्या मनात येत होत्या. अंत्ययात्रेमुळे त्यामध्ये खंड पडला.

देव हा स्वतःच्याच प्रेमात मशगूल असलेला एवढा आत्मकेंद्रीत व्यक्ती असेल अशी कल्पना तिने स्वप्नातही केली नव्हती. आपण एवढे दुष्ट, सैतानी आहोत याची त्याला जाणीवसुद्धा नव्हती. तिच्या मनात आले की कदाचित देवला ते माहिती असेलही ; परंतु तो ते इतरांना दाखवून देत नसेल. त्याला अपराधाची टोचणी लागून राहिलेली असणार आणि सगळ्या गोष्टींचा परिपाक म्हणूनच त्याला टोकाचा निद्रानाशाचा विकार जडला असावा.

माया

मायाच्या लग्नात सुमन आली होती, त्यावेळी कित्येकांच्या चेहऱ्यावर भयभीत झाल्याचे भाव उमटले होते. कॉलेजमध्ये असताना तिने मिळवलेल्या आत्मविश्वासासह सुमन रुबाबदारपणे चालत आत आली, तेव्हा मायाच्या नजरेत उमटलेले नैराश्य तिने नजरेआड केले. मायाच्या मनात नकळत आपल्याशी तिची तुलना सुरू झाली होती.

सुमनचे सौंदर्य आणि आत्मविश्वास यांमुळे तिला थेट देवच्या हृदयात स्थान मिळाले होते.

एवढ्या स्टायलिश मेव्हणीच्या आगमनामुळे तो रोमांचित झाला होता. तो तिच्याशी धीटपणे प्रणयचेष्टा करत होता आणि तीही त्याला तितक्याच आनंदाने साथ देत होती. प्रत्येक काकू, मावशी आणि आत्या यांच्या चेहऱ्यावर या सगळ्याविषयी दिसणाऱ्या प्रचंड नापसंतीकडे तिने दुर्लक्ष केले होते.

''तुझ्या बहिणीला आपल्यासोबत येण्याचं आमंत्रण तू देणार नाहीस का?'' देवने आपल्या वधूला विचारले. त्याच्या चेहऱ्यावर भले मोठे स्मित झळकत होते.

मायाने सुमनकडे पाहिले. तिचे ओठ फक्त थोडेसे हलले. सुमन लगेच निर्लज्जपणे तयार झाली. सगळ्या काकू, मावशा, आत्यांच्या विरोधाला तोंड देण्यासाठी ती तयारच होती. परंतु ठाकुरदांनी त्या दिवशी मायाला वाचवले होते.

सुमनला मागे खेचत ते म्हणाले, ''मायाला भेटायला तू नंतर कधीतरी जाऊ शकतेस. आता नको.'' शांततेने पार पडलेल्या लग्नात ही गोष्ट फारशी चांगली नव्हती. परंतु नंतर काही दिवसांतच सुमन त्यांना भेटायला आली होती, तेव्हा ही गोष्ट लवकरच सिद्धही झाली.

एके दिवशी मायाचे स्वतःवरचे नियंत्रण सुटले आणि माया जोरात किंचाळली, ''तू एक निर्लज्ज वेश्या आहेस. आपल्या बहिणीचाच संसार उध्वस्त करायला तू आलेयस.'' तिच्यासमोर उद्धट नजरेचे पिशाच्चच जणू उभे होते.

एवढ्यात तिथे जोरदार आवाज झाला. 'खाड्' तिच्या जोरदार थोबाडीत बसली होती. माया धडपडत जमिनीवर कलंडली. तिचा चेहरा टेबलाच्या कडेवर आदळला आणि ती आपला गाल हाताने चोळू लागली. तिच्या गालातून रक्त वहात होते. सुमन अंतःप्रेरणेनेच तिला उचलण्यासाठी पुढे झाली. परंतु देवने तिला मागे खेचले. ''तिला तिथेच पडू देत. औषधोपचारांसाठी आणि थंड सहानुभूतीसाठी तिला बीजीकडे जाऊ दे. तू माझ्याबरोबर ये.'' तो म्हणाला.

माया हळूहळू उठून उभी राहिली. आपला जखमी गाल ती हळुवारपणे चोळत होती आणि धुमसत्या नजरेने त्यांच्या पुढे निघालेल्या पाठमोऱ्या आकृत्यांकडे पहात होती.

'ती' ती कुढत म्हणाली, 'ती माझी लहान बहीण आणि तो देव म्हणजे माझा नवरा.

दोघांचंही एकमेकांशी चांगलंच सूत जुळलंय, कारण ती नुकतीच कॉलेजमधून बाहेर पडलेय. त्याला छान चिकटून राहतेय. इंग्लीश बोलते आणि फॅशनेबल सूट घालते. त्याच्या पहिल्या पत्नीच्या स्वरूपात माझ्यावर लादल्या गेलेल्या या व्हिक्टोरियन लेस आणि रिबनऐवजी तिच्या फॅशनेबलपणाची छाप त्याच्यावर पडलेय.' अतीव दुःखाने तिची छाती भरून आली.

खरे म्हणजे सुमन दिसायला चांगली होती आणि माया खराब दिसत होती अशातला अजिबात भाग नव्हता. वास्तविक, आपल्या आनुवंशिक वारशामुळे त्यांच्यात कमालीचे साम्य होते. त्या दोघीही उंच आणि सडपातळ होत्या. माया सुमनपेक्षाही जास्त उंच होती आणि तिचे अवयव अधिक रेखीव होते.

सुमनच्या शरीराचे सगळे वक्राकार आणि गोलाकार अधिक रेखीव होते. ती स्टायलिश हाय हिल्स वापरत होती आणि तिच्या कमीजचे गळे खोल असत. त्यामुळे तिची चाल काहीशी हिंदकळणारी आणि हिप्पींसारखी मादक वाटत असे. साधुसंतांचेही लक्ष चाळवण्यास तिची चाल पुरेशी होती. देव तर साधुसंत नव्हताच.

खरे तर मायाला मनातल्या मनात सतत वाटत असे की त्याच्या या वरवरच्या चांगल्या शिष्टाचारसंमत आचरणाच्या आड त्याच्या मनात कडक सैनिकी शिस्तीची प्रवृत्ती होती. अर्थातच तिने त्याला तसे कधी बोलून दाखवण्याची हिंमत दाखवली नव्हती. कारण मग त्याने तिचे ते मत खोडून काढण्यासाठी कित्येक प्रयत्न केले असते. आपले मार्ग, मते, सवयी यांच्या पद्धती त्याने स्वतःच आखून घेतल्या होत्या आणि तो त्यांचा गुलाम होता. तो प्रौढ झाल्यानंतर त्याचे हे गुण आणखी स्पष्टपणे दिसू लागले. मायाशी त्याचे लग्न झाले होते त्यावेळी तो स्टायलिश आणि स्वतःविषयी सजग असलेला सुसंस्कृत भासणारा पुरुष होता.

लग्नानंतर काही महिन्यांतच सुमनचे प्रकरण घडले होते. त्यामुळे याचा दोष देवच्या रुबाबदार, फाजील धीट स्मिताला द्यावा की सुमनच्या वल्गनांना द्यावा हे तिला समजले नव्हते. तिने घरी जाऊन बेभानपणे हे सारे सांगितले आणि त्याला तातडीने प्रतिसादही मिळाला. सुमनला तिच्या होऊ घातलेल्या सासरच्या लोकांना दाखवण्यात आले.

त्या तिघांनाही माहिती होते की सूचक हालचाली, थेट बोलणे आणि काही धीट स्पर्श यांच्या पलीकडे देव गेला नव्हता. सुमनच्या लग्नाची बोलणी आधीच सुरू झाली होती

आणि कोणत्याही प्रतिष्ठित घराण्याने बिघडलेला माल नक्कीच स्वीकारला नसता. मग त्याचे पूर्वज कितीही निष्पाप का असेनात! त्यामुळे तिचे लग्न लवकर उरकणे महत्त्वाचे होते. त्या सगळ्या बोलण्यांमध्ये देवही केंद्रस्थानी होता, कारण त्याच्या चुलतभावाच्या मुलाशीच हे लग्न होणार होते.

आपल्या आकर्षक छोट्या बहिणीशी देवने निलाजरेपणाने केलेल्या प्रणयचेष्टा आणि नंतर घरात केलेला त्याने मोठा विश्वासघात यामुळे मायाच्या मनाला जबरदस्त ठेच बसली होती. तो विश्वासघात त्याच्या पहिल्या पत्नीविषयीचा होता.

हे कटु सत्य पचवण्यासाठी तिला काही दिवस लागले. ठाकुरदांना हे माहिती होते असा दावाही देवने केला. 'मग याविषयी ठाकुरदांनी किंवा इतर कोणीही मला सांगितलं का नाही?' मायाच्या मनात हा विचार आला होता.

आपल्या नवीन घरी ती प्रथम गेली होती, त्यावेळी तेथील मोठ्या आणि वयस्कर स्त्रियांनी तिचे सर्व पारंपरिक धार्मिक विधींनी स्वागत केले होते. या सगळ्यात तिला सासू नव्हती ही तिच्या माहेरच्या सर्वांच्या दृष्टीने एक जमेची बाजू होती.

ठाकुरदांनी आनंदाने आणि चेष्टेने म्हटलेसुद्धा होते की ''तुला घरच्या आघाडीवरच्या कुरबुरींना तोंड द्यावं लागणार नाही आणि तुझ्या नवऱ्यामुळे तुला अगदी साग्रसंगीत 'भारत दर्शन' घडेल.''

परंतु त्या घरात बीजी होती आणि बीजीची मात्र सर्व घरगुती कामांवर पकड होती. हळूहळू ते तिच्या लक्षात येत गेले. बीजी ही लट्ठ आणि बुटकी व्यक्ती होती. तिचे केस विरळ झाले होते आणि तिला थोडेसे टक्कल पडत चालले होते. तिची हनुवटी मात्र केसाळ होती. मायाचा वधुवेश आणि दागिने पाहून बीजीने मान डोलावल्यावर प्रत्येकानेच सुटकेचा निःश्वास सोडला होता.

अगदी देवसुद्धा तिच्यापुढे नमते घेत होता. ती त्याच्याहून मोठी होती हे तर स्पष्टच दिसत होते. परंतु तरीही ती खूप वयस्कर नव्हती. ती नोकरा-चाकरांना आदेश देत होती. स्वयंपाकांचे पदार्थ ठरवत होती. शिवाय नवीन वधुचे कपडे आणि लग्नानंतरच्या सगळ्या देवघेवीचे व्यवहार तीच करत होती.

देवने लॉकरविषयी 'बीजीला विचार,' असे सांगितल्यानंतर माया विचारात पडली होती ते मायाला आठवले. तिला आपल्या बांगड्या बदलायच्या होत्या आणि त्यासाठी प्रथमच तिने लॉकरची चावी मागितली होती. परंतु हे सगळे व्यवहार आणि घरातील हिशेबाची कामे बीजी सांभाळत होती, त्यामुळे तिच्या लॉकरमध्येच दागिने ठेवणे ओघानेच आले होते.

बीजीच सगळा डोलारा सांभाळत होती. अगदी तिच्यासाठी कपडेही तीच तयार करत होती. जुन्या पिढीतील डिझाईनचे कपडे ती तयार करत होती. ती कोण होती असा प्रश्न विचारणे मायाला योग्य वाटत नव्हते. कदाचित ती त्याची कोणीतरी जवळची नातेवाईक असावी. तिच्या जवळच्या संबंधांमुळेच निःसंशयपणे सर्व प्रकारचे निर्णय घेण्याचे हक्क तिला प्राप्त झाले होते.

त्यानंतर एकेक करून प्रत्येक जण निघून जाऊ लागला. पण बीजी मात्र तिथेच राहिली होती. त्यानंतर तिला कोणी आणि कसे ते उघड गुपित सांगितले ते मायाला आठवतही नव्हते. बीजी ही देवची पहिली बायको होती. देवचा मोठा भाऊ लवकर मरण पावला होता आणि त्यामुळे देवला तिच्याशी विवाह करावाच लागला होता.

आपली फसवणूक झाल्याची जाणीव मायाला झाली, परंतु बीजी घरातील सर्व कामकाज व्यवस्थितपणे हाताळत होती. आपल्या लग्नाची व्यवस्थित उभारणी करावी यासाठी या तरुण स्त्रीला (मायाला) पुरेसा वेळ देत होती. तिच्या या वर्षानुवर्षांच्या अनुभवातून आलेल्या शहाणपणाचा विचार करून सुमनचा किस्सा विसरून, ती अवहेलना विसरून आपण देवशी असलेले आपले संबंध बळकट करण्याचा विचार मायाने केला. कारण बीजीबरोबर देवचे निकटचे संबंध प्रस्थापित झालेले नव्हते.

पण त्याच्याशी निकटचे संबंध प्रस्थापित करणे हे खरे तर एक कठीण, अवघड काम होते. काही वेळा देव अतिशय सरळ असे. त्याच्याशी बोलणे, वागणे एकदम सहजपणे जमून जात असे. परंतु इतर वेळी त्याच्याशी बोलणे, वागणे एवढे निसरडे आणि विचित्र असे की कोणत्याही गोष्टीविषयी त्याची काय प्रतिक्रिया असू शकेल हे कोणीही सांगू शकत नसे. तिच्याजवळ जो काही उरलासुरला, थोडासा आत्मविश्वास होता, तोही काढून टाकण्याची शपथच बहुधा त्याने घेतलेली असावी असा तो वागत होता.

एकेकदा मायाने घातलेल्या फिक्या हिरवट रंगाच्या ड्रेसचे तो कौतुक करत असे, ''हं.

अगदी कूल. छान दिसतोय तो.'' पुढच्या वेळी मात्र तो तिला म्हणत असे, ''या ड्रेसमुळे तू क्षयरुग्णासारखी दिसतेस.''

माया बसलेली असली तर तो विचारत असे, ''तू काय अशी सतत बसूनच राहणार आहेस की काय ?''

ती उभी राहिली की तो हसत असे आणि विचारत असे, ''क्या खडे गाँव से आयी है ?''

तिने दुपारी डुलकी काढली तर वेळ वाया घालवत असल्याबद्दल तो तिला फटकारत असे. परंतु जर लोणची करण्यात किंवा विणकाम करण्यात तिने दुपारचा वेळ घालवला तर स्वतःही विश्रांती घेत नाही; आणि दुसऱ्यांनाही घेऊ देत नाही, म्हणून तो तिच्यावर डाफरत असे. सततची बोलणी खाणे आणि क्षुल्लक बाबींवरून सुरू असलेली किरकिर तिला सहन करावीच लागत होती. परंतु या सर्वांवर कडी म्हणजे तिच्या निष्ठेविषयीच त्याच्या मनात अस्वस्थपणा होता. खरे तर तो स्वतःच विश्वासघातकी होता; परंतु तिला निष्ठेविषयीचे डोस पाजण्यात तो आघाडीवर रहात असे.

त्याने आपले पहिले लग्न लपवून ठेवले होते. ती कुटुंबातील विधवा होती आणि 'चादर ओढण्याच्या' प्रकारामुळे तिच्याशी लग्न करण्याची जबरदस्ती त्याच्यावर झाली होती ही गोष्ट वेगळी होती. त्याने ठाकुरदांना या साऱ्या गोष्टी कदाचित सांगितल्या असाव्यात. परंतु प्रत्यक्षात सर्वत्र तिचे वर्चस्व होते आणि मायाला फक्त बोलणी खात जगावे लागत होते.

इतरांच्या सोबत त्याला पाश्चात्य जेवण 'अतिशय' आवडत असे; परंतु इतर वेळी टेबलावर बेकरीतले पदार्थ दिसले की तो चिडत असे. आपल्या ग्रुपमध्ये तो मिळून मिसळून वागत असे; परंतु घरी मात्र त्याच्या प्रत्येक इच्छेला मान द्यावाच लागे आणि त्याच्या प्रत्येक विनोदाला दाद द्यावी लागत असे. याआधी ही भूमिका कोण पार पाडत असावे याचे कधी कधी मायाला आश्चर्य वाटत असे. कोणताही सामूहिक समारंभ हा तिला दीर्घकालीन छळाचा प्रकार वाटत असे. कारण तो समारंभ संपल्यानंतरही कित्येक दिवस तिला त्याचा त्रास होत रहात असे. दादा भेटायला आला होता. त्यावेळीही असेच घडले होते. तिच्या आठवणींमधून ठसठसत ती आठवणही बाहेर पडली. तिचा विचारप्रवाह सुरू झाला होता. ती स्वतःकडे दुसरीच कोणीतरी असल्यासारखी पहात होती.

'त्या दिवशी माझी सहनशक्ती मी कशी काय राखू शकले याचं माझं मलाच आश्चर्य वाटतंय.' मायाच्या मनात विचार आला. २४ प्रकारची लोणची आणि ३२ विविध प्रकारचे खाद्यपदार्थ या मायाने केले होते. त्याचे पाहुणे संपता संपतच नव्हते आणि माया सगळ्यांची सरबराई करत होती. दिवसा किंवा रात्री किंवा मध्यरात्री कधीही आपल्या मालकाचा आवाज ऐकल्याबरोबर झटपट उडी मारून त्याच्याकडे आज्ञापालनासाठी तत्परतेने हजर होणाऱ्या कुत्र्यासारखी माया वागत होती. तिने ते सगळे तर केले होते, परंतु त्यानंतर वाढत्या उद्विग्नपणामुळे ती अत्यंत संतप्त झाली होती.

'देवला खासगी प्रकरणे चार भिंतींच्या आतच ठेवावीत असं वाटत असे. मात्र माझ्या वडलांच्या पत्नीशी त्याने अनैतिक संबंध राखले. माझ्या ठाकुरदांच्या जिवाची आणि त्यांच्या सन्मानाची किंमत चुकती करून आपलं पाप त्यानं सगळ्या जगाच्या समोर आणलं.' ती मनातल्या मनात संतापाने खदखदत राहिली होती.

मायाच्या मनात सूडाग्नी भडकला होता. आता आपल्या प्रिय व्यक्तींची तोंडेही ती त्याला पुन्हा पाहू देणार नव्हती. आपली प्रतीक्षा संपण्याची ती रोज वाट पहात होती.

ठाकुरदांच्या मृत्यूला आता एक वर्ष होऊन गेले होते आणि एके दिवशी तिच्याकडे दादा आला. तो रविवार होता आणि देव घरीच होता. मायाने दादाकडे एक चिंताग्रस्त, चौकस कटाक्ष टाकला. त्याचा प्रतिसाद तिला दिलासादायक वाटला. परंतु ती तरीही उदासच होती. कदाचित तसे राहणे ही तिची सवयच होऊन गेली होती. देव नेहमीप्रमाणेच आनंदात होता.

''घरी सगळे कसे आहेत?''

''सारं काही ठीक आहे. आता मी सगळ्याच गोष्टी माझ्याकडे घेतल्या आहेत. सारं काही मी पाहतो आहे.''

''तुम्ही काहीच काळजी करण्याची गरज नाही. तुम्ही ड्युटीवर असताना मी सगळ्या गोष्टी काळजीपूर्वक हाताळेन....'', बचावात्मक पवित्रा घेत देव म्हणाला.

''मी आधीच माझी कागदपत्रं सादर केलेत. त्यामुळे आता कुटुंबाकडे लक्ष देणं, त्यांची देखभाल करणं हेच माझं कर्तव्य, माझी ड्युटी आहे,'' दादा म्हणाला.

मायाला ते माहिती होते, परंतु देव मात्र त्यामुळे सुन्न झाला. आता ठाकुरांच्या घरातील खिरीत तोंड घालणे त्याला शक्य नव्हते. परंतु झटकन तो त्यामधून बाहेर पडला.

''राजीला आनंदच झाला असेल. एवढा मोठा सरंजाम असताना तो सांभाळण्यासाठी घरचं माणूस असण्याची गरज होतीच...''

''ती जिकडे गेली आहे, तिथे स्वतःच पुरुषाची कामं करायलाही ती शिकेल,'' दादा त्याचे बोलणे मध्येच तोडत म्हणाला.

देवचा चेहरा पांढराफटक पडला.

''ती कुठे गेलेय?'' त्याने झटकन विचारले.

''मी नुकताच तिला आणि तिच्या मुलांना निरोप देऊन आलोय. तिथे तिचं आणि तिच्या बाळाचंही भवितव्य अधिक उज्वल असेल आणि मुलांमुळे तिचा वेळही चांगला जाईल.''

''ते बाळ कोण आहे?'' त्याच्या आवाजात एक प्रकारचा कर्कशपणा होता.

मायाचा श्वास कोंडला गेला. दादाने देवच्या डोळ्यांत थेट रोखून पाहिले आणि त्याने दुःखदपणे परंतु सावधपणे उत्तर दिले. ''ते बाळ म्हणजे माझी सर्वात छोटी बहीण आहे. सहा वर्षांपूर्वी माझ्या सावत्र आईने तिला जन्म दिला आहे.''

दुबळ्या, टकल्या डोक्यात रक्त उसळल्यासारखे झाले आणि ग्लासाच्या काळसर कडेमुळेही त्याची नजर झाकली गेली नाही. देवने लगेच ते शब्द उचलले आणि तो चाचरत म्हणाला, ''सहा वर्षांपूर्वी? मग मला कोणीच कसं याविषयी आतापर्यंत काही सांगितलं नव्हतं? मग तुम्ही त्यांना तसंच कसं काय पाठवून देऊ शकलात? हे असं करणारे तुम्ही कोण?''

मायाच्या उत्सुकतापूर्ण ओठांवर कित्येक उत्तरे आली होती, परंतु दादाने तिच्याकडे एक दृष्टिक्षेप टाकून तिला शांत राहण्यास सुचवले. तसाच स्थिरपणे पहात राहून आवाजात अत्यंत सौजन्य आणत तो म्हणाला, ''तुमची स्वतःची मुलगी नुकतीच जन्मलेली असताना माझ्या सावत्र बहिणीत तुम्हाला एवढं स्वारस्य असण्याचं कारणच काय? शिवाय एवढ्या प्रौढ वयात आपल्याला आणखी एक मुलगी झाली हा काही माझ्या

पालकांच्या दृष्टीने डांगोरा पिटण्याचा विषय नव्हता. आता माझे वडील हयात नाहीत. त्यामुळे माझ्या सगळ्या बहिणींची आणि भावांची काळजी घेणं ही माझी जबाबदारी आहे. त्यामुळे त्यांच्यासाठी जे जे करणं उत्तम ठरेल असं मला वाटेल, ते ते सारं काही मी करत राहीन. सध्याच्या परिस्थितीत आमच्या सगळ्या कुटुंबाने परदेशात रहावं आणि तिथेच वाढावं हे अधिक चांगलं ठरेल असं आम्हाला वाटलं. आता यापुढे राजी भारतात परत येणार नाही. निदान बेबीचं तिथेच लग्न होईपर्यंत तरी नाहीच.''

आता सगळा प्रकार खुला झाला होता. मायाने आपला श्वास कोंडून ठेवला. देव बेबीवर हक्क सांगून दादाला आव्हान देतो का ते तिला पहायचे होते.

तिथे काहीतरी मोठी गोष्ट घडत होती, हे बीजीच्यासुद्धा लक्षात आले होते. सुमनच्या लग्नात त्याच्या सावत्र आईने त्याचे बोट कसे पकडले आणि नंतर ते सगळे कसे घडत गेले याची बढाई देव मारत असल्याचे तिच्या कानांवर आले होते. तिने एकदा सगळ्यांच्या चेहऱ्यांवरून नजर फिरवली. एका पाठोपाठ एकेका चेहऱ्याकडे पहात असताना तिने मायाच्या नजरेकडे पाहिले. कदाचित एवढा वेळ ती शोधत असलेली विजयाची चमक तिला तिच्या नजरेत दिसली होती. तिने देवकडे द्वेषपूर्ण आकसाने आणि त्याच वेळी विजयी मुद्रेने पहात असलेल्या मायाकडे तसेच काही क्षण पाहिले.

'वा, वा! म्हणजे अरे बदमाशा अखेरीस आपण स्वतःच केलेल्या घाणीत तू स्वतःच पाय घसरून पडलास तर!' अशा आशयाचे भाव बीजीच्याही चेहऱ्यावर स्पष्ट पसरलेले होते.

परंतु आता देव कोलमडला होता. त्याच्या सासरी त्याची पत पूर्णपणे धुळीला मिळाली होती. त्याच्या कोलमडण्याला किती महत्त्व होते ते मायाच्या लक्षात आले होते. त्या क्षणी तरी तो तिथे तिघांविरुद्ध एकटाच होता आणि त्याची आता सुटका नव्हती हे त्याच्या लक्षात आले होते.

आता सगळा खेळ खलास झाला होता. तळपते धारदार चाकू बाहेर पडले होते. तिने आपला छोट्या स्त्रीचा मुखवटा दूर सारला होता.

''तुला या सगळ्याचा त्रास का बरं व्हावा? त्याचा तुझ्याशी काय संबंध आहे?'' त्याने मायाकडे वळून विचारले.

जुना देव पुन्हा एकदा जागा झाला होता आणि तो झटक्यात तिच्याकडे वळला होता. परंतु तिच्या डोळ्यांतील चमक पाहून तो अवाक झाला.

''मी,'' मी या शब्दावर भर देत माया म्हणाली. ''ठाकुरदा मरण पावले, त्या दिवशीच मी बेबीला पाहिलं.'' यापुढे आणखी काहीही बोलण्याची गरज तिला भासली नाही.

आता दादा अगदी भयावह, भयंकर दिसत होता. त्याच्या चेहऱ्यावर गोठल्यासारखे थंडगार भाव होते.

''हे बघ देव, तुझा जीव घ्यायला आणि मायाला कायमचीच घरी घेऊन जायला तू मला भाग पाडू नकोस. मी म्हणजे ठाकुरदा नाही, हेच मी तुला सांगायला आलोय. आपली मुलगी या घरात आहे. तिला छळ सोसायला लागू नये म्हणून मुकाट्याने ते अवमान सहन करत राहिले. परंतु मी तो सहन करणार नाही. मला विचारशील, तर माझ्या दृष्टीने माझ्या वडलांचा खून तूच केलायस. मला कोणाहीकडून जर तू मायाला कोणत्याही प्रकारे त्रास दिल्याचं समजलं, तर ती उंटाच्या पाठीवरची अखेरची काडी ठरेल, हे याद राख. काळजी करू नकोस. मी जर तुझ्या अनौरस मुलीची काळजी घेऊ शकतो, तर माझ्या विधवा बहिणीची आणि तिच्या औरस मुलीची काळजी मी नक्कीच घेऊ शकेन. यापुढे फक्त तू मायाचा नवरा आहेस म्हणूनच आम्ही तुला सहन करू. लक्षात ठेव.''

त्याच्या डोळ्यांतील तो भयानक धोकादायक भाव पाहिल्यावर आपण यापुढे एक शब्दही बोलण्याची गरज नसल्याची सूचना मायाला मिळाली. दादा तसाच ताड्ताड् पावले टाकत बाहेर निघून गेला.

सुमनची कथा

ती एक अधोगती होती. देवचा चुलतभाऊ वेद देवपेक्षाही जास्त रुबाबदार होता. मात्र सुसंस्कृतपणा, शिष्टाचार आणि जादूई, भुरळ पाडण्याजोग्या वर्तनाचा विचार करता तो देवच्या जवळपासही फिरकू शकत नव्हता. देवच्या खट्याळ विनोदांवर तो शांतपणे स्मित करत होता, परंतु त्यांत तो सहभागी होत नव्हता. काही का असेना; परंतु आता लग्न तर ठरले होते.

देवनेच ते ठरवले होते आणि ठाकुरदांना खात्री दिली होती, ''मी त्याला व्यवस्थित ओळखतो. तो तिला आनंदात ठेवेल.'' परंतु हीच गोष्ट खरे तर नैराश्यजनक होती.

लग्नाच्या वेळी देवने क्वचितच माझ्याकडे पाहिले. माया तर त्यावेळी पहिल्या गर्भारपणाच्या तेजाने झळकत होती. परंतु तिच्याकडेही त्याने फारसे पाहिले नाही. त्याने ठरवल्याप्रमाणे सगळ्यांची हृदये जिंकण्याची योजना आखूनच तो आला होता.

तो सरळ राजीकडे गेला होता. त्याने तिला काय सांगितले होते, ते देवालाच ठाऊक; परंतु ज्या दिवशी तो आला होता त्या दिवसापासून तिने त्याला आपलासा करून घेतला होता. ती दोघे घरभर फिरत होती. आमच्या घरातील काकूंच्या आणि आत्यांच्या तीक्ष्ण नजरांपासून आपला बचाव करून घेत ती हसत, खिदळत रहात होती. कारण ज्यावेळी ठाकुरदा घरी नसत त्यावेळीच ती दोघे हा प्रकार करत असत आणि ठाकुरदांच्या कानांवर हे सगळे घालण्याचे धाडस कोण करणार होते?

ज्यावेळी ठाकुरदा किंवा दादा घरी असे, फक्त त्याच वेळी देव राजीबरोबर नसे. दादाच्या बाबतीतही काहीतरी विचित्र घडले होते. अचानकच तो स्मित करायला विसरला होता. मी लग्न करून निघाले होते आणि आता मी त्याच्यापासून दूर चालले होते म्हणून ते नक्कीच नव्हते. ते बहुधा राजीमुळे घडत होते.

मायाने विजयी स्वरात सगळ्यांना सांगून टाकले, की आता ठाकुरदा आजोबा बनणार आहेत. त्यामुळे देव-राजीच्या प्रणयचेष्टांवर त्याचा अनिष्ट परिणाम झाला होता.

मायाने आणि मी त्यांना एकदा मुद्देमालासकट पकडले होते. त्यावेळी मायाने सुरुवात केली होती, ''प्रत्येक जणच तुमच्याविषयी बोलतोय...'' परंतु राजीच्या उद्धट नजरेतील उपहासगर्भतेमुळे ती थांबली.

ती चिंतातुर होती. आपल्या नवऱ्याबद्दलची किंवा आपल्या आईबद्दलची तिची ती चिंता नव्हती. तिला आपल्या वडलांची चिंता वाटत होती. देवने तिला सांगितले की मी सुमनचे जीवन उध्वस्त होण्यापासून तिला वाचवतोय. शिवाय ही एका नाजुक अवस्थेत आहे आणि तुझा तिच्याशी काहीही संबंध नाही.'' त्यानंतर त्याने तिला फटकारल्यासारखे तिच्या वर्मावर घाव घालत विचारले, ''एका पुरुषाला जे हवं आहे ते तर तू देऊ शकत नाहीस; मग तू कशाला जळतेयस? आणि आता अशीच आपल्या वडलांकडे ओरडत

जाऊ नकोस. त्यांना किमान थोडी तरी शांतता मिळू देत.''

आमच्या सावत्र आईत बदल घडून आला होता. आमच्यासमोरची ती बया आणि ठाकुरदांच्या संपूर्ण मोठ्या कुटुंबाला जिंकून घेऊन आपल्या बोटांवर ठाकुरदांना नाचवणारी ती सुंदर सावत्र आई यांच्यात काहीच साम्य वाटत नव्हते.

देवच्या विश्वासघातकीपणाचा डाव खूपच बेरकीपणाचा होता. फक्त तो खूपच उशीरा माझ्या लक्षात आला. माझे नवे घर ही एक सुंदर, आलिशान जुन्या प्रकारची हवेली होती. उच्चभ्रू अभिरुचीने, भरपूर खर्च करून ती हवेली सुस्थितीत ठेवण्यात आली होती. ते अत्यंत दिमाखदार, डौलदार आणि सुसंस्कृत कुटुंब होते. ठाकुरदांच्याकडे असताना आम्ही रहात होतो त्या तुलनेत येथील भव्यता नजरेत भरणारी होती. राजी ही एवढ्या श्रीमंत प्रकारात शोभणारी स्त्री नव्हती.

देवच्या तेथील उपस्थितीमुळे माझ्या मनात परिचितपणाचा विश्वास निर्माण होण्याऐवजी धक्कादायक अवमानाचा दुःखद तणाव निर्माण होऊ लागला. त्यामुळे माझ्या पाठीच्या कण्यातून शरमेने शहारे येऊ लागले.

पहिल्या रात्री उशीरापर्यंत तिथे पुरुषांची पार्टी आणि दारू पिण्याचा कार्यक्रम सुरू होता. मी पलंगावर गाढ झोपी गेले होते आणि अचानकच माझ्या साडीतून फिरणाऱ्या हाताने मला जाग आली. सुदैवाने मी सावध झाले आणि एकदम हादरून गेले नाही. परंतु मी अस्वस्थ झाले होते. त्यामुळे आपले डोळे मी बंदच ठेवण्याचे ठरवले. माझ्या डोळ्यांतून अश्रूंचे थेंब बाहेर पडले, त्याच वेळी माझ्या कानांवर घोगऱ्या आवाजातील शब्द पडले, ''डोळे उघड दुष्टिणी आणि अजिबात आवाज करू नकोस.''

मी डोळे उघडले. मला जबरदस्त धक्का बसला होता. माझ्या शरीरावर दुष्टपणाने देव झुकला होता.

''हाय स्वीटहार्ट, तुला काय वाटलं मी त्या मूर्खासाठी तुला तशीच सोडून देईन?''

त्याने एका बाजूने तिकडे पाहिले आणि मीही मान वळवून तिकडे पाहिले. माझ्या नव्याकोऱ्या नवऱ्याकडे मी पहात होते. तो एखाद्या किळसवाण्या प्राण्यासारखा दारू ढोसून खाली कोसळला होता आणि पलंगावर अस्ताव्यस्त पसरून गाढ झोपी गेला होता.

देवने माझ्या तोंडावर त्याचा हात दाबून धरला. माझी साडी माझ्या डोक्याच्या वर त्याने फेकून दिली आणि मी अत्यंत वेदनांनी विव्हळत राहिले. त्याला झटकून टाकण्यासाठी मी किंचाळले. परंतु त्यामुळे काहीही घडले नाही. ते सारे काही दीर्घ काळपर्यंत सुरूच राहिले. त्यानंतर अचानकच ते सगळे थांबले. त्याचा हात बाजूला झाला आणि श्वास घेण्यासाठी मी तोंड उघडले. देव माझ्याकडे पाहून मूर्खासारखा हसत होता. ''खूपच मजा आली. आता आपण उद्या भेटूया.'' तो म्हणाला. तो खोलीतून निघून जात असताना मीही बहुधा गाढ झोपी गेले असावे.

मी जागी झाले त्यावेळी सकाळ झाली होती आणि वेद माझ्याभोवती काहीतरी बडबड करत बसला होता. मला वाटले की बहुतेक मी एखादे खट्याळ स्वप्न पाहिले असावे. तरीही सगळ्या महिलांमध्ये असताना मला उगीचच भीती आणि दहशत वाटत होती.

मला खरोखरच खूपच शरम वाटत होती. परंतु दुसऱ्या रात्रीही मी गाढ झोपी गेले होते. देवने वेदला आणून त्याच्या पलंगावर आडवे टाकले तेवढा आवाजच माझ्या कानांवर पडला. त्यानंतर पुन्हा एकदा तो तसाच खिदळत माझ्यासमोर आडवा पडला.

''तयार?'' त्याने मला विचारले. त्याने ज्या सहजतेने आदल्या दिवशीप्रमाणेच सारा प्रकार केला होता तो माझ्या मेंदूचा एक भाग सजगतेने अनुभवत होता. म्हणजे ते स्वप्न नव्हते. माझ्या तोंडावर त्याने आदल्या रात्रीप्रमाणेच हात दाबून धरला होता. माझी साडी माझ्या डोक्याच्या वरच्या बाजूला फेकून दिली होती आणि पुन्हा एकदा त्याने मला ''उद्या तुला भेटतो,'' असे सांगून माझा निरोप घेतला होता.

रात्रभर मी धक्का बसलेल्या अवस्थेत जागी होते. तिसऱ्या रात्री मी वाट बघत होते.

''मी तुला जास्त वाट बघायला लावली का?'' त्याने विचारले. त्याच्या खांद्यांवरूनच वेद तसाच अडखळत्या पावलांनी आला होता.

''देव...'' एवढेच मी त्याला कशीबशी म्हणू शकले.

''एक शब्दही बोलू नकोस. आता काहीही बोलायला खूपच उशीर झालाय. माझ्या विरुद्ध तू सांगितलेला शब्दही कोणी ऐकून घेणार नाही. शिवाय..'' त्याने वेदकडे उपहासाने बोट दाखवले आणि तो म्हणाला, ''तो काय करू शकणार आहे? कदाचित मी तुला मुलगा देऊ शकेन. त्यासाठी तू माझे आभारच मानले पाहिजेत.''

मला कलंकित झाल्यासारखे आणि थकल्यासारखे वाटले. माझ्या मेंदूला झिणझिण्या येऊ लागल्या. मी काय करू शकणार होते? घरातल्या कोणाकडे मी आश्रय मागायला जाऊ शकत होते? माझ्या लालसर झालेल्या आणि सुजल्यासारख्या दिसणाऱ्या डोळ्यांमुळे लोक विनोद करत होते. परंतु कोणालाही कसलीच कल्पना आलेली नव्हती.

त्या रात्री मी लक्ष ठेवून होते. हॉलमधून गॅलरीत बघता येत होते. तिथे बसलेले पुरुष दिसत होते आणि ते दारू पीत बसले होते. देव प्रत्येकालाच दारूचे पेले भरभरून देत होता. कोणाला मोठे पेले; कोणाला दोन दारूंचे मिश्रण करून तयार केलेल्या दारूचे पेले. मी गॅलरीतून उडी मारण्याचा प्रयत्न करत होते; तेवढ्यात एक ठाम हात माझ्या खांद्यांवर पडला.

''बहु?'' घारीच्या नजरेची माझी सासू तिथे उभी होती. मी घाबरून थरथरतच वळले आणि नंतर देवने वर पाहू नये म्हणून अंतःप्रेरणेनेच मी झटकन बाजूला झाले. माताजी माझ्यापाठोपाठ तिथे आल्या. मी मूक होते. परंतु त्याही माझ्यासोबत गच्चीत पहात त्यांच्या पाळतीवर थांबल्या. देव काळजीपूर्वक ग्लास भरत होता आणि अखेरीस चोरटेपणाने आपल्या अंगठीतील काहीतरी पदार्थ वेदच्या ग्लासाच्या कडेवर अंगठी घासून टाकत होता.

आम्ही एकमेकींकडे बघितले. एक शब्दही न बोलता त्यांनी मला माझ्या खोलीत ओढले. त्यानंतर माझ्या डोळ्यांतून अश्रूंचा महापूर लोटला. मी त्यांच्याकडे सारे काही कबूल करून टाकले. त्यांनी मला झटकन जवळ घेतले आणि ग्लासभर पाणी प्यायला दिले.

''सगळं काही ठीक होईल,'' माझे डोके उशीत खुपसून त्यांनी नाईट लँप सरळ करून ठेवला आणि अंधारातील भल्या मोठ्या खुर्चीत त्या बसून राहिल्या. आम्ही वाट पहात होतो.

देवने वेदला आत आणले आणि त्याच्या पलंगावर भिरकावून दिले. ती वृद्ध स्त्री म्हणाली, ''थँक यू देव, तू आता जाऊ शकतोस. मी सुमनला मदत करेन.''

मी जर दोरीसारखी ताणल्या गेलेल्या, तणावपूर्ण अवस्थेत नसते, तर देवच्या चेहऱ्यावरचे गाळण उडालेले भाव पाहून जोरजोरात हसले असते. तो तसाच मागे वळला.

''गुड नाईट देव,'' माझी सासू कठोरपणे म्हणाली आणि उभी राहिली. त्यामुळे तिथून शांतपणे निघून जाण्याखेरीज त्याच्याकडे अन्य कोणताही पर्याय उरला नव्हता. त्याच्या दूरवर चाललेल्या पावलांचा आवाज ऐकू येऊ लागल्यावर ती माझ्याकडे शांतपणे वळली आणि म्हणाली, ''दरवाजाला कडी लावून घे आणि एक लक्षात ठेव मी बाहेरच आहे.''

मी झटकन उठून आभार मानण्यासाठी, कृतज्ञतापूर्वक त्यांच्या पायांना स्पर्श केला. बऱ्याच वेळाने सुटकेचा महापूर माझ्या मनात दाटून आला होता. मी दरवाजा बंद केल्यावर माझे गुडघे थरथरू लागले. त्यानंतर कितीतरी वेळ मी दरवाजाला पाठ टेकवून तशीच उभी होते.

दुसऱ्या दिवशी तीन खेळाडूंमध्ये उंदरा–मांजराचा खेळ सुरू झाला. मी, देव आणि माताजी. त्या वयस्कर स्त्रीला मी खरोखरच मानवंदना देते. तिने डोंगराच्या पायथ्याशी असलेला त्यांचा कौटुंबीक शिकारखाना शोधून काढला. तो व्यवस्थित झाडून–पुसून स्वच्छ करून घेतला आणि सगळी व्यवस्था झाल्यावर मला आणि वेदला तिथे छानशा हनिमूनसाठी पाठवले.

आम्ही जाण्यापूर्वी त्यांनी मला आपल्या खोलीत नेले आणि एक कागद माझ्या हातात कोंबला. ''हा आपला फोन नंबर आहे. जर तिथे देव दिसला, तर ताबडतोब मला फोन कर.''

त्या भल्या मोठ्या किल्लेवजा हवेलीतून आम्ही मोकळ्या हवेत रस्त्यावरून निघालो होतो. हळूहळू माझ्या मनातील धुके विरघळू लागले आणि माझे बधीर झालेले मन ताळ्यावर आले. माझ्या दृष्टिपटलावरून देवची आकृती धूसर होत दिसेनाशी झाली आणि मी वेदकडे पाहून स्मित केले. आमचा सुंदर हनिमून जेमतेम दोन दिवस टिकला आणि तिसऱ्या दिवशी आपल्या घोड्यावर बसून देव तिथे हजर झाला. आम्ही नाष्टा करत होतो. हिरवळीवर टेबल टाकलेले होते. माझ्या पोटात ढवळू लागले. ''गुड मॉर्निंग,'' त्याने स्मित केले. त्याने नेहमीप्रमाणेच स्वतःवरच खूश होत हसत हसत काही चावट विनोद केले. वेदला त्याने उत्साही खेळकर मनःस्थितीत आणले होते. त्यानंतर शिकारीवर चर्चा करण्यासाठी तो वेदला फिरायला घेऊन गेला. ताणलेल्या चेहऱ्याने आणि थरथरत्या हातांनी मी माताजींचा नंबर फिरवला. टेलीफोनवरून त्यांच्याशी संपर्क साधणे हा रहस्यमय अनुभव होता. पलीकडून आवाज आल्यावर मी लगेच रिसीव्हर बाजूला केला.

मला मागच्या बाजूने खिदळण्याचा आवाज येत होता. 'ते दोघे एवढ्यात कसे परत आले होते?' मला व्हरांड्यातून त्या दोघांच्या पावलांचा आवाज आला.

मी झटकन फोनच्या माऊथपीसवरून एक शब्द उच्चारला, ''देव!'' लगेच रिसीव्हर ठेवून दिला. देव आणि वेद परतले होते. मी त्यांच्याकडे अपराधीपणे पाहिले.

''तुला बरं वाटत नाही का सुमन? तुझा चेहरा म्लान दिसतोय. वेद तुझी काळजी घेत नाही वाटतं?'' देवने विचारले.

''मी ठीक आहे. मला जरा जेवणाची व्यवस्था बघितली पाहिजे,'' मी तिथून खोलीत सटकले. माझा श्वास माझ्या घशातच अडकल्यासारखा झाला होता. पिंजऱ्यात सापडलेल्या उंदरासारखी माझी अवस्था झाली होती. माझ्यावर देवची रोखलेली नजर तशीच होती. वेदच्या माध्यमातून तो सतत माझ्याशी बोलत राहिला होता.

त्या दिवशी संध्याकाळी ड्राईव्ह वेवर कारचा आवाज ऐकू आल्यावरच कदाचित माझा रोखून धरलेला श्वास मी सोडला असावा. आम्ही तिघेही गडबडीने बाहेर गेलो. वेदचे आई–वडील तिकडेच येत होते.

''तुम्ही मुलं काय करता ते पहावं, असं वाटलं म्हणून आम्ही आलो,'' त्या वयस्कर स्त्रीने मोठ्या मनाने म्हटले. ''देव, तू इकडे काय करतोयस? तुझं काय काम होतं इथे?''

माताजींनी मला झटकन मायेने जवळ घेतले आणि माझ्या डोळ्यांतून बाहेर पडणारे अश्रू पुसून टाकले.

आम्ही जिथे जिथे जात होतो, तिथे तिथे देव आमच्यासोबत येत होता. मग ते लॉज असो; की हवेली, कलकत्ता असो की दिल्ली. आपल्या नवऱ्याशी माझ्या सासुचे काही मतभेद असले तरीही माझ्या सासूने देवच्या खेळाची आपल्याला माहिती असल्याचे अजिबात भासवले नाही. ती त्याच्याबरोबर उमदेपणाने वागत होती. त्याच्या विनोदांना हसून दाद देत होती, परंतु संपूर्ण वेळ ती आमच्यासोबत बसत होती आणि त्याची सगळी सत्रे लवकर संपवायला लावत होती. ''देव, तू जा आता. आता भैय्यासाहेब आणि वेद यांना थोडं काम आहे. तू जाऊन झोप.'' असे म्हणून ती त्याला जायला लावत होती.

माझ्याही नकळत माझ्या पोटात तणाव निर्माण होत होता. अखेरीस कॅलेंडरच्या तारखा पुढे सरकू लागल्या, तशी मी धावत पळत माझ्या सासूकडे गेले. ''माताजी...'' मी काहीही सांगू शकले नाही, फक्त माझ्या पोटाकडे बोट दाखवले.

तिने माझा हात घट्ट पकडला. ''मी याचीच तर वाट बघत होते.'' मी तिची नजर चुकवली आणि आपल्या छळाविषयी मूकपणेच सांगितले. लाजेमुळे मी ते बोलून दाखवू शकले नसते.

माझ्या भीतीने आणि दहशतीने भरलेल्या डोळ्यांत तिने रोखून पाहिले आणि अखेर तिच्या ते लक्षात आले. ''देव?'' तिने विचारले. मी मान डोलावली.

''किती वेळा?'' मी अजूनही मूक होते. पण हात उंचावून पाच बोटे दाखवली. आम्ही आपापले डोळे मिटून घेतले. मी अपराधीपणा वाटल्यामुळे आणि माझ्या सासुने कदाचित दु:खामुळे. कदाचित ते तिचे पहिले नातवंड ठरले असते. दुसऱ्या दिवशी सकाळी माताजींनी त्यांना थोडासा एकांत हवा असल्याचे आणि त्यासाठी त्या एका लॉजमध्ये जात असल्याचे सांगितले. मी त्यांच्याबरोबर जाणार होते. त्यानंतर संध्याकाळी उशीरा आम्ही जवळपासच्या एका खेड्यात गेलो. तिथे त्यांनी एका सुईणीला बोलावले होते.

दोन दिवसांनंतर आम्ही तिच्या घरी गेलो. कोणीही आम्हाला पाहिले नव्हते. मी भीतीने आणि चिंतेने थरथरत होते. कशाच्या? खऱ्याखुऱ्या वेदना झेलताना तर मी किंचाळतच होते. त्यांनी माझ्या तोंडात रुमाल कोंबला होता.

आम्ही पंधराहून अधिक दिवस त्या लॉजवर राहिलो होतो. रोजच ती प्रौढ स्त्री येऊन माझा मसाज करत असे आणि मला गरम पाण्याने अंघोळ घालत असे. हळूहळू माझा बधीर झालेला मेंदू सैलावला. माझी त्वचा आणि माझे हात पाय पुन्हा चमकू लागले. ताजी हवा आणि शांततेमुळे मी पुन्हा एकदा स्थिर बनले.

माताजींनी मला सरळ ठाकुरजींच्या घरी नेले आणि त्यांच्या पसरलेल्या हातांत मला सोपवले. त्यांनी मला जवळ घेतले आणि ते खूप रडले. का? त्यांनाही माझ्या दैनेविषयी समजले होते का? ते थोडेसे सैरभैर झाल्यासारखे वाटत होते. राजीही थोडीशी वठणीवर आल्यासारखी दिसत होती. ठाकुरदांबरोबर माताजी बराच वेळ एकांतात बोलत होत्या. त्यानंतर त्यांनी मला त्यांच्या बोलण्यातील मतितार्थ सांगितला. ''आमच्या घरात देवला

आम्ही थारा देणार नाही, असं मी त्यांना सांगितलंय. त्याने आमचा विश्वासघात केला आहे.''

त्या पुढे शांतपणे सांगू लागल्या, ''सुमन, मी काही तुझं सतत संरक्षण करू शकणार नाही. शिवाय तू वेदवरही त्यासाठी अवलंबून राहू शकणार नाहीस. तो माझा मुलगा आहे. पण मला तो कसा आहे ते माहिती आहे. तुला स्वतःलाच देवला हाकलून द्यावं लागेल. तुला जमेल का?''

त्या विनवणीमध्ये जोर होता का?

मी एक खोल श्वास घेतला. ''नक्कीच मी ते करेन.'' त्यानंतर आम्ही सरळ राजधानीतील रिट्झ हॉटेलमध्ये गेलो. देव तिथे आला होता आणि हिरवळीवर असलेल्या इतर टेबलांपर्यंत आवाज जाणार नाही असे स्पष्ट झाल्यावर त्या म्हणाल्या,

''देव, तुझ्या पोस्टिंगच्या ऑर्डर्स आल्या आहेत का?''

''का? आता त्या यायच्या राहिलेल्या नाहीत.''

''मी असं ऐकलंय की दक्षिणेला कोईमतूरला बहुतेक असेल,'' त्यांनी सुरुवात केली.

''कोईमतूर?''

''तसंच असलं पाहिजे. तुला भानावर येण्यासाठी आमच्यापासून पुरेसं अंतर राखूनच रहावं लागेल, यावर माझा विश्वास आहे.''

देव माझ्याकडे वळला. मी त्याच्याकडे पहात होते. माझी नजर रिक्त होती; परंतु मी त्याच्याकडे धीटपणे पहात होते. ''तू आमचं जेवढं नुकसान केलंयस तेवढं पुरेसं आहे. माझ्या आयुष्याची किंमत देऊन मी ती चुकती केलेय.'' मी म्हणाले.

माताजी अत्यंत थंड आवाजात बोलत होत्या. ''आता तू आपल्या स्वतःच्या बायकोकडे जा देव. ती चांगली स्त्री आहे. सुमनला स्वतःच्या नवऱ्यापासून मुलं होऊ देत. आम्हाला तुझं तोंड पुन्हा कधीही पाहण्याची इच्छा नाही आणि काल आम्ही ठाकुरदासांकडेही गेलो होतो.....'' त्यांच्या आवाजात अनिष्टसूचकता होती. त्यांनी आपला चेहरा दुसरीकडे

वळवला आणि त्या उठून उभ्या राहिल्या आणि चालू लागल्या. मीही उठून त्यांच्या पाठोपाठ चालू लागले. देवला त्यासाठी काही उत्तर तयार करण्याची संधीही त्यांनी दिली नव्हती. आता माझी चालही पुरेशी प्रतिष्ठितपणाची आणि डौलदार होती. परंतु माझे तळहात घामेजले होते.

त्यानंतर मी देवला किंवा मायाला भेटण्याचे सातत्याने नाकारले.

मी कळत किंवा नकळत का होईना ; परंतु तिचा विश्वासघात केला होता.

राजीच्या मुलीचा जन्म झाला त्यावेळी मी गर्भवती होते. माताजींनी मला तिकडे जाऊ दिले नाही. आपल्या स्वतःच्या घरात बाळाचा जन्म व्हावा असे त्यांना वाटत होते. ठाकुरदासांच्यापैकी कोणीही त्यासाठी दबाव आणला नाही. त्यांनी माझ्यावर भरपूर प्रेम केले होते आणि माझी काळजीही घेतली होती. तरीही मला अत्यंत जखमी झाल्यासारखे आणि फसवणूक झाल्यासारखे वाटत होते.

एक वर्षाने मी घरी गेले. आता ते घर मोडकळीला आल्यासारखे दिसत होते. घराचा रंग उडून गेला होता. ठाकुरदा विदीर्ण झाल्यासारखे दिसत होते आणि राजीमधील धारिष्ट्य आणि विश्वास हरवल्यासारखे वाटत होते.

माझ्या लहान 'बहिणी'चा चेहरा मी बघितला तेव्हा मला त्या सगळ्यामागचे कारण समजले.

'राजीला हा खेळ खेळायचा होता,' असे मला वाटले. आता देवपासून मला कसलीच भीती उरलेली नव्हती ; परंतु पुन्हा कधीही मी घरी गेले नाही. अगदी ठाकुरदांच्या अंत्ययात्रेलाही गेले नाही.

तिथे मला माया झपाटून टाकत होती.

दादा

काळ पुढे सरकत गेला, तशी सुमन शांत, समाधानी बनत गेली. परंतु माझे हृदय मात्र मायासाठी रक्तबंबाळ झाले होते.

ती आणि देव एका कायमस्वरूपी बॉक्सिंग रिंगणात रहात होते. सतत एकमेकांना ओरबाडत; बोचकारत होत. माया क्वचितच बोलत होती. देव मात्र प्रत्येक गोष्ट करून बघत होता. चिडवाचिडवीपासून ते आरडाओरडा करणे आणि संतापाने बडबड करणे या सगळ्या गोष्टींपर्यंत तो सारे काही करत होता. तो काहीही बोलला किंवा त्याला तिची कितीही गरज असली तरी ती मूकच रहात होती. ती एक शब्दही बोलत नव्हती. फक्त तिची नजर बोलत होती आणि ती आपल्या शांततेने त्याचा धिक्कार करत होती

ज्यावेळी त्यांच्याकडे पाहुणे येत त्यावेळी ती बोलत असे. ते बोलणेही मोजकेच असे. परंतु फक्त त्याच वेळी त्याला तिचा आवाज ऐकू येत असे. ती मोजकेच बोलत असली तरीही सर्वांदेखत ती त्याचा चांगलाच पाणउतारा करत असे. आता तो तिची चेष्टा करण्याचा प्रयत्नही करत नसे कारण ती आपल्यावरच उलटण्याची भीती त्याच्या मनात बसली होती.

लोकही त्याच्या हसण्या–खिदळण्याला फारशी दाद देत नव्हते, कारण शेवटी तो किती दिवस लोकांना तेच ते जुने विनोद सांगून रिझवणार होता? त्याची बायकोही आता त्याच्या त्या विनोदांना दाद देईनाशी झाली होती; तर इतर लोक काय करणार होते?

माया सतत घरी येत राहिली होती. ती बराच काळ तिथे रहात होती. लेखाच्या म्हणजे तिच्या मुलीच्या शाळेच्या वेळापत्रकामुळेच तिला तिथे राहण्यात काही वेळा अडचणी येत होत्या. त्यामुळे त्याचा अंदाज घेऊन ती येऊन रहात होती. देवच्या घरातून तिने स्वतःबरोबर आणलेला तणाव ठाकुरदांच्या घरी आल्यावर थोड्याच वेळात तिच्या मनातून नाहीसा होत असे.

मात्र तिच्यात झालेला बदल नजरेत भरण्याएवढा ठळक होता. तिच्या अंतर्मनात निर्माण झालेला रितेपणा ओळखणे कठीण नव्हते. त्यामुळे तिच्याजवळ असलेले मर्यादित प्रमाणातील सौंदर्य नाहीसे झाले होते आणि आता तिचे रूपांतर एका तीक्ष्ण नजरेच्या, सतत पान चघळत बसणाऱ्या कजाग स्त्रीमध्ये झाले होते.

मुलांचा माझ्याशी पत्रव्यवहार होत होता. त्यांच्या पत्रातून मला समजले होते की राजीला घराची आठवण फारशी होत नव्हती. तिथे तिचा वाढता मित्रपरिवार होता आणि त्यात ती दंग होऊन गेली होती. मात्र सगळ्यात लहान असलेल्या रतीला भारताची ओढ होती. प्रत्येक उन्हाळ्याच्या सुट्टीत तिला इकडे यायचे असे. ती थोडी मोठी झाल्यावर तिने मला

पत्र लिहायला सुरुवात केली होती आणि भारतात येण्याचा हट्ट धरला होता. मी तिला कसली तरी किरकोळ कारणे सांगून तिचे इकडे येणे टाळत राहिलो होतो. दुष्काळ, पूर, साथीचे आजार, दंगली, घराची दुरुस्ती करायची आहे इ. कारणे मी तिला कळवत होतो.

एके वर्षी रती सरळ तिथून निघून माझ्या दारातच आली. घराच्या गेटजवळ आवाज झाल्यावर मी पुस्तकातून नजर काढून बाहेर पाहिले. मळलेल्या, खराब कपड्यांतील दोन व्यक्ती तिथे उभ्या होत्या आणि आत येऊ पहात होत्या. त्यानंतर बगीचातून त्या सरळ आत आल्या.

त्यांच्यापैकी त्या मुलीने हिप्पी पर्यटकांना पसंत असतो तसा सैलसर शर्ट आणि स्कर्ट घातला होता. तिचे केस अस्ताव्यस्त पसरलेले होते. डोक्याच्या मध्यभागी तिने एक पातळ वेणी घातली होती आणि त्यावर फुले माळलेली होती. तिने आपल्या साथीदाराला ओढून पुढे आणले. त्याने केस वाढवलेले होते आणि एक मळकी जीन्स घातली होती.

आपल्या डोळ्यांवरचा डार्क गॉगल काढून ती सरळ माझ्यासमोर येऊन उभी राहिली आणि माझ्याकडे थेट पहात म्हणाली, ''दादा, तुला भेटण्यासाठी मी तिथून पळून आलेय. तू मला ओळखलं नाहीस का?'' तिचा आवाज जवळजवळ रडका झाला होता आणि तिच्या सुंदर डोळ्यांत काकुळतीला आल्याची भावना होती.

मी तिच्याकडे पाहिले आणि आपण तिच्याकडे आ वासून पहात असल्याचे माझ्या लक्षात आले. मी उठून उभा राहिलो. माझ्या मस्तकात तिडीक उठली. ''मी तुला कसा काय ओळखू शकणार नाही?''

तिच्या खांद्यांवर मी हात ठेवले आणि तिच्याकडे काळजीपूर्वक पाहिले. त्यानंतर आभार मानण्यासाठी डोळे मिटून घेतले. माझ्या डोळ्यांत अश्रू दाटले होते. 'देवाचे आभार!' देवाच्या कृपेबद्दल मी मूकपणे आभार मानले.

हळूहळू मी डोळे उघडले आणि माझ्या डोळ्यांतून बाहेर पडणाऱ्या अश्रूंनी मी तिला न्हाऊ घातले. रतीला मी जवळ घेतले होते. थोड्या वेळाने मी तिला दूर केले आणि तिच्याकडे काळजीपूर्वक पाहू लागलो. मी तिला ओळखले नव्हते का? तिचा प्रत्येक अवयव न् अवयव मी स्वतंत्रपणे पारखून पाहू लागलो.

देवाने आमच्यावर दया केली होती. काळाने आपले काम चोखपणे केले होते. तिच्या चेहऱ्यावरच्या सुरुवातीच्या खुणांमुळे ती देवसारखी असल्याचे वाटत होते; परंतु आता त्या खुणा बदलल्या होत्या. राजीच्या हरणांच्या डोळ्यांसारख्या डोळ्यांचा आकार तिने उचलला होता. आता फक्त नाक आणि ओठ तेवढे देवसारखे दिसत होते. तिची सरळ आणि ठामपणा दर्शवणारी हनुवटी मात्र देवसारखी नव्हती. फक्त आमच्यापैकी ज्यांना माहिती होते त्यांच्याखेरीज कोणीही तिला देवची मुलगी म्हणून ओळखू शकले नसते.

ठाकुरदांची स्मृती सुरक्षित राहिली होती. मी पुन्हा एकदा मूकपणे देवाचे आभार मानत असतानाच रती शोकाकुलपणे ओरडली, ''मी एवढी भयानक आहे का? तू कशासाठी एवढा निरखून पाहतो आहेस? याची ओळख करून देते. हा रँडी आहे.''

मी स्मित केले. ''माझी छोटीशी बहीण आता केवढी सुंदर दिसतेय. पण तू असले फाटकेतुटके कपडे कशाला घातलेस? तुझी आई तुला कपडे घेत नाही का?''

''दादा, उगीच बोअर करू नकोस. आम्ही भारतातील हिप्पी आहोत आणि हे कपडे छान आहेत. थँक यू.'' तिने चटकन स्वतःभोवती एक गिरकी घेतली आणि ती म्हणाली, ''मम्मीला शक्य असतं तर तिने मला साडीतच गुंडाळून पाठवलं असतं. प्लीज आम्हाला भूक लागलेय...''

मी त्यांना आत घेऊन गेलो आणि नाष्टा दिला. रती आणि तिचा तो बॉयफ्रेंड बोटे चाटत खात होती आणि मी त्यांच्याकडे पहात होतो. 'राजीने या मुलीला काय शिकवलंय? मला हिचे भरपूर फोटो काढून ठेवले पाहिजेत काय?' मी स्वतःशीच विचार करत होतो.

रती इकडे पोहचल्याचे मी कळवल्यानंतर दोन आठवड्यांनंतर राजीही भारतात आली.

मी तिलाही ओळखू शकलो नाही. तिचे वजन कितीतरी वाढले होते. शिवाय तिची हनुवटी आता दुहेरी बनली होती. परंतु डोळ्यांतील चमक आणि स्मितातील जादू पूर्वीच्या राजीचीच होती. तिने याचना केल्याप्रमाणे हात पुढे केले आणि आपल्या चेहऱ्यावर पूर्वीचेच स्मित खेळवत ती म्हणाली, ''दर वेळी आपण भूतकाळाचं ओझं घेऊनच वागलं पाहिजे का?''

माझ्यातील एक हिस्सा विरघळू लागल्याचे मला जाणवले. तिच्या ऐषारामी, चकाकत्या व्यक्तिमत्त्वाकडे पाहताना मला मायाच्या चेहऱ्यावर कायमस्वरूपी चिकटून बसलेल्या तीव्र

दुःखाची आणि यातनांची आठवण झाली.

'हिला एवढं सारं मिळणं योग्य आहे का?' मी विचारात पडलो. देव आणि माया आल्यावरच याविषयीचा निवाडा होईल, अशा विचार करून मी गप्प बसलो. सुमनने नेहमीच इतक्या साऱ्या वर्षांत इथे येण्यालाच नकार दिला होता.

देव उत्सुकतेने घरात शिरला. त्याच्या डोळ्यांत एक प्रकारची चमक होती. जिन्याच्या पायरीवर बसलेल्या राजीकडे पाहिल्यावर तो क्षणभर थबकला. त्याने तिला जवळून पाहिले आणि कदाचित तेवढ्या क्षणभरात त्याच्या काही आवडत्या स्मृती वाऱ्यासारख्या उडून गेल्यासारखे जाणवत होते. तो उतावळेपणाने मागे वळला. ''ती कुठे आहे?'' आता राजीसमोर माया उभी होती. मायाने आपल्या सावत्र आईला वरपासून खालपर्यंत निरखून पाहिले. तिच्या नजरेतील दुःख मायाला जाणवले. राजीने तिच्या समोरही हात पसरले आणि तेच वाक्य पुन्हा एकदा उच्चारले, ''दर वेळी आपण भूतकाळाचं ओझं घेऊनच वागलं पाहिजे का?''

'हिने हे एकच वाक्य पाठ करून ठेवलंय की काय?' माझ्या मनात विचार आला. मायाच्या चेहरा तसाच कोरा राहिला. तिच्या चेहऱ्यावरचा एकही भाव बदलला नाही. एक शब्दही न बोलता ती तिथून दूर झाली. लेखा मागे उभी होती. राजीने तिला जवळ घेतले. मायासारखीच बेडौल उंची आणि सडपातळपणा; परंतु सुमनच्या नाजुक सौंदर्याची ठेवण असलेली सुंदर लेखा. प्रथमच तिच्या चेहऱ्यावर मनापासून काही भाव उमटले. पश्चात्ताप दिसला. रती लेखापेक्षा एकच वर्षाने लहान होती.

''ती कुठे आहे?'' देवने विचारले.

मी शांतपणे म्हणालो, ''रती आणि रँडी फिरायला गेले आहेत.''

''हा रँडी कोण आहे?''

''रँडी ना..'' मी मजेत बोलल्यासारखा म्हणालो, ''रँडी हा रतीचा अलीकडचा बॉयफ्रेंड आहे. भारतात हिप्पी म्हणून पळून येण्यासाठी त्यानेच तिला मदत केली.''

देवच्या चेहऱ्यावरचे सुन्न झाल्यासारखे भाव पाहण्यासारखेच होते. त्यानंतर त्याचा चेहरा पुन्हा पोलादी बनला. ''सध्या ती कुठे आहे?''

''इथेच कुठेतरी असू शकेल. जवळपासच. सकाळच्या नाष्ट्यासाठी ते बहुधा घरी येतील.''

''ते बाहेर कधी गेलेयत? आम्ही येणार असल्याचं त्यांना माहिती नाही का?''

''दोन दिवसांपूर्वीच ते वूडस्टॉक शोसाठी बाहेर गेलेत आणि आज परत येण्याचं त्यांनी मला सांगितलंय. हे काय ते आलेच की!''

राजीकडे दुर्लक्ष करून देव रतीच्या चेहऱ्याकडे शोधक नजरेने पाहू लागला. ती नेहमीप्रमाणेच आत्मविश्वासाने उभी होती. तिने त्याच्याशी एखाद्या पुरुषाशी हस्तांदोलन करावे त्याप्रमाणे हस्तांदोलन केले आणि ती म्हणाली, ''तुम्ही कसे आहात भावोजी?''

देवचा चेहरा खर्रकन उतरला. त्याने राजीकडे पाहून भुवया उंचावल्या. तिने प्रतिसादार्थ आपले जाडजूड खांदे उडवले. मायाच्या दुःखी चेहऱ्यावर क्रूर स्मित उमटले.

मी ते सगळे नाटक पहात होतो. त्या दोन तरुण व्यक्ती मात्र या सगळ्या नाट्यापासून पूर्णपणे अनभिज्ञ होत्या. रतीच्या शेजारी उभ्या असलेल्या रँडीच्या एकूण अवतारामुळे देव सुन्न झाला होता. तिचे कपडे, तिचा थिल्लरपणा या सगळ्या गोष्टी त्याच्या एके काळच्या वागण्याशी सुसंगत होत्या.

त्याच्या चेहऱ्यावरच्या भावांवरून असे दिसत होते की तो जणू म्हणत होता, 'मी या असल्या मुलीचा बाप आहे का? राजीने आई म्हणून काय केलंय?'

त्याने लेखाकडे नजर टाकली, त्यावेळी त्याच्या नजरेत तीव्र अपराधीपणा होता. मायासारखीच आज्ञाधारक, सालस. सारे काही पाहूनही काहीही न ऐकल्यासारखी वागणारी मुलगी.

त्याचे डोळे भरून आल्याचे पाहून मला समाधान वाटले आणि स्वतःलाच शाबासकी देत मी मनातल्या मनात म्हणालो, 'ती आपल्या वडलांचे जीन्स कशी काय पुसून टाकू शकेल?'

राजीकडे पाहिल्यावर आपण ब्रह्मचारीच राहिल्याबद्दल मी देवाचे आभार मानले. कोणत्याही कुटुंबात एक देव आणि एक राजी असले तरी तेवढे पुरेसे असते.

तिने आपल्या गुंतागुंतीच्या आजारपणाविषयी सांगितल्यानंतर मात्र राजीच्या एकूण दिसण्याविषयीची देवची सुरुवातीची नावड एकदम नाहीशी झाली. लवकरच त्यांच्या वागण्यात तीच वीस वर्षांपूर्वीची सलगी आणि जिव्हाळा पुन्हा एकदा दिसू लागला. ते विनोद करू लागले आणि अर्थातच सुमनच्या लग्नातील आठवणी काढून राजी पुन्हा एकदा खिदळू लागली.

अंगणाच्या मध्यभागी असलेल्या त्यांच्या आवडत्या कोपऱ्याकडून ते बाहेर पसरलेल्या आपल्या आवडत्या हिरवळीकडे गेले. राजी झोपाळ्यावर बसली. तिचा रंग अजूनही तसाच नाजुक गोरा होता. तिथल्या झाडाखाली सावलीत रहावी अशा पद्धतीने काळजीपूर्व मांडलेल्या वेताच्या खुर्चीवर देवही बसला.

आपल्या बेडरूमच्या खिडकीतून माया त्यांच्याकडे पहात होती. आपापल्या भूतकाळाविषयी ते एकमेकांना सांगत होते आणि मध्ये गेलेली वर्षे भरून काढण्याचा प्रयत्न करत होते.

मायाने डोळे मिटले. तिच्या डोळ्यांसमोर ठाकुरदांचा भला मोठा फोटो होता. त्यांच्या लाडक्या राजीच्या ओठांवर हास्य होते. मायाच्या चेहऱ्यावरही चंदेरी हास्य उमटले होते. तिने डोळे मिचकावत आपल्या टक्कल पडलेल्या नवऱ्याकडे पाहिले. आपल्या सावत्र आईशी तो प्रणयचेष्टा करण्याचा प्रयत्न करत असल्याचे तिला दिसत होते. चहात भिजलेले बिस्किट तो तिला भरवत होता.

वीस वर्षांनंतरही त्यांच्या नातेसंबंधावर फार मोठा परिणाम झाल्यासारखे दिसत नव्हते. देवचे लक्ष राजीकडे किंवा सुमनकडे गेल्यामुळे आपण का संतापलो होतो असा विचार तिच्या मनात आला.

तिने कितीही प्रयत्न केला असता तरीही आपल्या मनातील कडवटपणा ती काढून टाकू शकली नसती. तिने ती भावना नीट तपासून पाहिली. तिला त्यामुळे सुटका झाल्यासारखे वाटले. जर तिने योग्य हालचाली केल्या असत्या, तर आता आपल्या स्वातंत्र्याच्या ती खूपच जवळ पोहचली होती. तिने देवाची प्रार्थना केली.

कुटुंबीयांच्या उपस्थितीचा फायदा घेत देवने सगळे जण न्याहारीसाठी जमले असताना आपली मागणी हळूच पुढे ढकलली. ''तुझ्या आईला आणि रतीला तू आपल्या घरी काही दिवस रहायला का बोलावत नाहीस?''

मायाने देवकडे दगडी चेहऱ्याने तसेच मख्खपणे पाहिले आणि चौकसपणे भुवई उंचावली.

''गेली वीस वर्षं तू तुझा मुद्दा हट्टाने पुढे रेटत राहिलीस. आता माझ्या मुलीबरोबर मला थोडा वेळ घालवू दे,'' तो क्षीणपणे म्हणाला.

मायाने त्याच्याकडे पाहून निर्दयीपणे स्मित केले आणि आपल्याला ते सगळे कळत असल्यासारखा कटाक्ष त्याच्याकडे टाकला. देवला रती आणि रँडीला सहन करणे शक्य होत नव्हते. त्याच्या जुन्या पद्धतीच्या पितृत्त्वाला तिचा आधुनिक, थिल्लरपणा सहन होत नव्हता. तिच्या बोलण्याने तर त्याचा प्रचंड अहंभाव एकदम हवा गेल्यासारखा तळाला गेला. देवचे स्वारस्य त्याच्या मुलीत नव्हते ; तर अर्थातच मुलीच्या आईत होते.

रतीने मध्येच तोंड खुपसले होते आणि ती म्हणाली, ''राँग नंबर. माझ्या सुट्टीचे आता थोडेच दिवस उरलेत आणि जयपूर किंवा ते लैंगिक चित्रं असलेलं मंदिर मला पहायचं आहे. मॉमच्या जुन्या काळाच्या कुठल्याही स्मृती साजऱ्या करत बसण्यासाठी माझ्याकडे अजिबात वेळ नाही. माझ्या स्वतःच्याच जुन्या आणि नव्या अशा खूप स्मृती माझ्याकडे आहेत.''

त्या मुलीच्या स्पष्ट आणि उघड दृष्टीकोनामुळे मायालाही अवसान चढले. तिने देवकडे थेट पाहिले आणि ती म्हणाली, ''मला आठवतंय की तू नेहमीच म्हणायचास की आईला मुलीच्या घरात स्थान नसतं. तुला हवं तर तू जा. मी तर इथेच काही काळ राहणार आहे. सण जवळ येत आहेत आणि त्यासाठी बरीच तयारी करावी लागणार आहे.''

इतर लोक सुन्न झाले होते. फक्त रतीवर त्याचा काहीही परिणाम झाला नव्हता. टेबलावर प्रचंड तणाव पसरला होता. चमच्यावरची माझी बोटे पांढरीफटक पडली होती. देवच्या मुठीवर राजीने आपला हात घट्ट दाबून धरला होता.

''वीस वर्षांपूर्वी..'' माया पुढे बोलत होती. ''हे बोलण्याचं धाडस माझ्याकडे नव्हतं. आता मी अगदी ठामपणे उभी राहून सांगू शकते की हा माणूस मला आवडत नाही. तो मला नको आहे.'' आता देव बोलू लागला, ''मग ही स्त्री मला हवी आहे, हे सांगण्याचं धाडस तुझ्याकडे आहे का?''

माया पुन्हा आपल्या मुद्याकडे वळली.

''तुला हवं असेल तर तू तिला खुशाल घरी घेऊन जा. परंतु तुला सोईस्कर ठरावं म्हणून मला तुझ्याबरोबर यायला सांगू नकोस. कोणालाही याविषयी काहीही माहिती नाही. त्यांच्या ते लक्षात येईल तोपर्यंत तुम्ही आधीच स्थिरस्थावर झालेले असाल. थोड्याफार कुजबुजीनंतर सारं काही शांत होईल. लोक विसरून जातील आणि तुम्ही आपल्या आयुष्यात पुढे जाऊ लागाल. मला आता माझं आयुष्य इथेच सुरू करायचं आहे. ठाकुरदांच्या या घरात. तिच्या वडलांच्या घराऐवजी लेखाचं लग्नही इथेच होईल.''

देव आपल्या ग्लासातील पाणी प्यायला. त्याने खुर्ची मागे ढकलली आणि तो मायाच्या मागे येऊन उभा राहिला. त्याचा आवाज अनिष्टसूचक होता. ''आम्हाला खासगी गोष्टींवर चर्चा करायची आहे.''

मायाचा पवित्रा तसाच मख्खपणाचा आणि तोलून मापून तयार केल्यासारखा होता. देवची बोटे तिच्या कोपरात रुतत असताना ती त्याच्याबरोबर जिन्याच्या पायऱ्या चढून वर गेली. ते वर जात असताना कित्येक नजरा त्यांच्याकडेच लागल्या होत्या.

''विभक्तपणाच्या कारणांखाली मला कुठलाही न्यायाधीश तत्काळ घटस्फोट देऊ शकेल.''

काहीही न बोलता माया हेतुतः कपाटापर्यंत चालत गेली. तिने कपाटातून पर्स बाहेर काढली आणि त्याच्यात काहीतरी धुंडाळले. त्यानंतर तिने पेन आणि कसले तरी कागद बाहेर काढले आणि देवकडे येऊन ती म्हणाली, ''मग हे त्यांना दे.''

''काय?''

''हे घटस्फोटाचे कागद आहेत. मी आता लगेच त्यांच्यावर सही करते.''

देव काही पावले मागे सरकला. ''तू हे काय बोलतेस?''

''तू घटस्फोटाचा उल्लेख केलास. तुला काय वाटलं तू मला घाबरवून सोडशील? देव, जागा हो. हे १९५० साल नाही आणि मीही आता २६ वर्षांची नाही. यापुढे मी समाजाला घाबरणार नाही. माझ्यावर उपकार कर आणि मला घटस्फोट दे. त्यामुळे इथे येऊन माझं उर्वरित आयुष्य मी ठाकुरदांच्या घरात सुखाने घालवू शकेन. आपल्या २५ वर्षांच्या सरकारी नोकरीनंतर तू निवृत्ती घेतलीस आणि आपल्या पूर्वजांच्या वास्तूत तू रहायला

आलास. आता मलाही निवृत्त होऊन माझ्या स्वतःच्या घरात माझं आयुष्य माझ्या मर्जीप्रमाणे घालवायचं आहे.''

आता डाव त्याच्यावरच उलटल्याचे स्पष्ट दिसत होते.

''माया तू हे काय बोलतेयस? एवढा सगळा काळ एकमेकांसोबत घालवल्यावर आता या वयात घटस्फोट घ्यायचा? आपण लोकांच्या चेष्टेचा विषय बनू, त्याचं काय?''

संध्याकाळी ते चारही प्रौढ लोक हिरवळीवर एकत्र बसले होते. रती कुठेतरी गेली होती. देवने राजीकडे पहात म्हटले, ''आता तू आपल्या घरी ये.''

राजीने त्याच्याकडे पाहून स्मित केले. ''देव, तू माझा जावई आहेस आणि मी तुझी सासू आहे. ही गोष्ट कशामुळेही बदलणार नाही.''

''का नाही?'' देवने काळजीपूर्वक तिच्या बोलण्याच्या विरोधात विचारले. ''गेली वीस वर्षं मायाने तुझा उपयोग आमच्यातील अडथळा म्हणून केला. आता तिला कायमस्वरूपी संबंध तोडायचे आहेत आणि तिला आपल्या घरी परत यायचं आहे. आता ठाकुरदांच्या घरी नसेल; परंतु तिला आपल्या दादाच्या घरी यायचं आहे. निदान तू तरी माझ्याबरोबर चल.''

राजीची नजर त्या तिघांच्याही चेहऱ्यावरून झर्रकन फिरली. दादाच्या गालांवरून एक क्षीण, म्लानपणा ओघळल्याचे तिला जाणवले. त्यानंतर तिने मायाच्या चेहऱ्यावर स्थिरपणे नजर टाकली. तिला मोठाच धक्का बसला, कारण मायाच्या चेहऱ्यावरून सुटका झाल्याचा भाव ओसंडून वहात होता.

तिला खरोखरच घटस्फोट हवा आहे?

राजीने देवकडे एक कटाक्ष टाकला आणि ती म्हणाली, ''पण लोक काय म्हणतील?''

''ते खड्ड्यात जाऊ देत,'' देव म्हणाला, ''आता त्या सगळ्याला तोंड देण्याएवढे आपण प्रौढ झालो आहोत.''

आपण सुरू केलेल्या गोष्टीने समाधान झाल्यामुळे माया उठून उभी राहिली आणि तिथून

दूर निघून गेली.

''तू अजूनही रतीचाच वापर माझ्याविरुद्ध करतोयस, मला ते माहिती आहे...''

''अर्थातच. मी ते करतोय आणि माझ्या अखेरच्या दिवसापर्यंत मी तो करत राहीन. तू तिचं हे काय करून ठेवलंयस. केवढी दुर्दशा झालेय तिची आणि या सगळ्या वर्षांत तू कधीच....त्या दुष्ट चेटकिणीनं तुला माझा पत्ता दिला नसेल. आता मला रतीला सांभाळू दे. तुला माझ्याकडे येण्यासाठी हे मोठंच कारण आहे....''

''तिला तू सांभाळण्याचे आणि वळण लावण्याचे दिवस आता केव्हाच संपलेत....'' ती खिदळली. ''खरं तर तुझा प्रस्ताव विचार करण्याजोगा आहे खरा; मी अजूनही काही आठवडे इथे भारतातच आहे. मी परत गेले तरी तिकडे मला करण्यासारखं काही नाही...तेव्हा त्यावर विचार करता येतो का ते पाहूया.''

''याचा अर्थ काय? मी तात्पुरता वेळ घालवण्यासाठीचा भाडोत्री जोडीदार आहे का?''

''नाही, एक टक्कल पडलेला...''

दादाने खुर्ची सरकवल्याचा आवाज आला आणि तो तिथून उठून निघून गेला.

रात्रीही ती चर्चा सुरू होती. आपल्या बाल्कनीतून दादा त्यांच्यावर नजर ठेवून होता. सुमारे तासाभरानंतर त्यांना ओळखणारे कोणीही रस्त्यावर नसताना दादाला देवच्या कारचा दरवाजा उघडल्याचा आणि बंद झाल्याचा आवाज ऐकू आला. कार गेटमधून बाहेर पडली होती. घरात परतणाऱ्या पावलांचा आवाज मात्र नव्हता.

पांढऱ्याफटक पडलेल्या ओठांनी पुढचा दरवाजा बंद करण्यासाठी जिन्यावरून खाली गेलेल्या दादाला आपल्याच पावलांचा प्रतिध्वनी तेवढाच ऐकू येत होता.

५. अंधाराशी दोन हात

''अं, नाही. तू तसं करू नकोस. त्याला स्पर्शही करू नकोस. तुला आता इथे जागा नाही. आता तर या भल्या मोठ्या बिंदीसकट.. बिल्कुलच नाही,'' ते कठोर शब्द पुरेसे वाईट होते. त्याच्या चेहऱ्यावरचे भाव त्यांहूनही कुरुप आणि घाणेरडे होते. परंतु त्याच्या जोडीला तिच्या कपाळावरची ती बिंदी काढून टाकणे हे म्हणजे तर खूपच होते.

वंदनाने सिद्धार्थचे मनगट घट्ट पकडले आणि कडक आवाजात कुजबुजत तिने ते खाली वळवले. ''मला स्पर्श करण्याचं तुझं धाडस तरी कसं झालं? माझ्या बिंदी लावण्या-न लावण्याशी तुझा काडीचाही संबंध नाही.''

त्या अंत्यविधीच्या वातावरणात एकमेकांकडे जळजळीत कटाक्ष टाकले गेले आणि लोक चौकसपणे पाहू लागले. आपल्या मुलाचे झणझणीत बोलणे थांबवण्यासाठी एक विधवा पुढे आली.

''सोडून दे सिड. हे बोलण्याची ही वेळ नाही.''

आपली बिंदी हे वंदनाचे मर्मस्थळ होते आणि तिची ताकदही होती. तिची ती वैयक्तिक राहणीची पद्धत होती.

तिच्या संपूर्ण आयुष्यात तिची बिंदी तिला महत्त्वपूर्ण वाटत होती. बालपणापासूनच वंदनाच्या मनात रंगीबेरंगी बिंदीच्या आठवणी होत्या. तिची आई आपल्या कपाळावर भली मोठी आणि वंदनाच्या कपाळावर छोटीशी लाल बिंदी लावत असे. रोजच ती अगदी

परिश्रमपूर्वक आपल्या कपाळावर ते छोटेसे वर्तुळ काढत असे आणि त्यात कुंकू भरत असे. त्यानंतर दिवसभर ते कुंकू टिकून रहावे याची ती काळजी घेत असे.

आपल्या बालविवाहाच्या तिच्या आठवणी अगदी पुसट होत्या. वयाच्या चौथ्या किंवा पाचव्या वर्षी तिचे लग्न झाले होते. त्या लग्नाची तिच्या लक्षात राहिलेली एकमेव आठवण म्हणजे तिच्या कपाळावरच्या छोट्या बिंदीचा आकार नंतर वाढून चांगलाच मोठा झाला होता. मात्र आपल्या बिंदीसाठी तिने अनेकदा भांडणे केली होती. त्या आठवणी मात्र तिच्या मनात अगदी ताज्या होत्या. ती जेमतेम सहा किंवा सात वर्षांची असताना तिचा नवरा कांजण्यांमुळे मरण पावल्याची बातमी आली. त्यानंतर तिथे मोठे आक्रंदन माजले. रडारड झाली आणि घरावर मोठीच शोककळा पसरली.

अम्माने तिच्या कपाळावरची बिंदी काढण्याचा प्रयत्न केला, तेव्हा वंदना जोरात विव्हळली. त्यामुळे बाबा धावतच आले. तिने आपला चेहरा त्यांच्या छातीवर लपवला.

''मेरी बिंदी; मेरी बिंदी नही लो....''

पुन्हा दुसऱ्या दिवशी तिच्या कपाळावरून लाल बिंदी काढून त्याऐवजी काळी बिंदी लावण्याचा प्रयत्न त्यांनी केला. परंतु तोही निष्फळ ठरला. त्यामुळे त्यांनी तो प्रयत्न सोडून दिला. ''हे सगळं तिला समजत नाही. ती खूपच लहान आहे.''

त्यानंतर कुजबुज जोरात वाढली, तेव्हा वंदनाच्या वडलांनी इतरत्र नोकरी शोधली. ती एक प्रतिष्ठित शैक्षणिक संस्था होती. तिथे गेल्यावर सगळे दृश्यच बदलून गेले. त्यांना रहायला घर मिळाले. शिवाय त्यांच्या मुलांना शिष्यवृत्त्या मिळाल्या. वंदना आणि तिचा भाऊ आपल्या कित्येक मित्र–मैत्रिणींसमवेत तिथल्या वृक्षांनी वेढलेल्या परिसरात खेळत असत. त्या सर्वांकडे फार पैसे नव्हते; परंतु त्यांच्याकडे कित्येक कल्पना होत्या. आपणही कोणीतरी बनावे, या जगात काहीतरी करून दाखवावे अशा प्रकारे प्रोत्साहित करणाऱ्या त्या कल्पना होत्या.

'मुके बिचारे कुणीही हाका' अशी मूक जनावरे बनू नका; तर आपापल्या क्षेत्रातले हिरो बना,'' असे तिचे वडील तिला नेहमी सांगत असत. अशा वेळी तिच्या आईच्या मनात खोलवर एक प्रकारची चिंता डोकावत रहात असे. परंतु वंदनाला किंवा वरुणला त्याचा थांगपत्ता लागला नव्हता.

त्यानंतर वंदना १८ वर्षांची झाली. आपल्या नवीन कपड्यांचा रंग तिला माहिती होता. हिरवा आणि पिवळा. तिच्या कपाळावरच्या लाल रंगाच्या बिंदीचा रंग त्यावरून परावर्तित होत असे. तिच्या हातातही हिरव्या आणि निळ्या बांगड्या असत. काही चुलतसासरे वगैरे असलेल्या लोकांच्या नजरेला ते डाचत असे. एके दिवशी त्यांच्यापैकी काही जण घरी आले.

''अशा प्रकारच्या वस्तू घालण्याचं धाडस ती कशी काय करू शकते? तुम्ही तिला त्याची परवानगी कशी काय देता? आपल्याकडे अशी पद्धत नाही. आता फार झालं. इतकी सगळी वर्षं तुम्ही तिचे हे सगळे लाड पुरवलेत. आता तिने आमच्याबरोबर घरी आलंच पाहिजे आणि एका विधवेनं जसं जगलं पाहिजे, तसं जगलं पाहिजे.'' वरुण आणि वंदना आश्चर्यचकित झाले. ''विधवा?''

वरुणच्या ते लक्षात आले आणि तो पुढे झाला. तो आता २० वर्षांचा होता. त्याच्या आवाजात आणि चेहऱ्यावर चिडखोरपणा होता. ''जर तुम्ही पुन्हा हा शब्द उच्चारलात, तर तुमची जीभ हासडून कायमची तुमच्या हातात देईन. इथे आमच्याविषयी कोणालाही काहीही माहिती नाही. तुम्ही याविषयी कोणालाही काहीही सांगितलेलं मला समजलं तर याद राखा...?'' त्याने आपल्या हाताच्या मुठी वळून त्यांना धमकी दिली.

''मग तू वंदनाचं काय करणार आहेस? तिच्याबरोबर कोण लग्न करेल?''

''मी करेन,'' पाठीमागून एक शांत आवाज आला. प्रत्येक जण वळून पाहू लागला. वरुणचा तो जिवलग मित्र होता. अभय. त्याने सगळ्या चौकशांना ठामपणे उत्तर दिले. ''मी वंदनाबरोबर लग्न करेन आणि तिच्यासाठी तुम्ही त्रास करून घेण्याची अजिबात गरज नाही. हा आमच्यातील आणि आमच्या कुटुंबांमधील प्रश्न आहे. त्याच्याशी तुमचं काहीही देणं-घेणं नाही.''

धक्का बसल्यासारखी त्या चुलत-मावस सासऱ्यांची तोंडे उघडीच राहिली. त्यानंतर त्यांनी आपली तोंडे बंद केली. आपापले घसे खाकरले. ते काहीही बोलण्याआधी वंदनाचे वडील शांतपणे म्हणाले, ''गेली कित्येक वर्षं आम्ही याविषयी काहीही बोललो नव्हतो आणि यापुढेही आम्ही कधीच काही बोलणार नाही. या इतक्या वर्षांत तुमच्या कुटुंबाचा आमच्या कुटुंबाशी कसलाही संबंध उरलेला नाही. यापुढेही तसंच सुरू राहू दे.''

वरुण आणि अभय यांनी त्या अनोळखी लोकांचे सामान गोळा केले. ''आम्ही तुम्हाला स्टेशनवर सोडतो,'' ते म्हणाले.

''बेटा, ते पाहुणे आहेत. त्यांना जेवण करू देत.''

''काही काळजी करू नकोस माँ, आम्ही त्यांना जेवायला घालतो आणि ट्रेन सुटेपर्यंत त्यांच्याबरोबर तिथेच राहतो.''

लवकरच अभय आणि वंदना यांची जोडी जमली. परंतु तिथे चौकडी जमली होती. कारण त्याच वेळी अभयची बहीण अनिता हिचे लग्न वरुणशी झाले होते.

''अनिताचं लग्न झाल्यावर आम्ही लग्न करू. माझ्या आई-वडलांना मी तसं सांगेन,'' वंदनाच्या वडलांनी अभयच्या आई-वडलांची लग्नासंदर्भात भेट घेण्याचा विषय काढल्यावर अभयने सांगितले.

आपल्या पालकांना त्याने सांगितले, ''मला वंदनाशी लग्न करायचं आहे. अनिताचं लग्न होईपर्यंत आम्ही थांबू. दरम्यानच्या काळात आपापली शिक्षणं आम्ही पूर्ण करू.''

''ती कोण आहे?''

''वरुणची बहीण.''

''पण ती कोण आहे? ते कोण आहेत? आम्हाला त्यांना भेटायचं आहे आणि चर्चा करायची आहे..''

त्यांच्या शब्दांमधून काहीसा विरोध व्यक्त होत असल्याचे दिसताच त्याने हात जोडले आणि काहीशा उद्धटपणे त्याने विचारले, ''तुमचा स्वतःवर विश्वास नाही का?''

''हंऽऽ?''

''तुम्ही मला शिकवलं. विचार करायला शिकवलं. आता माझ्या निर्णयावर विश्वास ठेवा. मी फक्त आणि फक्त वंदनाशीच लग्न करेन. जातपात हा सगळा मूर्खपणा आहे आणि मला हुंड्याविषयी काय वाटतं ते तुम्हाला माहितीच आहे. पण या सगळ्या गोष्टी आपण तशाच ठेवूया. आधी अनिताचं लग्न होऊ दे.''

त्यानंतर त्याचे पालक वंदनाकडे आपली सून म्हणून पाहू लागले.

ती सर्वसामान्यपणे दिसायला चांगली होती. परंतु अगदी देखणी किंवा सुंदर वगैरे नव्हती.

मात्र तिची सर्वसाधारण गणना दिसायला चांगली अशीच झाली असती. तिच्या गालाची हाडे उंच होती. कपाळ मोठे होते. डोळे हरणासारखे मोठे आणि सुंदर होते. ती फार गोरीपान नव्हती. परंतु गव्हाळवर्णी होती. अत्यंत उत्तम शिष्टाचाराने वागत होती आणि आपल्या विद्वान आई–वडलांमुळे तिचे शिक्षणही चांगले झाले होते. तिच्या नजरेतील विलक्षण चमक आणि विनोदाची जाण या गोष्टी सर्वात चांगल्या होत्या. ती नजरेतूनच खूप स्मित करत असे आणि चतुराईने विनोद करत असे. अभय आणि वरुण यांच्या इतर वेळी त्रासदायक वाटणाऱ्या काही विनोदांचा हल्ला ती आपल्या विनोदबुद्धीने सहज परतवून लावत असे. तिच्या व्यक्तिमत्त्वाची ही एक जमेची बाजू होती.

मैदानावरील क्रिकेटच्या खेळापासून मुले डिस्को आणि कॅफेपर्यंत पोहचली होती. तशाच अनिता आणि वंदनाही पुढे गेल्या होत्या. या मुलांबरोबर त्याही तिथे सगळीकडे जात होत्या. खरे तर आपल्या भावांना या दोन्ही मुलींनी 'फास्ट' असे लेबल चिकटवले होते. ते खरोखरच सगळ्या गोष्टी जलद गतीने करत होते. आपापल्या भावांच्या संरक्षणाखाली या मुली सगळीकडे जात होत्या. सगळ्या कार्यक्रमांना जात होत्या. कोणालाही कधीही भेटत होत्या. ज्यावेळी इतर मुली घरी परतत असत त्यावेळीही या मुली बाहेर फिरत असत. त्या सहजगत्या स्मित करत असत. त्यांचे कपडेही फॅशनेबल होते. त्या बेधुंदपणे प्रणयचेष्टा करत असत आणि एकमेकांना चिडवतही असत. कॉलेजमध्ये जाण्याऐवजी त्या कॉलेज चुकवून बाहेर जास्त प्रमाणात हिंडत असत. काही दिवसांनी कॉलेज चुकवण्यातील गंमत संपल्यानंतर त्या चौघांनीही अर्धवेळ नोकऱ्या करण्यास सुरुवात केली आणि आपल्या चमचमाटाच्या जीवनशैलीसाठी ते पैसे कमवू लागले.

मुलांचे कॉलेज लवकरच संपले. वरुणला लॉ करावे की आयएएस करावे ते समजत नव्हते. अभय मात्र बंडखोर होता. त्याने यू टर्न घेतला आणि तो सरळ एमबीएकडे वळला. कॉलेजच्या शेवटच्या वर्षात असतानाच अनिताचा साखरपुडा झाला होता आणि परीक्षा संपल्यानंतर तिचे वरुणबरोबर लग्नही झाले. अभय लग्नाला आला होता, त्यावेळी वंदनाबरोबरच सदा सर्वकाळ तो फिरत होता. ते कितीतरी वेळ एकमेकांसोबत बाहेर रहात होते, परंतु कोणीही त्यांच्याकडे संशयाच्या नजरेने पहात नव्हते.

अखेरीस नको ते घडून गेले होते. वंदनाच्या आवाजात भीती आणि विव्हळपणा दाटून आला होता.

''अभय, माझी तारीख उलटून गेलेय.''

''कसली?''

''अभय, माझी मासिक पाळी अजून आलेली नाही.''

''मग काय झालं? वंदना, नीट व्यवस्थित बोल ना!''

''मी....मी....मी गर्भवती आहे.'' अखेरीस त्याला ते समजले. परंतु तो तिच्याप्रमाणे विव्हळ बनला नाही. त्याने औषधाच्या दुकानातून प्रेग्नन्सी टेस्ट किट आणले आणि ते वंदनाला दिले.

''आता आपण काय करायचं? आपण त्यांना लग्नाची तयारी करायला सांगूया का?''

''नाही. ते खूपच लवकर होईल. माझी त्यासाठी तयारी झालेली नाही.''

''अभय! आता जवळजवळ चार वर्षं झालेत. अजूनही तू आपली तयारी झालेली नाही, असंच म्हणतोयस.''

''मला आधी एमबीए पूर्ण करायचं आहे आणि पॅकेज मिळवायचं आहे. आपल्या स्वतःच्या पद्धतीने आपल्याला जगता यावं यासाठी पुरेसा पैसा मला कमवायचा आहे. कुठल्याही गोष्टीसाठी मला कोणावरही अवलंबून रहायचं नाही. आपल्याला थोडी वाट बघावीच लागेल. कोणालाही काहीही सांगू नकोस.'' त्याच्या डोळ्यांत चमक होती. ''मी ते सगळं बरोबर करतो.''

दुसऱ्या दिवशी सकाळीच तो तिच्या ऑफिसमध्ये गेला.

''काहीतरी कारण सांगून आज बाहेर पड. आपल्याला जायचंय.'' बाहेर गेल्यावर अभयने वंदनाच्या हातात एक छोटासा बॉक्स दिला. वंदनाला कसलाच संशय आला नव्हता. ''हे घाल'' तो म्हणाला. त्यात एक छोटेसे हिरे जडवलेले मंगळसूत्र होते.

''अभय, हे किती सुंदर आहे! तू हे माझ्यासाठी आणलंस का?''

''मूर्खासारखी वागू नकोस. ते खरे हिरे नाहीत. ते नकली आहे. फक्त डॉक्टरला संशय येऊ नये म्हणून त्याच्यासमोर ते घालायचं आहे. ते गळ्यात घाल आणि आपल्या दुपट्ट्याने ते झाकून टाक.'' त्याने कठोरपणे आदेश दिला. उपनगरातल्या गलिच्छ दिसणाऱ्या भागात ते गेले आणि नंतर दोनच तासांत वंदना पुन्हा एकदा आपल्या डेस्कवर कामासाठी बसली होती. परंतु त्यानंतर तासाभरातच गलितगात्र झाल्यासारख्या दिसणाऱ्या वंदनाला तिच्या सहकाऱ्याने विश्रांतीसाठी घरी जाऊ दिले.

तिच्या आईने तिच्या खोलीत डोकावून पाहिले तेव्हा वंदनाने पाठ केली आणि त्याच वेळी तिची आई उद्गारली, ''अरेच्चा, हे काय? वंदना तू चादर खराब केलीस. डाग पडलेत.'' ती कष्टाने उठून बसली आणि चादर गोळा करून बाथरूममध्ये गेली.

त्यानंतर वर्षभराच्या आतच पुन्हा तसेच घडले. अभयला त्यामुळे काहीही त्रास होत नव्हता; परंतु वंदनाला मात्र आपल्या शरीरात बदल झाल्याचे जाणवत होते. विशेषतः आपल्या स्तनांमध्ये फरक होत असल्याचे तिच्या लक्षात आले होते. घरी असताना दुपट्टा आणि कुडता यांच्या साहाय्याने तो बदल ती कोणाच्या नजरेस पडू देत नव्हती.

परंतु अभयला तिला जीन्स आणि सेक्सी टॉप्समध्ये बघायला आवडत असे. त्याच्या घरी ती नंतर गेली त्यावेळी त्याच्या आजीच्या तिखट जिभेने त्याची दखल घेतली. तिची नजरही तशीच तीक्ष्ण होती.

''अभय, वंदना आता स्त्री बनू लागली आहे. जवळजवळ आई बनल्यासारखीच दिसते.'' तिने त्यांच्याकडे हेतुतः पाहिले. तिच्या कपाळावर लाल बिंदी चमकत होती आणि गळ्यात मंगळसूत्र होते. ''कधी?''

''दादीमाँ, काहीतरी बोलू नकोस,'' अभयने तिचे बोलणे मध्येच तोडले आणि वंदनाला तिथून दुसरीकडे घेऊन गेला. परंतु आता आपल्या नातेसंबंधात कसला तरी थंडपणा आल्यासारखे वंदनाला जाणवत होते. ज्या ज्या वेळी त्याला एखादा मोठा व्यवहार हाताळायचा असे त्या त्यावेळी अभय तिच्याकडे अगदी टक लावून, अर्थगर्भपणे, कसला तरी अंदाज घेत असल्याप्रमाणे पहात असल्याचे तिला जाणवत असे. तसे पाहताना तिने त्याला कित्येक वेळा पकडले होते.

''आज रात्रीच्या जेवणाला आमच्याबरोबर ये आणि जे लोक येतील त्यांच्याशी खूप छान

वाग. मला त्यांच्याकडून भल्या मोठ्या कमिशनची अपेक्षा आहे,'' तो तिला सूचना देत असे.

त्याच्या एका मित्राचे लग्न भरपूर सामानसुमानासह झाले, त्यावेळीही अशाच प्रकारची अर्थगर्भ नजर पुन्हा एकदा तिला जाणवली होती. अभय नेहमीच मोठमोठ्या फर्म्सना पत्रे लिहिण्यात गुंतलेला असे. एकदा तो मुलाखतीसाठी बाहेर गेला होता आणि त्याच्या अनुपस्थितीत त्याच्या घरी जाणे म्हणजे कित्येक मूक प्रश्न आणि धोकादायक, अर्थगर्भ नजरा झेलणे असे. त्यामुळे इतर वेळी बडबड करत राहणारी वंदना एकदम गप्प बसत असे.

परंतु एके दिवशी मात्र तिच्यावर बॉंब पडला.

''मला आसाम टी इस्टेटमध्ये नोकरी मिळालेय.''

तिला हे अपेक्षितच होते का?

''आणि... ?''

''आणि काय?''

''माझं काय? म्हणजे आपलं... ?''

''नाही,'' त्याने तिचे वाक्य अर्ध्यावरच तोडले. ''आपलं अजूनही लग्न झालेलं नाही. मला प्रथम तिकडे जाऊन स्थिरस्थावर होऊ देत. ती एक अनोळखी नवीन जागा आहे...''

''आपण ते सगळं एकत्रितपणानेही करू शकू, हे तुला माहिती आहे.''

''नाही.'' त्याच्या आवाजात ठामपणा होता. त्यामुळे वंदना आणि हे ऐकल्यावर तिचे पालकही चिंतेत पडले. सगळ्या गावभर वंदनाविषयीची चर्चा रंगली होती आणि सर्वत्र तिची छीःथू होत होती.

''सहज सापडली होती. आता त्याचं मन भरलं.'' हळूहळू त्याचे फोन आणि पत्रे कमी कमी होऊ लागली. तीन महिन्यांनंतर अभय घरी आला त्यावेळी त्याच्या आणि त्याच्या पालकांच्या वागण्यात एक प्रकारचा थंड परकेपणा होता.

वंदनाने काही कुजबुजही ऐकली. 'तिला हा निरोप कधी कळवणार आहात?'

अभय भेटेपर्यंत आणि त्यानंतरही तिच्या मनात अभयशिवाय दुसऱ्या कोणाचाही विचार कधीच आला नव्हता. होय. ज्यावेळी इतर मुले इतर मुलींच्या भोवती पिंगा घालत आणि ती त्याविषयी त्याला सांगत असे त्यावेळी तो म्हणत असे की 'होय हा तर फक्त सामाजिक टाईमपास आहे. त्यात काहीच अर्थ नाही.'

त्यानंतर वंदना आणि अनिता या दोघींनीही तसाच सामाजिक टाईमपास केला होता. परंतु आता मात्र तो सामाजिक टाईमपास वंदनाच्या गळ्याशी आला होता. त्याच दरम्यान अभय एका मोठ्या उद्योगपतीच्या एकुलत्या एका मुलीशी लग्न करणार असल्याच्या अफवा तिच्या कानांवर आल्या, तेव्हा तर वंदना पूर्णपणे हादरून गेली होती.

'काहीही झालं तरी ती कामातून गेलेली चारित्र्यहीन मुलगी. सारखी त्याच्याभोवती घोटाळत रहात होती,' असेच मत अभय, अनिता आणि वरुण यांच्या संपर्कातील इतर मुला-मुलींकडून व्यक्त होत होते.

त्या छोट्याशा गावाच्या परिसरातून दूर जाण्याची वंदनाची इच्छा होती. तिथे काम करण्यासही फारसा वाव नव्हता. परंतु तिच्या पालकांनी तिला जाऊ दिले नव्हते.

''नाही. नाही. मुंबईला कामासाठी जाऊ नकोस. इथेच भरपूर कामं आहेत.'' तिच्या आईने सांगितले. परंतु त्या श्रीमंत मुलीशी अभयचे झटपट लग्न झाल्याच्या अफवा जोरात पसरल्यानंतर तिच्या बोलण्यातील ठामपणा ढासळू लागला.

''वंदना, तू मुंबईच्या ऑफिसमधलं काम का स्वीकारत नाहीस? तुझ्यासाठी तो एक चांगला पर्याय ठरेल आणि तुला तिथे वरची पोस्टही मिळेल.'' वंदनाने आपल्या जाहिरात कंपनीच्या मुंबईतील ऑफिसमध्ये जाण्यास संमती दर्शवली. आता त्या फाजील चौकशा करणाऱ्या लोकांपासून ती दूर जाणार होती आणि तिची डोकेदुखीही थांबणार होती.

मुंबईला सहज भेट देऊन जायचे नव्हते. ती आता तिथली रहिवासी झाली होती. तिच्या दृष्टीने तो सगळाच अनुभव फार वेगळा होता. ते एक जिवंत शहर होते. प्रत्येक जण कितीतरी वेगळा होता आणि आपापल्या कामात व्यग्र होता. तिला तिथे आल्यानंतर मोकळे मोकळे वाटू लागले. आता तिथे ती फक्त वंदना होती. अभयची मैत्रीण नव्हती

किंवा दादुची लहान बहीणही नव्हती. बाबांची मुलगी नव्हती की शहरातील हॉट चिकनही नव्हती. तिथे ती फक्त वंदना होती. नव्यानेच लाभलेला आत्मविश्वास आणि स्वातंत्र्य याचे प्रतिबिंब तिच्या कामात उमटू लागले आणि तिला मुंबईतच राहण्यास सांगण्यात आले.

आता तिला जीवनमार्ग सापडला होता. पेईंग गेस्ट म्हणून तिने झटकन आपले आयुष्य सावरले होते. थोड्याच वेळात आपल्या सहप्रवाशांचा अभ्यास करण्यात ती तरबेज झाली. त्यांच्या व्यक्तिमत्त्वातील बारकावे आणि आयुष्याचे तत्त्वज्ञान तिच्या लक्षात येऊ लागले. ती त्या खेळात निष्णात बनली.

'तिच्याकडे बघ. आपण डौलदार दिसण्यासाठी तिने काळजीपूर्वक प्रयत्न केले आहेत. स्टार्च केलेली साडी, मोत्यांची माळ, मोत्यांचे कानातले, एक अंगठी आणि दोन बांगड्या. तिचे संगोपन योग्य प्रकारे झाल्याचे दिसते. कधी कोणते रंग वापरावेत, सौम्य दिमाखदारपणा कसा जपावा ते तिला माहिती आहे. केस कसे चापूनचोपून बसवलेले. एकही केस इकडचा तिकडे झालेला नाही. आपल्या आई-वडलांनी निवडलेल्या जोडीदाराबरोबर जर ती लग्न करेल, तर शांतपणे आणि दिमाखदारपणे, डौलदारपणे म्हातारी होईल. कोणासारखी बरं...हं...तिथल्या त्या काकूकडे बघ. एका बड्या निवृत्त अधिकाऱ्याची ती पत्नी आहे. कदाचित तो लष्करी अधिकारी असावा. अजूनही कँटोन्मेंटमधील आपल्या कपड्यांच्या पद्धतीच्या पलीकडे ती गेलेली नाही. प्रत्येक गोष्ट तिने मॅचिंगची घातलेली आहे.

तिथे त्या बाकड्यावर तिच्या अगदी विरुद्ध प्रकारचे लोक बसलेले आहेत. ती अगदी बिनधास्तपणे कपडे वापरणारी मुलगी आहे. तिच्या शर्टवर भडक प्रिंट्स आहेत आणि पँटही तशाच भयानक आहेत. तिचे शूजही तसेच अस्त्रैण प्रकारचे आहेत. दुसऱ्या मुलीने तर कसले तरीच कपडे घातले आहेत. तिला आपण कशा दिसत आहोत याच्याशी काहीच देणे घेणे नाही. का बरे ?

यामागे कित्येक कारणे असावीत आणि ती सगळी योग्य असावीत.

कदाचित तिचे लग्नाचे वय उलटून गेले असेल आणि त्यामुळे तिला आता कशाचीच चिंता करावी असे वाटत नसेल. आता शिकारीचा खेळ संपल्यामुळे कदाचित तिला दिलासा मिळाला असेल. आता तिच्यावर भरपूर दबावही नसेल. आपल्या होऊ घातलेल्या

सासरच्या लोकांना आपण कशा दिसू, याचा विचार न करता स्वतःला आनंद वाटावा आणि बरे वाटावं म्हणूनच ती ड्रेस घालत असेल.'

'किंवा ती खरोखरच बिनधास्त असेल. कोण काय म्हणतंय याची तिला पर्वाच नसेल.'

'किंवा सतत चांगलेच दिसले पाहिजे, या दबावातून उद्‌भवलेला तो बंडखोरपणा असू शकेल. का? कशासाठी? पुरुषांना आकर्षित करण्यासाठी? परंतु तिला तर कुठल्याही पुरुषाला आकर्षित करून घ्यायची इच्छा नसेल. की अशा प्रकारे ड्रेसकडे फारसे लक्ष न देऊन ती आपल्याला हव्या असलेल्या पुरुषाला आकर्षित करून घेण्याचा प्रयत्न करत असेल?'

'किंवा कदाचित ती घटस्फोटिता असेल किंवा तिने नवऱ्याला सोडून दिले असेल किंवा विधवा असू शकेल आणि त्यामुळे तिने सुंदरच दिसले पाहिजे, नाही तर इतरांसमोर लज्जित होण्याची वेळ त्याच्यावर येईल, अशा प्रकारचा दबाव टाकायला कोणी पुरुष तिच्या आयुष्यात उरलेला नसेल....कित्येक प्रकारची कारणे.

'ती बिनधास्त स्त्री, बुड्ढी घोडी लाल लगाम, ही तिथल्या भडक साडी नेसलेल्या स्त्रीसारखी आहे. त्यांचे नवरे त्यांच्या चांगलेच मुठीत आहेत. काही पुरुषांना आपल्या स्त्रियांनी गर्दीत उभे रहावे असे वाटते. त्यांना आपल्या बायकांनी चांगले दिसावे असे वाटते. बस्स! इतर पुरुषांना त्यांच्याविषयी असूया वाटते; परंतु ते त्यांच्या बायकांच्या भोवती पिंगा घालू शकत नाहीत. परंतु पुरुषांची ही लहर त्या का चालवून घेतात? मला जर एखादा भडक ड्रेस घालावासा वाटला तर मी तो घालेन. उद्या मला हळुवार आणि गोड दिसावेसे वाटले तर मी तसेही करेन. तू तुझे काम कर आणि आपले तोंड बंद ठेव आणि माझ्या रस्त्यातून दूर हो, असे त्या त्यांना का सांगत नाहीत?

'स्त्रियांनी फक्त स्त्रियांनाच आणि स्वतःला खूश करण्यासाठीच ड्रेस घालावेत. एखाद्या पुरुषाला खूश करण्यासाठीच त्या नेहमी ड्रेस का घालतात? जर तुम्ही कोणाच्या तरी प्रेमात पडला असाल किंवा आपल्या पुरुषाला तुम्हाला खूश ठेवायचे असेल तर ते ठीक आहे. परंतु ते किती काळ? सदा सर्वकाळ? का? ते आपल्याला अशा प्रकारे सतत खूश ठेवतात का? मग आपणच तसे का करायचे? मला जर शॉर्टसमध्ये अधिक चांगले वाटत असेल तर मी त्या घातल्या पाहिजेत. माझे पाय लांब आणि मादक नसले म्हणून काय झाले? त्याचा अर्थ मी शॉर्टस कधीच वापरू नयेत असा होतो का? फक्त लांब आणि

मादक पायच शॉर्टसमध्ये असले पाहिजेत असे कोणी सांगितलेय? काळे, जाड आणि बुटके पाय शॉर्टसमध्ये नसावेत असा काही नियम नाही.

'त्या तिकडे ती आंटी दिसतेय का? तिने अगदी दुसऱ्यांनी घायाळ होण्याजोगा ड्रेस घातला आहे. परंतु त्यामुळे तिच्या त्वचेवरच्या सुरकुत्या झाकल्या जातायत का? तिची नजर तरुण दिसते का? आपल्या वयाला अनुरूप कपडे ती घालेल आणि आपल्या नजरेतून स्मित करू लागेल, त्या दिवशी ती अधिक चांगली दिसेल असे मला वाटते.'

या सगळ्या प्रतिक्रिया खट्याळ होत्या परंतु भेदक होत्या. वंदनाची आता खऱ्या अर्थाने वाढ होत होती.

''लग्नाच्या वेळी एवढा रडून रडून गोंधळ घालण्याचे कारणच काय?'' तिने विचारले. लग्न नुकतेच कुठे संपले होते आणि तेवढ्यात सगळ्यांच्या डोळ्यांतून अश्रूधारा सुरू झाल्या होत्या. फक्त वधूच नव्हे; तर सगळे कुटुंबच हुंदके देत होते. जणू काही तिथे मोठीच दुःखद घटना घडली होती.'

होय. कित्येक जणांच्या बाबतीत लग्न ही अनपेक्षितरित्या समोर आलेली दुर्घटना ठरते हे मान्य आहे; मग माझे मुळातच असे म्हणणे आहे की मग लग्न करायचेच कशाला? परंतु ठरवून झालेले लग्न असो की प्रेमविवाह; नेहमीच त्याची भरपूर तयारी केली जाते. भरपूर खरेदी केली जाते. धार्मिक विधी पार पडतात. सगळीकडे नुसता चमचमाट असतो आणि खिदळणेही सुरू असते. मग त्यात या अश्रूंचे काय काम असते?

वर आणि त्याच्या कुटुंबीयांसाठी हे अश्रू अवमानकारक नसतात का? वरपक्षाकडची सगळी मंडळी आता आपल्या मुलीचा छळ करणार असे गृहीत धरले जाते. त्यामुळे ती घर सोडून जात असल्यामुळे तिची प्रचंड काळजी आणि चिंता वाटत राहते. सापळा किती का आकर्षक असेना; त्यामुळे चिंता कमी होत नाही. जर ती व्यक्ती अनोळखी असेल आणि वधु त्या अनोळखी व्यक्तीकडे चालली असेल तर त्यावेळी थोडीफार चिंता वाटणे हे आपण समजू शकतो. परंतु ती जर स्वेच्छेने आपण प्रेम करत असलेल्या पुरुषाबरोबर निघाली असेल तर चिंता वाटण्याचे कारण काय?

प्रौढ स्त्रियांचे रडणे आपण समजू शकतो. आणखी एक जण लग्नाच्या सापळ्यात अडकली म्हणून त्या रडत असतात. मग लग्न हा एवढा जाचक सापळा आहे का?

त्यांच्या अधिक चांगल्या किंवा अधिक वाईट भवितव्यासाठी दोन व्यक्तींना एकत्र बांधून ठेवण्यासाठी सुरुवातीला सामाजिक नियम तयार केले गेले. नैसर्गिकरित्या विचार केला तर ही गोष्ट अत्यंत अनैसर्गिक वाटते. खरे ना ? त्यानंतर पुरुष जातीच्या धास्तावलेल्या पुरुषांनी आपली मजबूत पकड रहावी म्हणून हे नियम संपूर्ण समाजावर जबरदस्तीने लादले.

का ? म्हणजे अशा प्रकारे पुरुष तिच्यासह एका मार्गावर चालू शकेल म्हणून ? आणि या सगळ्याला नावीन्याची डूब देण्यासाठी सगळ्या धार्मिक परंपरागत रितीभातींचा आणि समारंभांचा टेकू दिला गेला का ?

आपल्या मुलींच्या नशीबांविषयी आयांना अधिक काळजी वाटत असते. आपल्या मुलीला आता परंपरेनुसार दोन कुटुंबांचे ओझे बाळगत फिरावे लागणार हे त्यांना माहिती असते.

परंतु ज्याच्या मुलीचे लग्न होत असते त्या पुरुषाकडे आणि तो ज्या पद्धतीने चालत जातो त्याच्याकडे पहा. सहसा आपल्या मुलीसोबत चालत जाणाऱ्या पुरुषांच्या बाबतीत काहीतरी वैशिष्ट्यपूर्ण गोष्ट असते.

जसजसे लग्न जवळ येत जाते, तसतसा या पुरुषांचा अहंभाव दुखावला जातो. आता आपल्या छोट्याशा बाहुलीच्या जगात आतापर्यंत आपले महत्त्वपूर्ण स्थान होते. तिला आपण आकर्षक वाटत होतो; परंतु आता तिला तिचा जोडीदार आकर्षक वाटेल, म्हणून ते दुखावले गेलेले असतात. आणि त्याहूनही वाईट गोष्ट म्हणजे त्यांना त्या सगळ्या पार्श्वभूमीवर आपले लग्न दिसू लागते. आपल्या बायकांना आपण किती वेगवेगळ्या वाईट प्रकारे, लज्जास्पद पद्धतीने दुखावले, त्यांच्यावर किती प्रकारचे डाव टाकले ते त्यांना आठवू लागते. आपण त्यांचा छोट्या छोट्या पद्धतीने किती छळ केला आणि त्यांना कसे ब्लॅकमेल केले त्याची त्यांना आठवण होते. मग ते आतून दुबळे बनतात. आपल्या लाडक्या मुलीच्या बाबतीतही आता कोणीतरी असेच काहीतरी करेल या कल्पनेने ते विव्हळ होतात.

अर्थातच याची कबुली ते कधीच आपल्या बायकोकडे किंवा मुलीकडेही देत नाहीत. त्यामुळे ते फक्त स्वतःपुरत्याच वल्गना करत राहतात आणि जर त्या वल्गनाच असतात तर त्या थोड्या अतिरेकी प्रमाणात केल्या तरी त्यामुळे काय बिघडणार असते ?

के सेरा सेरा, जे व्हायचे, ते तर होणारच आहे.

''आता यापुढे मधाळ दृष्टीने कोणाकडेही पहायचं नाही. माझा कोणावरही विश्वास नाही. विशेषतः जे मला मदत करायची आहे असं सांगतात त्यांच्यावर तर माझा अजिबात विश्वास नाही.'' तिने आपल्या मित्राला स्पष्टपणे सांगितले. ''त्याच्याकडे काहीतरी हेतू असला पाहिजे. खराखुरा किंवा काल्पनिक, तर्काधिष्ठित किंवा इतर कसलाही. परंतु त्याच्याकडे हेतू हवा. काहीही नसेल तर कोणीही काहीही करत नाही.''

''असं म्हणू नकोस. तू माझा हृदयभंग करतेयस,'' तिच्या शेजारीच राहणारा किशोर म्हणाला. शेजारच्याच ब्लॉकमध्ये राहणाऱ्या त्या बडबड्या स्त्रीमुळे तो मंत्रमुग्ध झाला होता.

''माझ्यापेक्षा तुझं हृदय अधिक चांगलं बनव,'' वंदना म्हणाली. परंतु त्या अत्यंत उत्साही पुरुषापासून ती स्वतःला फार काळ लांब ठेवू शकली नाही. तो अगदी पूर्ण पंजाबी पद्धतीने तिच्याभोवती पिंगा घालत होता. तिच्या दिशेने फेकलेली दीर्घ चुंबने, विनोद, डेट्स, फुले..या सगळ्या गोष्टींचा अखेरीस परिणाम झाला. वंदना वर्षभर स्वतःला रोखू शकली; परंतु अखेरीस दोन्हीकडचे पालक एकमेकांना भेटले. बाबा मूक होते. किशोर मोकळेपणाने बोलत होता.

''त्या सगळ्याचा काय संबंध आहे? वंदनाला तो मुलगा माहिती तरी होता का? तिच्या बालपणी खरे तर तुम्ही केलेल्या चुकीची शिक्षा तिला तुम्ही देऊ शकत नाही.''

लवकरच लग्न झाले. अगदी साधेपणाने लग्न समारंभ पार पडला. कित्येक मित्र, सहकारी आणि नातेवाईक समारंभाला उपस्थित होते. आता सगळा त्रास संपला होता का? त्रासाने पिच्छा पुरवणे सोडून दिले होते का? मित्रांनी आणि सहकाऱ्यांनी सामाजिक मागण्या केल्या आणि नेहमीच वंदनाबरोबर तिचा जोडीदार म्हणून येण्यास आणि त्यातही तो प्यायलेला असताना तर तसे करण्यास किशोर नाखूश असे.

''आपण नेहमीच जेवणाच्या निमित्ताने तुझ्या मित्र-मैत्रिणींना भेटत राहतो. माझ्या मित्र-मैत्रिणींना आपण कधी भेटणार? की आपल्या विश्वात त्यांना काहीच किंमत नाही?''

हळूहळू सगळे हाताबाहेर जाऊ लागले, त्यावेळी वंदना पाच महिन्यांची गर्भवती होती. संध्याकाळी तो भरपूर पिऊन आला होता आणि त्याने वंदनाला भरपूर मारहाण केली

होती. वंदनाने आपले पुढे आलेले पोट कसेबसे वाचवले होते.

''तू सतत इतर पुरुषांबरोबर संध्याकाळी बोलत राहतेस. तुझ्या पोटात असलेला गर्भ कोणाचा आहे कोणास ठाऊक! आणखी किती वेळा तुझ्या पोटात असे गर्भ राहिले होते आणि तू गर्भपात करवून घेतलेयस? बोल?'' वंदनाने आपले ओठ घट्ट मिटून घेतले होते. तिने त्याच्या प्रश्नाला काहीच उत्तर दिले नाही आणि वेदनांमुळे फुटणाऱ्या किंकाळ्यांनाही रोखून धरले होते. कॉरीडॉरमध्ये असलेले प्रौढ लोक गाढ झोपी गेले होते.

किशोर उठला त्यावेळी वंदना तिच्या चेहऱ्यावर उठलेले मारहाणीचे वळ आणि खुणा आरशात पहात होती.

''तुला अशा चेहऱ्याने ऑफिसला जायला आवडेल का?'' त्याने विचारले. वंदनाने आपल्या दुपट्ट्याने चेहरा झाकला आणि गॉगल लावला. बाहेर कोणीही प्रश्न विचारू नयेत यासाठी जास्तीत जास्त वेळ घरातच राहून अगदी ऑफिसला जायला वेळ होईल असे वाटले तेव्हाच शेवटच्या क्षणी ती खोलीतून बाहेर पडली. ती स्टेशनपासून दूर गेली. दिवसभर तिने तसाच निर्हेतुकपणे इकडे तिकडे भटकण्यात वेळ घालवला. ती यातून बाहेर पडण्यासाठी पर्याय शोधत होती.

'मी कुठे जाऊ? घरी? नाही. सासरचे लोक काय म्हणतील? ते तर किशोरला आदर्श मानतात. त्याने मारून मारून माझी अशी अवस्था केली यावर ते विश्वास तरी ठेवतील काय? कशासाठी त्याने मारले असे त्यांनी विचारले तर?

ती घरी परतली तेव्हा किशोर तिची वाट बघत होता.

''आज सकाळी तू स्टेशनवर गेली नाहीस. मी तुझ्यावर नजर ठेवून होतो. हा सगळा दिवस तू कुठल्या प्रियकरासोबत घालवलास? वंदनाने त्याचे सगळे अंदाज खोडून काढले. परंतु त्याचा पारा चढलेलाच होता. तिचा काळा डोळा निळाकाळा झाला आणि सुजला. तिचा चेहरा विचित्र, भयानक दिसत होता. तिने आपला चेहरा आरशात पाहिला नव्हता; परंतु तिला तो जाणवत होता.

''हे असताना माझ्याबरोबर कोण पूर्ण दिवस घालवेल असं तुला वाटतं?'' तिने आपल्या पोटाकडे हात दाखवत त्याला विचारले.

किशोरने पुन्हा तिला मारहाण करण्यास सुरुवात केली. वंदना यावेळी खोलीत पळू लागली. जोरदार पाठलाग करून त्याने तिला पकडले आणि तिचा चेहरा दरवाजावर आपटला. वंदनाने हात वर करून चेहरा वाचवण्याचा प्रयत्न केला. त्याच वेळी दुसऱ्या बाजूने किशोरने तिला लाथ मारली. ती डायनिंग टेबलवर आदळली आणि जमिनीवर खाली कोसळली. तिच्या सासरच्या लोकांच्या आश्चर्यचकित नजरेसमोरच त्यांच्या होऊ घातलेल्या नातवाचे रक्त आणि मांस बाहेर पडले. त्याभोवती त्यांच्या बहुच्या बांगड्यांचे फुटलेले तुकडे पसरले होते. त्यातच तिचाही चेंदामेंदा झाल्यासारखा चेहरा पसरला होता.

''तू आपलं लक्ष दुसरीकडे वळवण्यासाठी, एक मनोरंजनाची वस्तू म्हणून फक्त तुझ्या बायकोवर प्रेम केलंस असं मी तुला सांगितलं होतं किशोर. तू हे असं प्रेम केलंयस काय?'' मोना मावशी विचारत होती.

तिच्या आवाजात उपहास होता आणि आवाज मर्मभेदक होता. मोना मावशी ही आपल्या औदार्यासाठी आणि तिखट जिभेसाठी ओळखली जात होती. यावेळी किशोरला तिच्या तिखट जिभेचा पुरेपूर प्रसाद मिळत होता. दरवर्षीप्रमाणे यावेळीही ती मुंबईत आली होती. तिला वंदना आवडली होती. आता तिने एक नियम घालून दिला.

'सुनेला वागवण्याची ही पद्धत नाही. वंदनाने इथून दूर निघून गेलं पाहिजे. मी तिला माझ्यासोबत घेऊन जात आहे. तुझ्या आयुष्याचं काय करायचं ते तुझं तू ठरव.''

''बेटा, हे अधिक चांगलं आहे. तिला विश्रांतीची गरज आहे. शारीरिक आणि भावनिकदृष्ट्याही तिला या सर्वांतून बाहेर पडण्याची गरज आहे. तुम्ही एकमेकांपासून दूर राहिलात तर त्यामुळे तुमच्यात प्रेम वाढीस लागेल. हे नेहमीच उपयुक्त ठरतं.'' त्याच्या आईने सांगितले.

किशोरने खांदे उडवले. मावशीबरोबर वाद घालून काहीही उपयोग नव्हता हे त्याला माहिती होते. त्याशिवाय जे काही घडले होते, त्यासाती त्याने कोणतेही कारण सांगितले असते तरी ते ग्राह्य धरले गेले नसते हेसुद्धा त्याला माहिती होते. बाळ गेले होते. वंदना कामावर का येत नाही त्याविषयी चौकशी करणारे फोन येत होते आणि तिच्या शरीरावर हिंसाचाराची स्पष्ट चिन्हे होती आणि त्याच्या श्वासात दारूचे अंश होते.

आयुष्यात बहुधा प्रथमच वंदनाला आपली बिंदी कपाळावर लावावी की नाही असा संभ्रम पडला होता.

'मला अजूनही बिंदी लावण्याचा अधिकार आहे का?' तिच्या मनात विचार येत होता.

त्या सगळ्या दिवसांत किशोरने एकदाही तिला फोन केला नव्हता. मोना मावशीच्या ऐषारामी हवेलीत किशोरच्या मारहाणीच्या तिच्या चेहऱ्यावरच्या सगळ्या खुणा पुसल्या गेल्या होत्या. अनुभवी दाईकडून करवून घेतलेल्या दैनंदिन मसाजमुळे तिच्या शरीरावर तेज आले होते. पुन्हा एकदा ती जगण्यासाठी सिद्ध झाली होती. तेथील स्वयंपाकीणबाई आणि मोलकरीण आता तिच्याशी मित्रत्वाने वागत होत्या.

वातावरणात धांदल उडाली होती. ''बाई साहब लोग आने लगें है।''

त्या नको असलेल्या पाहुण्यांच्या आगमनामुळे त्या कुटुंबीयांना फारसा आनंद झाला नव्हता. लवकरच त्या लोकांच्या येण्यामागचे कारण स्पष्ट झाले.

''गेस्ट रूममध्ये कोण आहे? माझ्यासोबतही काही पाहुणे आले आहेत. ते कुठे जातील?'' मोनामावशीच्या डौलदार सुनेने थंड आवाजात विचारले. त्या स्त्रीचा चेहरा गुलाबी होता. तिने सिल्कचे कपडे; आणि त्याला साजेसे मोत्यांचे आणि हिऱ्यांचे दागिने घातले होते.

''वंदनाला गेस्ट हाऊसमध्ये न्या.''

''परंतु तुमचा मुलगा गेस्ट हाऊसचा वापर ऑफिसच्या कामांसाठी आणि कॉन्फरन्सेससाठी करतो.''

''त्यासाठी गावात त्याचं ऑफिस आहे. जर गरज भासली तर तो खालच्या मजल्यावरच्या खोल्याही वापरू शकेल. वंदना वरच्या मजल्यावरच्या गेस्ट हाऊसमध्येच राहील.''

मुख्य घराच्या नैऋत्येला एखाद्या डॉल हाऊसप्रमाणे ते एक छोटेसे छान घर होते. वंदना आणि आपला नवरा धनराज यांच्यातील वाढत्या जवळिकीला तिच्या सुनेने 'गुड्डा-गुड्डी का खेल,' असे नाव देऊन टाकले.

परंतु ते फारच पुढे गेले. वंदना आणि धनराज यांच्या सगळ्या आयुष्यांचे शोषणच त्यामुळे होऊ लागले होते. वंदनाने आता सगळ्या जगाकडे पाठ फिरवली होती. ती त्या जोडघरात राहून धनराजच्या सगळ्या जाहिरातींच्या कॉपीराईट्सचे काम सांभाळू लागली. सुट्टीच्या

दिवसांत अधूनमधून ती धनराजबरोबर गोवा, आसाम किंवा कोट्टायमला जाऊ लागली.

खरे तर वंदनाच्या आयुष्यातील हे दुसरे एक छोटेसे मायाजाल होते. ते सुमारे चार वर्षे टिकले. त्यानंतर धनराजच्या आजारपणाची बातमी तिला समजली. आपल्या कुटुंबीयांना त्याविषयी काहीही सांगू नये असे त्याने वंदनाला सांगितले. आपल्या आयुष्याचे उर्वरित महिने आपल्याला वंदनाबरोबरच घालवता यावेत अशी त्याची इच्छा होती. त्यामुळे त्याने तिला तसे सांगितले होते. त्याच्या आजारपणामुळे आपल्या सामाजिक जीवनाला धक्का बसेल असे त्याच्या कुटुंबीयांना वाटले असते हे आणखी एक कारण होते.

''पार्ट्या रद्द करणं, डॉक्टर्स आणि नर्सशी व्यवहार करणं आणि अगदी स्वयंपाक्याला काय तयार करायचं हे नुसतं सांगायचं असलं तरी तेवढंही करणं या सगळ्या गोष्टी माझे कुटुंबीय करू शकणार नाहीत....'' धनराजने पश्चात्तापदग्ध आवाजात सांगितले.

''मृत्यू हा किती आकर्षक असतो हे तुला माहिती आहे का...अंत्ययात्रेचं संध्याकाळच्या वेळचं ते दृश्य, आत्यंतिक सहानुभूती...''

वंदना काहीच बोलली नाही. फक्त तिने अत्यावश्यक असलेल्या सगळ्या गोष्टी बंद करून टाकल्या. त्यानंतर आणखी सुट्ट्या नव्हत्या. ट्रिप्स नव्हत्या. एवढेच नव्हे; तर ते छोटेसे गेस्ट हाऊसही रिकामे करण्यात आले. टाटा रुग्णालयाशी सहजगत्या संपर्क साधता यावा यासाठी तिथून जवळच असलेल्या अपार्टमेंटमध्ये त्यांना हलवण्यात आले. धनराजची तिथे राहण्याची इच्छा नव्हती.

वंदनाची काळजी पुन्हा एकदा तिच्या बिंदीच्या रंगछटांभोवती घुटमळत होती.

आता काय? एकेका कुरूप, भयावह युद्धातून ती बाहेर पडत होती आणि तोच पुन्हा एकदा दुसऱ्या युद्धाला तिला तोंड द्यावे लागत होते. आणि आता तर पुन्हा एकदा सारे काही संपले होते....

६. करिनाचा विश्वासघात

''आज रात्री तुला घेऊनच ये असं त्यानं मला खास बजावून सांगितलं आहे,'' अजयने तिला सांगितले.

''पण मी गावात आहे, हे त्याला कसं काय कळलं?'' करिनाने विचारले.

''सुंदर, विनापाश स्त्रिया डझनावारी मिळत नसतात.''

''त्याने आज फोन केला होता की त्याही आधी फोन केला होता? आज शनिवारची रात्र आहे. यात रात्री उशीरापर्यंत बसून गप्पा मारण्यासारखं खास असं काय आहे?'' करिनाच्या शब्दांतून डोकावणाऱ्या चिंतेच्या बरोबर विरुद्ध प्रकारचे शब्द तिच्या तोंडातून बाहेर पडत होते. ते एका भल्या मोठ्या पांढऱ्या घराजवळ पोहचले. कारमधून उतरताना करिनाने आपल्या अंगाभोवती आपली शाल घट्ट लपेटून घेतली.

अजयने त्या स्त्रियांच्याभोवती आपले हात टाकले. नीना ही जाड होती. करिना गोल चेहऱ्याची, कमी उंचीची, नीटनेटकी स्त्री होती. ते घराजवळ पोहचू लागले तशी त्यांना तेथील नीरव शांतता वेढून राहिली. आत निळ्या कपड्यांतील एक स्त्री उभी होती.

क्षणभरासाठी करिनाचा हात अजयच्या हातावर घट्ट दाबला गेला. त्यानंतर ती स्वतःच ताठ चालत काही वृद्ध स्त्रियांमधून केंद्रस्थानी असलेल्या पाच स्त्रियांजवळ पोहचली. तिथे राज कुठेच दिसत नव्हता. त्या चार स्त्रियांमध्ये कौटुंबीक साम्य स्पष्टपणे दिसत होते.

पाचव्या स्त्रीने निळा ड्रेस घातला होता. तिची करिनाकडे पाठ असली तरी तिला ती परिचित वाटत होती.

करिनाने राजच्या बहिणीला, बीजीला ओळखले. ती एक उंच स्त्री होती. तिचे थोडे केस काळे आणि थोडे पांढरे होते. ती बोलू लागली की तिचे तोंड किंचितसे वाकडे भासत असे. तिने करिनाकडे तीक्ष्ण कटाक्ष टाकला. तिच्या शेजारीच तिची मुलगी नयना होती. तिच्यात कसली तरी कमतरता होती. तिची देहयष्टी परिपूर्ण होती. पायांत सौम्य सँडल्स होते. तिचे मोठे डोळे जुन्या काळातील चष्म्याआड झाकले गेले होते. कदाचित परिस्थितीचे चटके सहन केलेला तो एक दुःखी चेहरा होता. पुरुषाशिवाय असलेल्या एका स्त्रीचा तो चेहरा होता. रात्रीच्या वेळी फक्त आपल्या आईकडून टोचून बोलणी खात झोपावे लागणाऱ्या मुलीचा तो चेहरा होता.

तिच्या शेजारी उमा बसली होती. 'ही सगळ्यात धाकटी बहीण असली पाहिजे. तिला मी कधीच भेटले नव्हते,' करिनाच्या मनात आले. आपल्या करड्या केसांमुळे ती वयस्कर दिसत होती. बीजीच्या पांढऱ्या–काळ्या केसांच्या विरुद्ध तिचे केस दिसत होते. बीजीच्या चेहऱ्यावर आजीसारखा प्रसन्न, मायाळू भाव होता. तिच्या परिपूर्ण आकारबद्ध शरीरयष्टीमुळे तिच्या वयानुरूप तिच्या व्यक्तीमत्त्वातून सौजन्यशीलता आणि सुसंस्कृतपणा दिसत होता.

त्या निळा पोशाख घातलेल्या स्त्रीच्या बरोबर मागे करिना उभी होती. खोलीतील हळूहळू वाढत्या आवाजामुळे सहजगत्या तिने मागे वळून पाहिले होते. त्यावेळी अजय आणि नीनाही आपल्या मार्गावर तसेच थबकले होते.

करिनाच्या हृदयाचा ठोका क्षणभर चुकला. तिच्या तळहातांना घाम फुटला होता. ''म्हणजे तो माझ्यापासून खरोखरचा दूर जाऊ शकला नाही.'' तिच्या मनात एक विचार चमकून गेला. खोलीतील इतरांनी त्या बहिणींचा अंदाज घेतला आणि त्यांनीही एकमेकींकडे पहात अंदाज घेतला. त्यांच्यातील साम्य विलक्षण होते. त्या तुलनेत भिन्नत्व अत्यल्प होते.

करिनाच्या शरीराचे सगळे वक्राकार अगदी योग्य जागी होते. तिच्या निळ्या सिल्कमधून मंद प्रकाश बाहेर पडत होता. तिने कानांत गुलाबी रंगाचे मोती घातले होते. तिच्या छातीवर लावलेले गुलाबाचे फूल हिंदकळत होते आणि गळ्यातील चेनमध्ये अडकवलेला

टपोरा मोती दिसत होता. ती चेन तिच्या गळ्याएवढ्याच लांबीची होती. किंचितशी रुपेरी छटा असलेल्या केसांचा तिने अंबाडा बंधला होता आणि त्यात छोटासा गुलाब माळला होता.

तिच्या समोरच जुनो होती. सोन्याच्या तारांनी विणलेल्या लेसचा निळा ड्रेस तिने घातला होती. ती जाडजूड आणि धिप्पाड होती. तिने अत्यंत सुसंस्कृत दिसणारा सौम्य मेक – अप केला होता आणि कानांत हिऱ्याच्या जाडजूड रिंग घातल्या होत्या. तिने आपले केसही छानसे बांधले होते. त्यामुळे त्या सगळ्या बहिणी सारख्या होत्या आणि तरीही काहीशा वेगळ्या होत्या. त्या सगळ्या मेकअपमध्ये, महागड्या पण दिमाखदार कपड्यांमध्ये आणि दागिन्यांमध्ये दोन चेहरे अगदी एकसारखे होते

''हॅलो!'' त्या दोघीही एकमेकींशी समोरासमोर येऊन एकाच वेळी बोलल्या.

''तू कशी आहेस?''

''तरीच मला नेहमी वाटायचं की मी हिला कुठेतरी पाहिलेलं आहे,'' नयना एकदम म्हणाली. ''आता माझ्या लक्षात आलं, की ती करिनासारखी दिसते. आजपर्यंत माझ्या ते लक्षात कसं काय आलं नव्हतं?''

करिना तिच्याकडे वळली. ''कारण कदाचित आपण फक्त दोनदाच भेटलो आहोत आणि मला लक्षात ठेवायला माझे काही फोटोही काढले गेलेले नाहीत. परंतु तरीही मी कशी दिसते हे तुझ्या लक्षात आहे, याचं मला आश्चर्य वाटतं.''

''तुम्ही दोघी एकमेकींना ओळखता का?'' नयनाने मोठ्या विचारले.

त्या खोलीत आधीच कुजबुज सुरू झाली होती. करिनाही तेवढ्याच मोठ्याने आणि स्पष्ट आवाजात म्हणाली, ''तुझ्या मम्माने तुला याविषयी कधीच सांगितलं नाही का? मैरा ही माझी मोठी बहीण आहे.''

''मोठी?'' त्या तरुण चंदेरी करड्या रंगाच्या बहिणीने धापा टाकत म्हटले. ''मोठी?'' तिचा धाप लागल्यासारखा आवाज त्या खोलीत सर्वत्र उमटला.

''अकाली पांढऱ्या झालेल्या केसांसह मी धाडसानं तशीच जगते आहे.''

तेवढ्यात पाच ग्लासांचा ट्रे कौशल्यपूर्वक हाताळत राज बाहेर आला. त्या ग्लासांमध्ये तपकिरी पिवळसर रंगाच्या विविध छटा होत्या. ''हे तुमच्यासाठी...'' त्याने वाक्य अर्धवट तोडून त्यांच्यासमोर टेबलावर ट्रे ठेवला. तो ताठ उभा राहिला आणि त्याने त्यांना ग्लास घेण्याचा इशारा केला. त्या मोठ्या खोलीत संगीत सुरू झाले. राज करिनाजवळ आला. ''माझ्याबरोबर तू नृत्य करावंसं, असं मला वाटतं,'' तो म्हणाला. त्यानंतर त्याने तिला आपल्या हातांत झुलवले आणि त्याने तिला तसेच पुढे डान्स फ्लोअरवर नेले. जणू काही इशारा मिळाल्याप्रमाणे त्याच वेळी लाईट्सही मंद झाल्या.

'त्याने केलेला हा नाट्यमय प्रवेश काळजीपूर्वक तयार केला गेला होता हे मला कधीच समजलं नसतं,' करिनाने उपहासाने विचार केला. या सगळ्या वर्षांत माझ्याविषयी तो जे काही सांगू शकला नव्हता ते त्याने यातून त्यांना सांगितले. त्याने मोठ्या बहिणीशी लग्न करण्यासाठी धाकट्या बहिणीला घटस्फोट दिला. तो नेहमीप्रमाणेच भावनिकदृष्ट्या धारिष्ट्य नसलेलाच आहे. त्यानंतर तिने त्या कडवट गोड अनुभवाला जवळ केले आणि ती नृत्य करू लागली.

''तू इतकी सुंदर दिसतेस की तुला खाऊन टाकावंसं वाटतं. मला तू ही संध्याकाळ संपण्याच्या आधीच भेटायला हवी होतीस.''

''तुझ्याकडे पाच पाच पाळत ठेवणारी कुत्री आहेत, हे तू विसरलास का? आणि त्यात तुझ्या बायकोचाही समावेश आहे. शिवाय सगळी दिल्ली तुझ्याकडे पहात आहे.'' तिने त्याला डिवचले.

तिच्या चमकत्या चेहऱ्यावरचा आनंद स्पष्टपणे दिसत होता. तिला जवळ ओढून घेतल्यावर त्याच्यातील पौरुष वाढत असल्यासारखे त्याला वाटले. राजने पार्टीतील त्या सगळ्या हस्तिदंती छातींकडे विषयासक्ततेने पाहिले. ''तू कसला विचार करतेयस?''

''अखेरीस इतक्या वर्षांनी मला तुझ्याबरोबर नृत्य करता येतंय.''

त्याने विचारले, ''तुला नेमकं काय म्हणायचं आहे?''

''याआधी तू कधीच मला नृत्यासाठी नेलं नव्हतंस,'' तिने काहीशी अटकळ बांधल्याप्रमाणे डोळे उघडून त्याच्याकडे पाहिले. ''मग आज तू हे कसं काय जमवलंस?''

''काय?''

''म्हणजे मला आपल्या बाहुपाशांत झुलवणं आणि नंतर डान्स फ्लोअरवर आणणं. एकमेकांपासून दूर राहिल्यामुळे प्रेम वाढलं?'' आता भूतकाळातील काही आठवणी तिच्या मनांतून दूर झाल्या होत्या, त्यामुळे तिचे डोळे पुन्हा एकदा मोठे झाले आणि नजर अधिक धीट बनली. ''तू ज्या पद्धतीने जगतो आहेस त्यावरून आपल्या आयुष्यात तुला माझी आठवण होत नाही, असं दिसतंय.''

''असूया वाटते?''

''माझी खुशामत केली जाऊ नये का? आणि नक्कल ही उत्तम खुशामत ठरते. तुझ्या यंत्रणेमधून तू मला बाहेर काढूच शकत नाहीस.''

''खरंच? थोड्याच वेळापूर्वी तू तर माझ्याएवढीच उत्सुक होतीस.''

''कायदेशीर कागदोपत्रांच्या तुकड्यांमुळे जुन्या सवयी बदलत नाहीत. निसर्गाला कोणी नाकारू शकतं का?''

राज त्यावर काहीतरी बोलण्याआधीच राजच्या खांद्यावर कोणीतरी थोपटले. संगीत थांबले होते. परंतु त्यानंतरही ते तसेच तन्मयतेने थांबल्याचे पाहिल्यानंतर ते पुन्हा एकदा सुरू झाले.

''फक्त एकाच मुलीला संपूर्ण संध्याकाळभर नृत्य करण्याचा हक्क नाही,'' एक खोल आवाज म्हणाला. एका सुंदर गिरकीने तिने करिनाला राजपासून दूर केले. त्या अचानक गिरकीमुळे करिना जवळजवळ अडखळून पडणारच होती.

''सॉरी, फ्लोअरवर मला फारसं चांगलं नृत्य करता येत नाही.'' तिला सावरणाऱ्या व्यक्तीकडे पहात ती म्हणाली.

''हे मला मान्य नाही. तू तर अगदी आताच खाऊन टाकावी एवढी चांगली आहेस. नेहमीच तुम्ही दोघे एकमेकांबरोबर एवढं चांगलं नृत्य करता का?''

''आज प्रथमच मी फ्लोअरवर नृत्य करतेय,'' तिने प्रथमच त्याच्याकडे पाहिले. तिला प्रतिक्रियेची अपेक्षा होती. तिथे कितीतरी अनिवासी भारतीय आणि कित्येक दिखाऊ, ढोंगीही होते. त्यामुळे कोणीही तिथे एखाद्याच नाकातून बोलणाऱ्या परदेशी व्यक्तीला चिकटून राहूच शकत नव्हते.

ॲलेक्स तिच्याकडे झेपावला. ती मनातल्या मनात हसली. आपल्या किशोरवयीन मुलीला त्याच्याविषयीची माहिती सांगावी असे तिच्या मनात आले होते. तो उंच होता. सहा फुटांहून तरी नक्कीच उंच होता. रुबाबदार आणि काळा होता. बहुधा तो मिश्र रक्ताचा असला पाहिजे. त्याचे डोळे काळे होते आणि त्याच वेळी त्याच्या डोळ्यांत एक करडी छटाही होती. त्याची नजर विशिष्ट प्रकारची आणि इतरांहून वेगळी वाटत होती.

''तू अशी का पाहते आहेस?''

''अं..म्हणजे आपण आधी कधी भेटलो आहोत का?''

''आता भेटलो आहोत तेच,'' तो म्हणाला. त्याने आपले शरीर धीटपणे तिच्या शरीराला चिकटवले होते.

''तुझे डोळे तुझ्या डोक्याच्या मागे आहेत काय? प्रत्येक जणच आपल्याकडे निरखून पाहतो आहे.''

''मग काय? आपण बाहेर जायचं का?'' त्याच्या चेहऱ्यावर भले मोठे स्मित पसरले होते. त्याच्या प्रेक्षकांना स्मित दिसत असले तरी तिच्याकडे मात्र तो अत्यंत गांभीर्याने पहात होता.

'त्याला याविषयी काय माहिती असेल?' तिच्या मनात विचार आला. परंतु ती मोठ्याने म्हणाली, ''अर्थातच. इथून बाहेर पडता आलं तर मला हवंच आहे.''

तिच्या कमरेभोवती घट्ट हात टाकून त्याने तिला डान्स फ्लोअरवरून बाहेर आणले. अजय आणि नीना यांनी एकमेकांकडे पाहिले. त्यांच्या नजरेत चिंता होती. करिनाने आपल्या चेहऱ्यावर आपल्या स्वतःच्या विरोधावर पांघरुण घालण्यासाठी मोठे स्मित आणले होते. कारण काहीही झाले तरी तो अनोळखी होता.

''अजय, मी थोड्या वेळासाठी बाहेर चाललेय. माझी मी परत येईन.''

अजय किंचित संकोचल्यासारखा झाल्यावर ती पुढे म्हणाली, ''मला वाटतं की मी गेल्यावर पार्टी अधिकच जोरात सुरू होईल. नीना, माझी वाट पाहू नकोस.'' करिनाने तिच्याकडे मान वळवून स्मित केले. त्यानंतर तिने अजयशी हस्तांदोलन केले आणि ती पार्टीच्या त्या गर्दीतून पुढे सरकू लागली.

तिथे मैरा उभी होती. ती तिच्याकडे निर्विकारपणे पहात होती. करिनाने तिचा शांतपणे निरोप घेतला. राज तिथे कुठेच दिसत नव्हता. मात्र तिथल्या तीक्ष्ण नजरांमुळे ती अत्यंत उत्सुक बनली होती.

''मला तर तुझं नावही माहिती नाही,'' त्याच्या आलिशान कारमधील अंधारात करिना म्हणाली.

''आपण समान स्वभावाचे आहोत एवढी एकच गोष्ट पुरेशी नाही का? परंतु ठीक आहे. तुला त्यामुळे बरं वाटत असेल, तर मी नाव सांगतो. माझं नाव आहे अलेक्झांडर डेमिट्रिऑस.''

ती एक प्रदीर्घ संध्याकाळ होती. मखमली अंधारात ते कारमधून निघाले होते आणि कित्येक गोष्टींविषयी बोलत होते. फक्त नुकतेच ते जिथून बाहेर पडले होते त्या पार्टीविषयी ते काहीच बोलत नव्हते. त्यानंतर करिनाने तिच्यासमोर जे पदार्थ आले होते ते थोडेसे खाल्ले. परंतु ती वाईन मात्र भरपूर प्यायली.

तिच्या प्रतिसादामुळे तिच्याकडे लक्ष वेधले जात होते. परंतु ती विमनस्क दिसत होती. तिची नजर विषण्ण होती.

''तुझं लग्न झालंय का?'' ती दोघेही बेसावध असताना प्रश्न निसटून गेला.

ॲलेक्सने हळुवारपणे म्हटले, ''आपल्याला हे सगळं बोलायला मदत करेल असं काहीतरी करूया.''

त्याने एक छोटीशी सिगरेट बाहेर काढली. ''तू धूम्रपान करत नाहीस हे मला माहिती आहे, परंतु कधी कधी याची मदत होते.''

''धूम्रपानात तरी काय आहे? प्रथमदर्शनी प्रेमासारखंच धूम्रपान हेही एक मिथक नाही का?''

करिनाने सिगरेट नाकारली.

''मग माझ्या मोडलेल्या लग्नाविषयी बोललो तर त्याचा उपयोग होईल का?''

''काय? कशाचा?'' तिच्या चेहऱ्यावरचे विषण्ण, विमनस्क भाव नाहीसे झाले. तिने निराशेने एक उच्छवास सोडला. ''कशाचा?''

''माझं म्हणणं ऐकून घेशील का?''

तिने मूकपणे होकार दिला होता. जवळजवळ मनापासून ती बोललीच नव्हती. ॲलेक्सने करिनाला तिचे कोपर घट्ट पकडून लिफ्टकडे नेले. 'जणू काही हा मला पळून जाण्यापासून रोखतो आहे,' करिनाच्या मनात विषण्ण विचार आला. करिना आता तिच्या तंद्रीत होती. थोडीशी भीती आणि चिंतातुरपणा आणि त्यातच वाईनमुळे तिच्याय डोळ्यांत तिचे दुःख साकळल्यासारखे झाले होते. ती लिफ्टमध्ये त्याच्या शेजारी उभी होती. ॲलेक्स तिला आपल्या स्युटच्या दिशेने घेऊन चालला होता.

त्या अत्यंत उंचावर असलेल्या स्युटच्या खिडकीतून ती खाली पहात उभी होती.

''तुला खाली उडी मारायची नाही, बरोबर?'' त्याने अर्धवट विनोदाने विचारले. ती वळली. त्याच्या अंगावरचा कोट आणि टाय त्याने काढून टाकला होता. त्याच्या हातात ग्लास होता आणि तोंडातून धूम्रपानाचा किंचितसा धूर बाहेर पडत होता. ''तंबाखु नाही. तू हे घे. हा तुमचा भारतीय प्रकार आहे. त्यामुळे तुला बरं वाटेल, नक्कीच!'' त्याच्या ओठांवरचे स्मित दिलासादायक होते. करिनाने आपल्या ओठांमध्ये अगदी अलगदपणे ती सिगरेट ठेवली आणि आपण स्वतःला कशात हरवून बसलो आहोत असा विचार तिच्या मनात आला.

'हे आहे तरी काय?' तिच्या मनात दुसरा विचार आला. तिने तो धूर ओढला. तिच्या शरीरभर अत्यंत शांती पसरली. त्याने करिनाला आपल्या बाहुपाशात घेतले. तिच्या घाबरून गेलेल्या चेहऱ्यावर ॲलेक्सने आपले ओठ दाबले. त्याने तिला घट्ट जवळ ओढून

घेतले. तो तिच्या ओठांचे चुंबन घेत होता. जे काही चालले होते त्याविषयी करिनाला काहीच समजत नव्हते असे नाही. जणू काही तिच्याकडे तिचे दुसरे मन आश्चर्याने थक्क होऊन पहात होते.

अ‍ॅलेक्सने तिला हळुवारपणे पलंगाकडे नेले. तिच्या मणक्यावरून त्याची बोटे फिरत होती. त्याने तिच्याशी प्रणयक्रीडा केली. त्यानंतर तिच्या बंद पापण्यांआडून बाहेर पडलेले अश्रू बोटाने दूरवर उडवत तो म्हणाला, ''आता मला सांग प्रिये.''

''ते खूपच छान होतं.''

''परंतु त्याचा काहीच उपयोग झाला नाही?''

''तू हे सगळं पहिल्यांदाच केलंस का?''

''ते लग्नाचा वाढदिवस धूमधडाक्यात साजरा करतात.''

''मी दुसऱ्यांदा केलं.''

''दुसऱ्यांदा?''

''आज आमचा लग्नाचा रौप्यमहोत्सव होता.''

अ‍ॅलेक्स उठून बसला. ''रौप्य...आणि ब्ल्यू जिनो?''

''ती माझी मोठी बहीण आहे. माझ्या आईच्या नाकावर टिच्चून प्रणयक्रीडा करताना मी त्यांना पकडलं होतं.''

''मग?''

''त्यानंतर मी त्याचं तोंड पाहणंही टाळलं. मी जर संघर्ष केला असता तर मी हरले असते. माझ्या एका वकील मित्राने ती सारी घाण उपसली. त्यांना गाव सोडून निघून जावं लागलं. आता पहिल्यांदाच मी दिल्लीत आलेय.''

''आपण त्याचा सूड घेऊया का?''

करिनाने त्याच्याकडे वळून पाहिले. त्यानंतर तिने दुसरीकडे तोंड करून एक दीर्घ श्वास घेतला. त्यानंतर ती पुन्हा ॲलेक्सकडे वळली. तिच्या डोळ्यांत चमक होती. ''एका अटीवर. तो त्याच्यावरचा थेट सूड असणार नाही. आतापर्यंत मी जेवढा लैंगिक आनंद मिळवला आहे, त्याहून आणखी किती आनंद मिळू शकतो हे मला जाणून घ्यायचं आहे. मी अशा प्रकारे आनंद मिळवणं हाच त्याच्यावरचा खरा सूड असू शकेल.''

७. घटस्फोटाची खिचडी

''तू घरी का आलेयस? ना तार, ना इत्तलाह, ना दिन ना त्योहार?''

''का? फक्त सणांपुरतंच मला माझ्या घराचे दरवाजे उघडे असतात? इतर वेळी नसतात का? लग्नानंतरही मुली घरी येत राहतात. येतात ना? तू इथे काय करतेयस?'' प्रीतीने आपल्या मोठ्या बहिणीवर तिचाच प्रश्न उलटवला.

सुचित्राने सावधपणे उत्तर दिले, ''मी काही दिवस रहायला आलेय. सहज सगळ्यांना भेटायला म्हणून.''

''मग मीही तशीच आलेय.''

''छान,'' वडलांनी दोघींच्या संभाषणात भाग घेऊन शांतता प्रस्थापित केली. ''शैल कसा आहे? तो का आला नाही?''

''बरा असावा. घटस्फोटाची तजवीज करण्यात तो गुंतलाय.....''

तिथे अनिष्टसूचक शांतता पसरली. प्रीतीने आजूबाजूला पाहिले. आपण बोलून टाकलेल्या वाक्याचा झालेला परिणाम तिला आवडला होता. एका शब्दाने तेथील शांततेचा भंग केला. ''का?''

तिच्या वडलांचा चेहरा नको इतका कठोर बनला होता. ते प्रीतीच्या उत्तराची वाट बघत

होते. तिने आणलेले अवसान काहीसे गळाल्यासारखे वाटत होते. ''रखेलीबरोबर आपल्या मुलीने रहावं असं तुम्हाला वाटत नसेल.''

वडलांचा आवाज तसाच होता. ''पण तुझ्या बहिणीला सवत आहे.''

त्यांनी न उच्चारलेला प्रश्न तिला समजला होता, 'मग तुला का नसावी?' त्यांच्या बोलण्याच्या स्वरावरून तो प्रश्न अगदी स्पष्ट जाणवला होता. आपल्या खुर्चीत आक्रसल्यासारख्या बसून राहिलेल्या बहिणीकडे तिची नजर गेली. ''मग तू इथे काय करतेयस?''

तिच्या भावाने उत्तर दिले, ''धनराज दुसरं लग्न करतोय. त्या दोघांना घरात थोडंसं स्थिरस्थावर होता यावं यासाठी त्यांना वेळ मिळावा म्हणून सुचित्रा इकडे आलेय. थोडे दिवस इथेच राहून नंतर ती परत जाईल.''

''आणि तू..? माझ्या लाडक्या बंधु, तू तिला त्या नरकात खितपत पडण्यासाठी पुन्हा तिकडे सोडणार आहेस ना? म्हणजे मग..''

''म्हणजे मग..काय?''

प्रीतीने एक दीर्घ श्वास घेतला. ''आपल्याला कशाचा त्रास होतोय हे तुला माहिती आहे का? आपण सगळे एकमेकांशी भांडण्यातच गर्क असतो आणि त्यामुळे बाकीचे लोक आपल्याला पराभूत करून अंकित करून निघून जातात. खरं तर आपल्याशी असं वागण्यासाठी आपणच आपल्या शत्रूंना आमंत्रित करत असतो आणि आपल्या रक्ताचा व्यर्थ अभिमान आपण बाळगत राहतो. आता तुझ्याकडेच पहा ना! सुचिला बाजूला करून धनराज दुसरं लग्न करायचं धाडसच कसं काय करू शकतो याचा त्याला जाब विचारण्याऐवजी तू तिला परत पाठवण्याची तयारी करतो आहेस आणि माझ्या घटस्फोटाविषयी रागारागाने ऐकतो आहेस. माझ्या लाडक्या भावा, ही तर फक्त सुरुवात आहे. शैलला घटस्फोट मिळवणं ही अगदी सोपी गोष्ट वाटते. परंतु मी त्याला एवढ्या सहजासहजी घटस्फोट मिळू देणार नाही. मी त्याला अत्यंत सुसंस्कृतपणे सांगितलंय की त्याने माझ्या वकिलाला भेटावं आणि माझ्या वकिलाला मी कोणत्या मागण्या करायच्या ते सगळं सांगून ठेवलंय.''

''तू कसल्या मागण्या करणार आहेस? मुळात तू आधी घटस्फोट घेऊन आम्हाला मान खाली घालायला लावणार आहेस का? आणि नंतर तुझे पालक तुला खायला घालू शकत नाहीत, म्हणून त्याच्याकडे पोटगी वगैरेची मागणी करणार आहेस की काय?''

''म्हणजे तुम्हाला हे सगळं दोन्ही बाजूंनी बोलायचं आहे. बरोबर आहे ना? पहिली गोष्ट म्हणजे तुम्हाला मी घटस्फोट घ्यायलाच नको आहे. त्यानंतर तुम्हाला मी तुमच्या दयेवर जगायला हवं आहे. नाही सर! मला माझी मुक्तता आणि स्वातंत्र्य हवं आहे.''

''घटस्फोटानं मिळणारं स्वातंत्र्य तुला पुरेसं वाटत नाही का?''

''माझ्या डोक्यावर छत्र आणि बँकेत पैसे नसताना? नाही.''

''म्हणजे आता तू आम्हाला सांगशील की तू त्याच्याकडे घर मागितलंयस की...''

''अर्थातच! मी त्याच्याकडे पोटगी किंवा मला आणि माझ्या मुलांना आम्ही आता रहात आहोत, तशा जीवनशैलीने व्यवस्थित राहता यावं एवढा पैसा मागणार आहे. त्यामुळे शैलला आपल्या वडलोपार्जित घराची दुरुस्ती तरी करून घ्यावी लागेल आणि ते मला द्यावं लागेल किंवा नवा फ्लॅट खाली करून त्याला स्वतःला हवेलीत जाऊन रहावं लागेल आणि मग हव्या त्या वेळी सावकाशपणे तिची दुरुस्ती करून घ्यावी लागेल. त्या हवेलीच्या सध्याच्या भणंग अवस्थेत मी आणि माझी मुलं राहू शकत नाही. खरं तर त्यासाठीच तो फ्लॅट विकत घेतला गेलाय. मला घर मिळाल्याखेरीज आणि माझ्या बँकेच्या खात्यात पैसे असल्याखेरीज घटस्फोट होऊ शकणार नाही.''

''ते कुठून येतील? त्याने बाजारातून आधीच बराच पैसा उचललाय असं मी ऐकलंय.''

''ठीक आहे...मग त्या परिस्थितीत त्याला आपल्या काही घोड्यांची विक्री करावी लागेल किंवा त्याच्या कंपन्यांपैकी काही कंपन्या विकाव्या लागतील किंवा तो आपले काही शेअर्स विकेल किंवा आपला पैसा त्याला मला द्यावा लागेल किंवा त्याच्या दोन वडलोपार्जित घरांपैकी एक घर विकावं लागेल.''

''मूर्खासारखी वागू नकोस. अशा गोष्टी विकल्या जात नाहीत. समज, आम्ही तुला लग्नाच्या वेळी दिलेल्या मालमत्तेपैकी काही मालमत्ता त्यानं विकली किंवा आपल्या एखाद्या कंपनीतील त्याचा शेअर विकून टाकला तर?''

''हा तर मोठाच मूर्खपणा झाला. हे सगळं माझ्या नावावर ठेवण्याऐवजी तुम्ही ते सगळं त्याच्या नावावर केलंत. आता त्या भूतकाळातील पापांचं प्रायश्चित्त भोगा.''

''त्याने आपल्या कंपन्यांतील काही भाग आपल्याला दिला तर आपल्या शेअर्सवरचा लाभांश तो रोखून धरू शकेल आणि आपण मात्र आपल्या कंपन्यांमधील त्याच्या शेअर्ससाठी त्याला पैसे देत राहू याची तुला जाणीव आहे का?''

''ते शेअर्स माझ्या नावावर हस्तांतरित करा. त्यानंतर तो तुम्हाला स्पर्शही करू शकणार नाही.''

''त्याच्या कंपन्यांमधील माझं स्वारस्य मी सोडून देईन..जाऊ दे. त्याविषयी विसरून जा, प्रीती.''

''आणि मग त्याला तसंच आरामात मोकळं जगू द्यायचं? त्याला कसलीही झळ बसू न देता तसंच का सोडून द्यायचं? त्याने माझं आयुष्य उध्वस्त केलंय. माझं छोटंसं जग त्यांने अस्ताव्यस्त करून टाकलंय. आता मला त्याच्यापासून मुक्तता हवी. मला तो परत यायला नको आहे. नाही सर, नाही थँक यू. मी जशी आहे तशीच मी आनंदात आहे. परंतु त्याला कसलीच झळ बसू न देता त्याला का सोडून द्यायचं? माझ्याशी तो जसा वागलाय तसंच त्याने दुसऱ्या स्त्रीशीही वागावं म्हणून? हे बघा. मला काही या सगळ्या गोष्टींचा आनंद होत नाही. माझ्या आणि माझ्या मुलांच्या पोटापाण्याची सोय करणं ही गोष्ट माझ्यासाठी आतासुद्धा भयानक आहे. फक्त जिवंत राहण्यासाठी म्हणूनच मी घरी आलेय असं तुम्हाला का वाटतं? मी कित्येक रात्री जागून विचार करण्यात घालवल्या आहेत. जर कंपनी बंद झाली आणि शेअर्सच्या किंमती पडल्या, व्याज थांबलं किंवा काहीही झालं तर माझं काय होईल? या सगळ्या कटकटी सोडून देऊन त्याच्या सांगण्याला बळी पडून तिथेच राहणं ही सोपी गोष्ट आहे. परंतु मी ते करणार नाही. माझ्या घरात, माझ्या घराच्या छताखाली मी त्याच्या रखेलीला स्वीकारणार नाही. जोपर्यंत तो घराबाहेर इतरत्र तिच्याबरोबर जात होता तोपर्यंत ती सहन करण्याजोगी गोष्ट होती. परंतु घरात, एकाच छताखाली आणि तेही मुलांसमोर? नाही नाही. पुन्हा एकदा मी या सगळ्याला 'नाही' च म्हणेन.''

''याचा अर्थ त्याने तिला घरी आणलंय असं तुला म्हणायचं आहे का?''

''होय. त्या निर्लज्ज स्त्रीने असं सांगितलं की माझ्या अवतीभवती ते सगळे असले तरीही माझी त्याला काहीच हरकत असणार नाही. पण या सगळ्याचा परिणाम माझ्यावर कसा होईल? कारण ते माझं घर आहे. आमच्या खोल्यांमध्ये, आमच्या घरात आम्ही रहात असताना तिचा तिथला वावर मी कसा सहन करू?'' हवेलीवर तिचा डोळा आहे. मग मी हवेलीवरच दावा करेन. त्याला ती प्रथम दुरुस्त करायला लावेन. त्यामुळे त्याचं दिवाळं निघेल. ठीक आहे. मग तो घटस्फोटाविषयीचं सारं काही विसरून जाईल आणि मग न्यायालयीनदृष्ट्या विभक्त राहण्याशी चिकटून राहील.''

''मुलं कुठे आहेत?''

''पापाबरोबर आणि त्याच्या 'स्वीटहार्ट' बरोबर घरात आहेत. त्यालाही मुलांची काळजी घेण्यास शिकू देत. सुट्ट्यांमध्ये अर्ध्या सुट्ट्या त्यांनी त्यांच्याबरोबरच घालवाव्यात असा आग्रहही मी धरेन. कारण काही झालं तरी मलाही सुट्टी हवीच की! त्याने त्यांचा सगळा खर्चही केलाच पाहिजे. त्यांच्या बोर्डिंग स्कूलसकट सगळा खर्च! त्याला जर जनानखाना हवा असेल, तर त्याचा खर्च पेलण्याची कुवतही त्याने राखलीच पाहिजे. माझ्या कुटुंबाला सोडून आरामात राहण्याऐवजी त्यालाही भरपूर कष्ट करायला शिकू देत. तुम्हाला त्याच्या रखेलीला मदत करायची आहे का?''

सुचित्राची कथा

''मी कंटाळले होते. सततच्या धावपळीला मी कंटाळून गेले होते. सतत वेगवेगळ्या ठिकाणी जायचं, सारखं धावत रहायचं. मला अगदी कंटाळा आला होता. तुझ्या मेव्हण्याला बाहेर जाण्याचं प्रचंड वेड होतं. ट्रेकिंग, कँपिंग, नद्या, समुद्र आणि कशा कशाचं वेड नव्हतं त्याला? परंतु मला त्या सगळ्याचा कंटाळा येतो. पहिली गोष्ट म्हणजे मला सारखं सारखं बाहेर जायला आवडत नाही. या सगळ्या वर्षांत त्याचं वागणं सहन करायला मी शिकले होते. माझ्यावर विश्वास ठेवा. मी हे सगळं अंगवळणी पाडायची सवय करवून घेत होते. सकाळी खूप लवकर उठायचं, तंगडतोड करायची, मग त्या कंटाळवाण्या शिकारी... माशा, कीडे आणि कर्कशपणे ओरडणं, हाकारे देणं, पिटाळून लावणं आणि मग आनंदाचे चित्कार, मोठा आनंद...नागरी संस्कृतीपासून शेकडो मैल दूरवर राहणं.

त्याच्यासाठी मी ते सगळं करून पाहिलं. अगदी माझ्या गर्भारपणात आणि त्यानंतरच्या काळातही मी ते केलं. बाळाला बरोबर घेऊन मी जात असे. त्याचे लंगोट आणि त्याच्या हजार गोष्टी घेऊन मी जात असे. परंतु खरंच सांगते आता मला या सगळ्याचा जाम कंटाळा आलाय. मला आता शांतता आणि विश्रांती हवी होती. खरं तर उमानं आणि मी त्याच्याबरोबर सतत प्रत्येक ट्रिपला जावं असा आग्रह धरणं त्याने कधी थांबवलं तेही माझ्या लक्षात आलं नाही, इतकी मी या सगळ्या गोष्टींनी वैतागून गेले होते. सकाळी लवकर उठून जाण्याचं मी नाकारलं की तो असले काहीतरी डावपेच खेळायचा.''

''मग हे सगळं कधी घडलं? तुला हे सारखं बाहेर जाण्याचं आयुष्य आवडत नाही, हे त्याला नक्कीच माहिती असणार.''

''ते सगळं कधी घडलं ते मला नक्की सांगता येणार नाही. काहीही झालं तरी मला काय हवं त्याच्याशी त्याला कसलं सोयरसुतक होतं? त्याला आपलं आयुष्य तसंच जगायचं होतं. तो दर वेळी पुढे आणि मी त्याच्यामागे तशीच फरफटत जावं अशी त्याची अपेक्षा होती. त्याला ट्रेकिंग, कँपिंग, शिकारी आणि मासेमारी हवी होती. त्या काळात मी शाकाहारी म्हणूनही जगू शकत नव्हते.''

''आम्ही गावात असू त्यावेळी नक्कीच आरामदायक काळ असे. त्यावेळी आम्ही सिनेमा, नाटक किंवा मुशायऱ्यांना जात असू किंवा कोणत्याही सांस्कृतिक कार्यक्रमांना जात असू. त्याच त्याच लोकांबरोबर बागेत मीठमसाला लावून मांस भाजून खाण्याचे कार्यक्रम वगैरे होत असत. शिवाय ट्रेकच्या गोष्टी चालत. पुढच्या ट्रिपचं नियोजन केलं जात असे. या सगळ्याचा मला अत्यंत कंटाळा येत असे.''

''मी साडी नेसले तरी त्याविषयी तो कित्येक प्रतिक्रिया व्यक्त करत असे. माझ्याकडे केवढ्या प्रचंड साड्या होत्या ते आठवतंय का तुला? साड्यांचा खजिनाच होता तो! मी त्यातली एकही नेसू शकले नाही. डुंगारींमध्ये, भरपूर प्रमाणात ओडोमॉस लावून डासांना पिटाळून लावत माझा हनिमून मी साजरा केला. पार्श्वभूमीवर कुत्र्यांचं आणि मांजरांचं केकाटणं आणि विव्हळणं होतंच.''

''मग तू घटस्फोट का घेत नाहीस? तो एक सरळ साधा शस्त्रक्रियेचा..कापून टाकण्याचा मार्ग आहे. एकदाच एक घाव...''

''नाही. मला असल्या कटकटी नको आहेत. माझे सासु–सासरे याची परवानगी देतील असं तुला वाटतंय का? या सगळ्या कटकटींमधून माझ्या हाती काय लागेल?''

''मग आता तरी तुला काय मिळतंय?''

''समाजात एक मानाचं स्थान. मी नेहमीच 'बडी बेगम' असेन. मी घरात राहण्यास आणि मला हवी तशी जगण्यास मोकळी असेन. जंगलांत जाऊन ट्रेकिंग करायची किंवा तुझ्यासारखे स्टॉक एक्स्चेंजचे डाव रंगवायची गरज मला भासणार नाही.''

''तुम्हा दोघा मुलींसाठी हे सारं ठीक आहे. पण माझं काय?''

''माझ्या लाडक्या भावा, तुझं काय? तुझी काय समस्या आहे? मेव्हण्यांना गमवावं लागेल ही तुझी समस्या आहे का?''

''शैल त्याच्या कंपनीत आपले शेअर्स घेऊन जाईल आणि आपल्या कंपनीतील त्याचे शेअर्स तुला देईल. म्हणजे दोन्ही बाजूंनी माझंच नुकसान होईल.''

''मग त्याचे शेअर्स आपल्याच कंपनीत ठेव – हुंडा देताना ते शेअर्स माझ्या नावावर ठेवण्याऐवजी तू त्याच्या नावावर का ठेवले होतेस? काहीही झालं तरी ते शेअर्स माझेच नव्हते का?''

८. जय माँ

''तुझ्या नवऱ्यासाठी हा प्रसाद घेऊन जा. तो फक्त पडूनच आहे. त्याच्याही तोंडात काहीतरी गोड पडू दे.''

अंजलीने नाईलाजाने तो प्रसाद घेतला आणि ती घरी निघाली.

'या सगळ्या जगात फक्त माझ्याच घरात आनंदोत्सव होऊ शकत नाही का?' असा विचार आपल्या क्वार्टर्सच्या दिशेने ती निघाली असताना तिच्या मनात आला. अंगणातून ती घरात शिरली. तिचे टेंगूळ गेले होते आणि तिच्या शरीराच्या वेदनाही थोड्या कमी झाल्याचे तिला जाणवले आणि तिला त्याचा आनंद वाटला.

'याबद्दल मी देवाचे आभारच मानले पाहिजेत.'

प्रत्येक जणच आनंदी मनःस्थितीत होता. तो विजयादशमीचा दिवस होता. त्या दिवशीच देवीमातेने असुराचा नाश केला होता. बंगालपारातील त्या खेड्यात बायका एकमेकींना आनंदाने आणि उत्साहाने कुंकू लावत होत्या आणि किरकोळ गोष्टींवरही खिदळत होत्या.

रावणाच्या भल्या मोठ्या प्रतिमेवरून खेड्यातील कारागीर अखेरचा हात फिरवत होत. तरुणांचे उत्साही गट फिरत होते. मारवाडी आणि गुर्जूंच्या पाड्यांमध्ये पारस. फाफडे आणि जिलेबी तयार केल्या जात होत्या. नऊ रात्री ढोलाच्या तालावर आणि गाण्यांवर गिरक्या घेत, टिपऱ्या वाजवत गरबा खेळून आणि उपवास करून दमलेले लोक या

पदार्थांवर यथेच्छ ताव मारत होते. पोलीसांच्या पाड्यातही काली माँच्या विसर्जनासाठी पूजा केली जात होती. प्रत्येक जणच देवीमातेच्या आगमनाने आनंदून गेला होता. पुढच्या वर्षी तिने आपल्याकडे पुन्हा यावे अशी इच्छा व्यक्त करून तिचे विसर्जन केले जाणार होते.

अंजलीच्या मनात आठवणी दाटून आल्यामुळे तिची चाल थोडी मंदावली.

सोळाव्या वर्षी तिचे लग्न झाले होते. तिच्या माहेरची गरिबीच होती. एका शेतकरी कुटुंबातील ती असली तरी तिचे वडील पोलीस होते. शेतकरी कुटुंबातील फक्त तेच एकमेव पोलीस खात्यात नोकरीला होते. मोठ्या काटकसरीने तिचे लग्न लावून देण्यात आले. मात्र रात्री अशोक पिऊन आला आणि तिच्या स्वप्नांचा चक्काचूर झाला. त्याने झोपण्यापूर्वी तिला शिव्या घातल्या आणि मारहाण केली. तिची नणंद निर्विकार होती.

''काही दिवसांनी तुला याची सवय होईल. त्याला दारूचं व्यसनच आहे, कारण तो पोलीस आहे आणि त्याला दारू फुकट मिळते,'' ती म्हणाली.

अशोक जेमतेम साक्षर होता, असेही अंजलीच्या लक्षात आले. त्याच्या पशुतुल्य वागण्यामुळेच त्याला पोलीस खात्यात नोकरी मिळाली होती. कोणत्याही दृष्टीने चांगल्या नसलेल्या मुलाला पोलीस खात्यात नोकरी मिळाल्यामुळे त्याचे कुटुंबीय आनंदात होते. निदान तो काहीतरी काम करत होता. पोलीसातील नोकरीमुळे त्याला थोडीफार सत्ता मिळाल्यासारखेही त्यांना वाटत होते. पोलिसांच्या छळाच्या क्लृप्त्या त्याने अवगत करून घेतल्या. तो तिचे हात मागे बांधत असे आणि तिच्या तोंडात बोळा कोंबून तिला बेदम मारहाण करत असे. त्यावेळी तिच्या तोंडातून बाहेर पडणाऱ्या किंकाळ्या आतल्या आत जिरून गेल्यामुळे क्वार्टर्समध्ये कोणालाही कसलीच चाहूल लागत नसे. आपल्या वेदना आणि दुखण्याचे समर्थन करण्यास तिला वावच मिळू नये म्हणून कोणत्याही प्रकारे अंगावर वळ उठू न देता मारण्याच्या आपल्या कलेचा उपयोग तो तिच्यावर करत असे. त्यासाठी तो दोन रजयांचा वापर करत असे आणि मग तिला जबरदस्त मारहाण करत असे. जवळजवळ पाचहून अधिक वर्षे तिने तो छळ सहन केला होता. तिच्या यातना आणि वेदनांची अजिबात जाणीवच नसल्यासारखे त्याच्या घरचे लोक वागत. ते एवढे मंद आणि जड बुद्धीचे होते का याविषयी तिच्या मनात शंकाच होती.

सगळ्यात वरच्या पायरीवर ती आली आणि तिच्या लक्षात आले की ती पायरी ती सहज चढली होती.

'गेल्या आठवड्यात देवीमातेचं आगमन झालं, त्यावेळी तिने मला ताकद दिली त्याबद्दल तिचे आभार मी मानायला नकोत का?' तिच्या मनात हा विचार आला.

अशोकने तिला अशीच अखेरची जबरदस्त मारहाण केली होती, त्यावेळी ती कड्यावरून उडी मारून आपला जीव देण्याच्याच तयारीत होती. परंतु काहीतरी चमत्कार घडला. त्याने तिला वेळेवर मागे खेचले. आईच्या कृपेनेच तिने त्याच्या पायांवर लोळण घेतली नव्हती. त्याऐवजी तिने त्याच्या पायाचे घोटे पकडले आणि त्याला त्या सुळक्याच्या कडेपर्यंत खेचले. त्याच्या हातांवर धान्य झोडपण्याच्या काठीचा तडाखा बसला. त्याच्या चेहऱ्यावर जबरदस्त धक्का बसल्याचे भाव होते. तिला पकडण्याऐवजी त्याच्या तोंडातून शब्द बाहेर पडला, ''का?''

तो खाली ढकलला गेला. परंतु त्याने एका छोट्याशा फांदीला पकडले. तो भराभरा खाली चालला असताना तीच त्याच्या हाताला लागली होती. त्या छोट्याशा धक्क्यामुळे त्याची खाली जाण्याची गती रोखली गेली. तो मरण पावला नाही. ग्रामस्थांनी त्याला वर काढले.

मात्र एवढ्या उंचावरून पडल्यामुळे त्याचे जे नुकसान व्हायचे होते ते झालेच आणि अंजलीच्या दिशेने पारडे झुकले.

अशोकचे शरीर कमरेपासून लुळे पडले. तो बोलूही शकत नव्हता. तो आपल्या खाटेवर पडून राहू लागला. आता तो कमावू शकत नव्हता. त्यामुळे ती घराबाहेर पडली. ती काम करू लागली. त्यानंतर जेवढा वेळ ती त्याला देऊ शकत असे तेवढ्या वेळासाठी तो पूर्णपणे तिच्यावर अवलंबून राहू लागला.

''तू मला जसा झोडपून काढत होतास, तशीच मला वाटलं तर मीही तुला आता झोडपून काढू शकेन. परंतु आता लोळागोळा होऊन पडलेल्या माणसाला मारून काय उपयोग? तुला तर त्याच्या वेदनासुद्धा जाणवणार नाहीत. काळजी करू नकोस. मी तुला मारणार नाही. तुझ्यासाठी खास छिद्र असलेली खाट देणार असल्याचं 'नवज्योती' च्या लोकांनी मला सांगितलंय. मी ती व्हरांड्यात ठेवेन. त्यामुळे तुझ्या मूत्राच्या दुर्गंधीने ही खोली भरून

जाणार नाही. स्वच्छता करणारी बाई दोनदा येईल आणि तुझ्या मलमूत्राचं भांडं साफ करून निघून जाईल. शिवाय तुला अंघोळही घालेल. ही देवीमातेचीच इच्छा होती. खरं की नाही? आज मी आईचा उत्सव साजरा करणार आहे...'' तिने आपल्या कुंकवाच्या करंड्यातील कुंकू फेकून देऊन करंडा मोकळा केला आणि तो आपल्या छोट्याशा ताम्हणात ठेवला आणि बाहेर उत्साहाने मौजमजा करत निघालेल्या लोकांच्या घोळक्यात तीही सहभागी झाली.

९. कुंतीची मुलगी

माझ्या वडलांनी बांधलेले घर एका छोट्याशा उंचवट्यावर होते. त्याच्या मागेच तीन शांत पाहरेकऱ्यांसारखी नारळाची झाडे उगवली होती. ती उंच आकाशात गेली होती. त्यांच्या भोवती मोठी फळबाग होती. वरच्या बाजूला चार ऐसपैस हवेशीर अपार्टमेंट्स होती.

बाबा माझ्या आईला नेहमी सांगत, ''आपल्या प्रत्येक मुलीसाठी एकेक घर आणि एक आपल्यासाठी.'' ती त्यांना चिडवत म्हणत असे, ''जणू काही त्या आयुष्यभर आपल्यासोबत इथेच राहणार आहेत! त्या लग्न करून जाणार नाहीत का? आणि मग त्यांची स्वतःची घरं असणार नाहीत का?''

त्यानंतर मात्र असे घडले की आमच्यापैकी सर्वांत सुंदर असलेल्या अमलाने लग्नच केले नाही. ती बाबा आणि माँ यांच्याबरोबर घरीच राहिली. त्यांच्या आयुष्यभर ती तिथेच होती आणि नंतरही त्या बड्या घराची आणि तिथल्या मालमत्तेची मालकीण म्हणून ती तिथेच राहिली. वर्षाने आपल्या नवऱ्याला सोडले आणि ती तिथेच येऊन राहू लागली. मी रेवती. मी या घराण्याला लागलेला कलंक होते. मी पळून वगैरे गेले होते. मात्र माझ्या बाबांनी बांधलेल्या घरात राहण्याची महत्त्वाकांक्षा मी बाळगू शकत होते का? त्या दोन मॅडम त्या घरावर वर्चस्व गाजवून राज्य करत होत्या. त्या स्वतःची आयुष्ये जगत होत्या आणि त्यांच्याभोवती कित्येक पै-पाहुण्यांची वर्दळ होती. त्यांचेही सारे करण्यात त्या दंग होत्या.

''गरजेच्या वेळी बहिणींनी एकमेकींना मदत करायला नको का?'' रेवतीने विचारले.

इतर दोन बहिणींनी एकमेकींकडे पाहिले आणि नंतर तिच्याकडे पाहिले.

''पहिल्यांदा खाली बस आणि आराम कर. तुझी काय समस्या आहे ती आम्हाला सांग.''

तिला खाली बसायला लावल्यावर त्यांनी एकमेकींकडे काळजीचे कटाक्ष टाकले आणि तिला ग्लासभर पाणी प्यायला दिले. अखेरीस का होईना; परंतु तिचा थोडासा तरी प्रभाव पडला होता तर...! तिला धाप लागली होती. तिला त्याआधी कधी अशी धाप लागल्याचे त्यांनी पाहिले नव्हते.

रेवती त्यांच्याहून बऱ्याच वर्षांनी लहान होती. खरे तर ती त्यांच्या गटात कधीच नव्हती. कित्येक वर्षांपूर्वी तिचे लग्न झाले होते आणि तिची मुले आपण पाहू शकू असे त्यांच्यापैकी कोणालाही वाटले नव्हते. रोहन हा खरोखरच एक चांगला मुलगा होता. तो मनमोकळा होता. आपल्या दोन मोठ्या मेव्हण्यांनी आपल्यालाही प्रेमाने, प्रेमळपणे वागवावे असे त्याला वाटत असे. परंतु त्या त्याच्याकडे नेहमीच कावीळ झाल्यासारख्या; पूर्वग्रहदूषित नजरेने पहात असत.

त्यांनी आपला विचार बोलून दाखवला नसला तरीही त्यांच्या नजरेतून त्यांचा विचार व्यक्त होत होता. 'हे खूप झालं. खूपच कृत्रिमपणा आहे हा!'

त्या दोघांचे प्रेम जमले होते; परंतु त्याला घरच्यांचा विरोध होता; परंतु रेवती आणि रोहन ठाम राहिले आणि त्याला देशातील एका प्रतिष्ठित कंपनीत नोकरी मिळाल्यावर ते दोघेही पळून गेले. रेवतीमध्ये वंध्यत्वाचा दोष असला तरीही रोहन तिची नीट काळजी घेत होता. त्या बहिणींनी तिची कधीही भेट घेतली नव्हती. परंतु तिच्या कुटुंबीयांकडून आणि मित्र-मैत्रिणींकडून त्यांना तिच्याविषयी समजले होते.

'तो तिचे खूपच लाड करतो. पाहुणे आले तर सगळा स्वयंपाकही तोच करतो. तो अगदी परिपूर्ण सभ्य गृहस्थ आहे. फक्त त्याची भाषा तेवढी बहुढंगी आहे. तिच्या मनाला येईल तशा पद्धतीने ती घर चालवते. खरं तर त्यांना मुलं नाहीत; तरीही ती कुठेही काम करत नाही. मुलं होत नसल्याबद्दल आपल्या बायकोची आपल्या नातेवाईकांनी चेष्टा करू नये म्हणून तो आपल्या घरच्यांपैकी कोणालाही घरीसुद्धा बोलावत नाही.'

रोहनची पुन्हा तिथेच बदली झाली. गावातला कंपनीचा फ्लॅट घेण्याऐवजी त्याने गावाच्या

बाहेरचे एक टुमदार घर घेतले. त्याला आपल्या नातेवाईकांपासून आणि ओळखीच्या इतर लोकांपासून, जुन्या मित्रांपासून दूर रहायचे होते. रेवती शांत आणि दमल्यासारखी दिसत होती किंवा तिच्या नवऱ्याच्या खेळकर आणि मनमोकळ्या स्वभावासमोर कदाचित ती तशी वाटत असावी. ती क्वचितच स्वतःविषयी काही बोलत असे.

आता ती बोलण्याचा प्रयत्न करत होती. परंतु ती फारशी बोलूही शकत नव्हती. ''मी गर्भवती आहे. परंतु मी कदाचित असायला नको होते...करूच नये...काही का असेना; फक्त कंपनीच्या डॉक्टरलाच ते माहिती आहे आणि तो आता इकडे येत आहे.''

हे सगळे तिच्या मोठ्या बहिणींना पेलवण्याजोगे नव्हते.

''शांत हो. तू काय बोलतेयस ते तुलाही समजत नाही. तू करू शकणार नाहीस..करूच नये असं काय आहे?''

''मी गर्भवती आहे. परतुं मी असायला नको होते.''

''का नको होतं?'' त्यांच्या आवाजातून काळजी आणि भीतीयुक्त आश्चर्य डोकावत होते.

''मी ते करू शकत नाही आणि डॉक्टरला माहिती आहे. कंपनीचा डॉक्टर इथे येणार आहे...''

''तू हे सगळं काय वेड्यासारखी बरळते आहेस? तू गर्भवती का राहू शकत नाहीस?'' सर्वात मोठ्या बहिणीने वर्षाने आता पुढाकार घेतला. तिने मुद्देसूदपणे आणि शांतपणे एका वेळी एकच प्रश्न विचारला.

रेवतीने एक अगदी खोल, खोल श्वास घेतला आणि शांत होण्याचा प्रयत्न केला.

''तुम्हाला माहिती आहे का, याला आता दहा वर्षं उलटून गेलेत. आम्ही सगळ्या प्रकारच्या चाचण्या करून घेतल्या होत्या...'' रेवतीच्या लक्षात तो भूतकालीन छळ आला आणि ती पांढरीफटक पडली. मोठ्या कष्टाने ती तो शब्दबद्ध करू लागली.

रेवती

मला नेहमीच मुलं हवी होती. अगदी भरपूर नसली तरी निदान एक तरी मूल मला हवं होतं. माझं स्वतःचं मूल. माझ्या रक्तामांसाचं, माझं स्वतःचं मूल.

इतर लोकांच्या मुलांमध्ये रोहन स्वतःला रमवत होता. तो त्या मुलांना घरी आणत असे आणि माझ्यावर सोपवत असे. मला ते आवडत नव्हतं. मला स्वतःला आई बनायचं होतं. इतर मुलांची दाई बनायचं नव्हतं. दर महिन्यात मी मोठ्या अपेक्षेने वाट पहात असे. परंतु ते सारे प्रयत्न निष्फळ ठरलेले असत. दोन वर्षं अशीच निघून गेल्यावर मला काळजी वाटू लागली. ''आता काही चाचण्या करून पाहूया.'' असे मी सांगितले. परंतु रोहन तसाच दुर्लक्ष करत राहिला.

''थोडी सहनशीलता ठेव,'' तो सांगत असे आणि आणखी एका पार्टीची आखणी करत असे.

अखेर मी फारच आग्रह धरला, म्हणून तो मला घेऊन जायला तयार झाला. डॉक्टरांनी माझी तपासणी केली. मला कित्येक प्रश्नही विचारले. त्यांना आम्हा दोघांचीही तपासणी करायची होती; परंतु रोहनची त्याला अजिबात तयारी नव्हती. ''तिचीच तपासणी करा, कारण तिला ती करून घ्यायची आहे. मी अगदी ठीक आहे. अगदी शंभर टक्के ठीक आहे आणि निरोगीही आहे. मला हवं तेव्हा मी सारं काही व्यवस्थित करू शकतो. त्यामुळे माझ्यात काहीही दोष नाही.''

डॉक्टरांच्या तपासण्यांच्या निष्कर्षांची वाट पाहणे हा अगदी यातनामय काळ होता. अखेरीस डॉक्टरांना भेटण्याची वेळ आली. ''तू जाऊन रिपोर्ट घेऊन ये,'' त्याने सहजपणे सांगितले.

मी घाबरले होते. जर डॉक्टरांनी मला मूलच होऊ शकणार नाही असं सांगितलं असतं तर..? मी काय करू शकणार होते?

''ज्यावेळी वेळ येईल त्यावेळी काय करायचं ते पाहू. आताच एकदम त्या निष्कर्षापर्यंत उडी मारायचं काय कारण? पहिल्यांदा जाऊन रिपोर्ट तर घेऊन ये!''

''मला भीती वाटतेय,'' माझ्या डोळ्यांत जवळजवळ पाणीच आलं होतं. ''शिवाय डॉक्टरांनी रिपोर्ट न्यायला आपण दोघांनीही यावं असं सांगितलं होतं.''

''तू जा. आज संध्याकाळी मला काम आहे.''

''मग आपण दोघं उद्या जाऊया,'' मी म्हणाले.

''कृपा करून तूच जा. तू का जात नाहीस? आणि काय आहे ते पहात का नाहीस?''

तो त्रासिकपणे बोलत होता.

''मला भीती वाटते आहे ते तुला समजत नाही का? मी एकटीच कशी काय जाऊ?'' तोपर्यंत मी गदगदून रडत होते. त्यामुळे तो विरघळला आणि अगदी नाईलाजाने माझ्याबरोबर यायला तयार झाला. परंतु त्याची मनःस्थिती अगदी विचित्र होती. माझ्या सगळ्या चाचण्या पॉझिटिव्ह असल्याचे डॉक्टरांनी सांगितले. शिवाय तरीही मी गर्भवती का रहात नाही याविषयी त्यांनी आश्चर्यही व्यक्त केले.

तो एकदम संतप्त झाला. ''तुम्ही असं म्हणता याचं कारण काय आहे? म्हणजे मी नपुंसक आहे असं म्हणायचं आहे का तुम्हाला? तुम्ही सगळे डॉक्टर असे नालायकच असता. तुम्हाला काडीचंही व्यवहारज्ञान नसतं. फक्त पुस्तकी किडे असता तुम्ही! मूर्ख कुठले...'' त्याच्या मनातील वादळ शमायला थोडा वेळ लागला. डॉक्टरांनी त्याला दाखवलेल्या सहानुभूतीमुळे मला डॉक्टरांचं कौतुकच वाटलं. त्यांनी कसंबसं रोहनला तयार करून त्याचं सँपल घेतलं. मात्र रोहन कधीच रिपोर्ट आणायला गेला नाही.

अखेरीस मीच गेले – एकटीच. मी धाडस गोळा केलं आणि जे काय असेल त्याला तोंड देण्याची तयारी केली. अत्यंत खराब शुक्रजंतू. माझ्याकडे याविषयी रोहनला सांगण्याचं धाडस नव्हतं. ती गोष्ट तशीच दडपली गेली आणि आम्ही कधीही त्याचा उल्लेखही केला नाही. माझ्या मनातील बाळासाठीची असोशी तशीच आतल्या आत राहिली. त्यानंतर काही वर्षांनी ती पुन्हा एकदा वर आली.''

''मग काय झालं? तू गर्भवती आहेस हे तुला कसं काय समजलं?''

''लघवीची चाचणी केल्यावर त्याविषयीची खात्री पटली. रोहनला तर इतका आनंद झाला

होता! आणि मला तर काय करावं तेच कळत नव्हतं.''

''आता तुला काय कळत नव्हतं? एवढ्या वर्षांनंतर का होईना; परंतु ईश्वराची कृपा झाल्याबद्दल त्याचे आभार मान आणि सुखात रहा. आता तू कशाबद्दल रडतेयस? कसलं दुःख आहे तुला?''

''तुमच्या लक्षात कसं येत नाही? आमच्या निरोप समारंभात डॉक्टरांनी मला पाहिलं आणि मला तपासणीसाठी बोलावलं. परंतु मला सगळं पॅकिंग वगैरे करायचं होतं त्यामुळे मी गेलेच नाही. बऱ्याच गोष्टी करायच्या होत्या. आता ते इथे कंपनीच्या चर्चासत्रासाठी येत आहेत. त्यांनी कालच रोहनच्या ऑफिसमध्ये फोन केला होता. ते आमच्यासोबतच राहणार आहेत. त्यामुळे मी गर्भवती असल्याचं त्यांच्या लक्षात येईल. अरे देवा! आता मी काय करू?''

त्या दोघा मोठ्या बहिणींनी एकमेकींकडे पाहिले. डॉक्टरच्या येण्याने हिच्यावर असं काय संकट कोसळणार आहे ते अजूनही त्यांच्या लक्षात येत नव्हते.

''अरे देवा! आता या सगळ्याची अगदी स्पष्ट फोड करूनच तुम्हाला सांगितलं गेलं पाहिजे का? ऐका तर मग! हे रोहनचं बाळ नाही. हे माझं बाळ आहे. रोहन कदाचित कधीच बाप बनू शकणार नाही, हे डॉक्टरला माहिती आहे.''

आता त्या सगळ्या गोष्टींचा त्यांना नीट, थेट उलगडा झाला होता. जलद गतीने आणि मोठ्या खडतरपणे ते सत्य त्यांच्या मनावर आदळले होते.

''ज्या नवऱ्याने तुझ्यावर अपरिमित विश्वास टाकला, त्याचा तू विश्वासघात केलास?'' फार दूरवर पोहचलेल्या बालपणीचा तो मनात घर करून बसलेला दमदाटीचा आवाज तिच्यावर चांगलाच परिणाम करून गेला. ती झटपट विचार करू लागली.

''मी अविश्वासूपणे वागले. जाऊदे. त्यापलीकडे जाऊ नका. जर एखादा पुरुष दुसऱ्या बाईकडे गेला तर ते चालतं; मग एखादी स्त्री दुसऱ्या पुरुषाकडे गेली तर काय झालं? कुंतीचा पहिला मुलगा असाच जन्मला नव्हता का? पती परमेश्वरचं हे निरुपयोगी ब्रीद किती दिवस आपण तसंच पुढे पुढे नेत राहणार आहोत? जर तुम्ही त्यांना मुलं देऊ शकत नसाल, तर ते आपली बीजं रुजवण्यासाठी भाडोत्री गर्भाशयाची तजवीज करू शकतात.

कुंतीची मुलगी

ही गोष्ट तुम्हालाही मान्य असते. मग जर नवरा तेवढा सक्षम नसेल, तर एखाद्या दुसऱ्या माणसाला भाडोत्री म्हणून का आणू नये? पुरातन काळापासून हीच प्रथा चालत आलेली नाही का? आपल्या मौलिक संस्कृतीचा तो एक भागच नव्हता का?''

''नवरा नपुंसक असतानाही कुंतीने पांडवांना कसा काय जन्म दिला होता? तिचा नवरा पंडू आणि दीर धृतराष्ट्र यांचा जन्म तरी कसा झाला होता? ती गोष्ट सरोगेट गर्भाशयांची नव्हती; तर त्यांच्या बायकांसाठी त्यांनी आणलेल्या सरोगेट लिंगांची होती. त्यानंतर त्या पुन्हा पवित्र, निष्कलंक पत्नी आणि माता बनल्या.''

''मीसुद्धा तेच केलंय. फक्त माझ्या बाबतीत माझ्या नवऱ्यानं माझ्यासाठी लिंग भाड्याने घेतलेलं नाही. मी स्वतःच ते माझ्यासाठी केलं. त्यात एवढं वाईट काय आहे? एखाद्याच्या पत्नीसाठी गर्भाशय किंवा लिंग भाड्याने घेण्यात गैर काय आहे?''

रेवतीने आपले प्रकरण त्यांच्यासमोर मांडले होते. रोहन नेहमीच स्वतःच्याच अहंभावात बुडून गेलेला असे. तो स्वतःला एकमेवाद्वितीय नवरा समजत असे. ''एखादी स्त्री याहून अधिक काय मागणी करू शकणार होती?'' तो किती मोठ्या मनाचा आहे आणि इतर कोणाशीही लग्न न करता तो माझ्याबरोबरच कसा राहतो याचेच सगळ्यांना कौतुक आहे.

''त्याने जर असं काही केलं असतं, तर तुझं काय झालं असतं?'' वर्षाने विचारले. ''तू तर रस्त्यावर आली असतीस, वेडे. माझा नवरा दारूड्या होता. तो आपल्याबरोबर घरात बायकाही आणायचा. ज्यावेळी हे सगळं काय चाललंय असं विचारण्याएवढी मुलं मोठी झाली त्यावेळी त्यानं दुसरं 'लव्ह नेस्ट' बांधलं आणि तो त्यांना घेऊन तिकडे जाऊ लागला. माझ्या लक्षात आहे की मी त्यांना तिकडे जेवण पाठवून देत असे. तुझ्याप्रमाणे मी कोणत्याही सापळ्यात अडकले नाही. तू हे काय करून बसलेस?''

''ती अगदी साधी गोष्ट होती. मला माझाच कंटाळा आला होता. माझं कुटुंब वाढवण्याऐवजी मी सतत त्याच्या मित्रांबरोबर गंमतीजमती करत, हसत आणि त्यांच्यासाठी स्वयंपाक करत होते. त्याला मुलं नकोच होती. कारण काहीही झालं तरी मुलं म्हणजे कंटाळवाणी असतात असं सांगायला त्याने सुरुवात केलीच होती. दुसऱ्यांच्या लाभासाठी गंमतीजमती करत राहण्यात त्याला आनंद वाटत होता. त्यानंतर कोणीतरी शांत, आत्मविश्वासू आणि सहानुभूतीने वागणारा आमच्या आयुष्यात आला. तो आमचा नवीन शेजारी होता. परंतु उन्हाळा असो वा पावसाळा; नेहमीच आपला संध्याकाळचा

वेळ तो आमच्यासमवेत घालवत असे. त्याचं नाव ललित होतं. तो खूप गप्पा मारत असे. अखेरीस सतत रोहनचा आवाज ऐकत राहण्याऐवजी आपला स्वतःच्या अंतर्मनाचा आवाज ऐकायला मला वेळ मिळाला. हा एवढा मोठा गुन्हा आहे काय?''

''काय?'' वर्षाने अविश्वासाने विचारले.

''बदल म्हणून आपल्या अंतर्मनाचा आवाज ऐकणं हा गुन्हा आहे काय? आपल्या उर्वरित आयुष्यभर आपण कोणाचे तरी ऋणी राहण्यासाठी नेहमीच्या कामातून शोधलेला बदल ही चुकीची गोष्ट आहे काय? बदल म्हणून शारीरिक नसेल तरी तोंडी प्रेम मिळवणं ही वाईट गोष्ट आहे काय?'' रेवतीने विचारले.

''तू कोणत्या बदलांविषयी बोलते आहेस? आपल्या नवऱ्यांच्या निवडी आणि जीवनशैलींशी अनुकूल बदल स्त्रियांनी करावेत अशी अपेक्षा असते. आपल्याला कुठले बदल हवे आहेत ते त्यांनी ठरवायचं नसतं. माझ्याकडे बघ. तुझा मेव्हणा बाहेरख्याली होता आणि त्यामुळे मी त्याचा तिरस्कार केला. मला त्याच्यासमोर प्रेमाचं ढोंग करावं लागायचं आणि अर्थातच त्याला त्याचा अंदाज यायचा. अखेरीस तो त्याच्या मैत्रिणींकडे निघून जायचा. त्याच्याकडे जवळजवळ अशा डझनभर मैत्रिणी होत्या. त्याच्या पालकांनी त्यांच्याकडे जायला त्याला विरोध केला तेव्हा तो त्यांनाच घरी घेऊन येऊ लागला. होय. अगदी त्यांना तो आमच्या झोपायच्या खोलीत आमच्या पलंगावर घेऊन येऊ लागला. मी त्याला विरोध केला नाही किंवा म्हणून दुसरा मुलगाही शोधला नाही. मी फक्त गप्प बसले,'' वर्षा म्हणाली.

''मग तू घटस्फोट कसा काय घेतलास?'' रेवतीने विचारले.

''ती एक वेगळीच कथा आहे.''

वर्षा

वर्षाने एक दीर्घ श्वास घेतला. ''अमला मला भेटायला आली आणि तुझा मेव्हणा लगेच विरघळून गेला. ती त्याच्याच प्रकारातली होती आणि मी अजिबातच त्या प्रकारची नव्हते.

ती गोरी, उंच, विषयासक्त, प्रणयचेष्टा करणारी आणि मादक होती. मग त्याच्यासारखा मुलगा या मोहापासून दूर राहिला असता का? नक्कीच नाही. तो घरीच राहू लागला. नेहमीप्रमाणेच मी डोळे मिटून घेऊ लागले. परंतु एके दिवशी दरवाजा उघडाच होता आणि मी आत गेले. त्याने मला आत ओढून घेतले.

त्याने खाड्कन दरवाजा लावून घेतला आणि मला पलंगावर फेकले. ''चल, आता नेहमीप्रमाणे 'त्या' तयारीत रहा. मी डोळे मिटून घेतले आणि भीतीपोटी त्याने सांगितले त्याप्रमाणे केले. त्याने अमलाचे डोके माझ्या शरीरावर ढकलून दिले. जुन्या आठवणीत गेलेल्या वर्षाने सुरुवातीला आपल्याला बसलेल्या धक्क्याचे वर्णन केले. मात्र तिला एक नवीन अनुभव मिळाला होता. तो तिच्या चेहऱ्यावर दिसत होता.

''आता तू मला सापडलेस, छोट्या चेटकिणी. आता मला तुला कसं गप्प बसवायचं, ते समजलंय.'' त्याच्या चेहऱ्यावर मोठाच हर्षोल्हास पसरला होता. वर्षाला आपल्या वर्षानुवर्षाच्या प्रयत्नांनंतर त्या गोष्टीचा परिणाम अजून पुसता आला नव्हता. आपल्याला मिळालेल्या या नव्या आनंदाचे रूपांतर अपराधीपणात होऊ देण्याआधीच तिने अमलाला तिथून पिटाळून लावले. तो तशाच पद्धतीने स्त्रिया आणत गेला. त्या सौम्य दिसणाऱ्या मॅडम होत्या आणि काही व्यावसायिकही होत्या. फक्त आता तिच्या संध्याकाळींचा शेवट तशा लज्जास्पद अत्यानंदाच्या क्षणांनी व्हायचा. वर्षा आता समलिंगी बनण्याच्या मार्गावरच होती. ''प्रथम मला स्वतःविषयीच तिटकारा वाटत होता आणि मी त्या गोष्टीचा आनंद न घेण्याचा प्रयत्न करत होते. परंतु ते अशक्य होते. काय करावं ते मला कळत नव्हतं. त्याचा सगळा मूर्खपणा सहन करून मी त्याच्याकडे दुर्लक्ष करून रहात असल्यामुळे सासरचे लोक मला नावाजत होते. त्याच्या विरोधात ते नेहमीच माझ्या बाजूने एकजुटीनं बोलत. प्रश्न एवढाच होता की आता ही प्रतिमा कशी तोडायची? मुलं खूपच लहान होती. त्यांचं काय झालं असतं?

एके दिवशी सगळ्याच गोष्टी एकत्रितपणे घडून आल्या. त्याची आई आणि त्याची एक मैत्रीण एकाच वेळी घरात आल्या. मी मुलांना सांभाळत होते आणि माझी सासू बाहेर बागेत होती. घरात आत काय चाललंय त्याची तिला पूर्ण कल्पना होती. परंतु तो मला जोरजोरात ओरडून हाका मारत होता. त्यानंतर त्याची आई मला म्हणाली, की जा आणि त्याला काय हवंय ते बघ. आत त्याला माझ्याकडून कशाची अपेक्षा होती, ते मला माहिती होतं. फक्त त्यानंतर काय होणार होतं ते मला माहिती नव्हतं.

''आता मला असं वाटतं, की माझ्या सासूने नक्कीच दरवाजावर टकटक केली असावी. परंतु त्यावेळी आमच्यापैकी कोणालाही ती ऐकू आली नव्हती. अचानकच दरवाजा उघडला गेला आणि तिने जे दृश्य पाहिले ते बघून ती बेशुद्ध पडली. आशीषचा म्लान चेहरा आणि भयावह दृश्य पाहिल्यासारखी नजर मी पहात होते. त्याने सगळ्यांच्याकडे एक ओझरता कटाक्ष टाकला. सगळ्यांच्याच चेहऱ्यांवर लाज, अपराधीपणा आणि अर्धनग्नपणामुळे आलेला शरमिंदेपणा दिसत होता. तो मागे वळला आणि घराबाहेर गेला.

''गेली पाच वर्षं त्याच्याकडून मला काहीच कळलेलं नाही. तो कुठे आहे? काय करतोय? त्याने काय पाहिलं? त्याला काय समजलं? त्याने त्याचं कसं काय मूल्यमापन केलं? मी त्याचा विचार न करण्याचा प्रयत्न करते. कारण ज्यावेळी मी त्याचा विचार करते त्यावेळी कित्येक प्रश्न माझ्या मेंदूचा भुगा करतात आणि त्यातून बाहेर पडू लागतात. अमला माझ्याबरोबर खूपच चांगली वागते. मी त्याविषयी कसलाच विचार करू नये असा ती प्रयत्न करते.''

''हा सगळा मूर्खपणा थांबव! तू स्वतःच त्या सगळ्याचा आनंद घेत होतीस. त्याच वेळी समलिंगी बनण्याची जबरदस्ती आपला नवरा आपल्यावर करतो आहे म्हणून त्यालाही दोष देत होतीस. तू खरं तर त्या सगळ्याचा आनंदच घेत होतीस,'' रेवती जोरात किंचाळली.

''जर बलात्कार टाळता येणार नसेल, तर त्याचा उपभोग घ्या, असं तो म्हणायचा. आता काहीही झालं तरी तो माझा मालक होता आणि त्याचं म्हणणं ऐकणं हे माझं कर्तव्यच होतं.'' वर्षा गुळमुळीतपणे परंतु ठामपणे बोलत असल्यासारखी म्हणाली. ''रडत बसण्याऐवजी स्मित करून, आज्ञापालन करून आनंद का घ्यायला नको होता?''

''त्याने जर एखाद्या स्त्रीऐवजी एखाद्या पुरुषाला तुझ्याकडे आणलं असतं तर तुझ्या त्या मौल्यवान नवऱ्याऐवजी तू त्याचा स्वीकार केला असतास? तरीही तू तशीच स्मित करत राहिली असतीस?''

मोठी बहीण विमनस्क आणि भांबावल्यासारखी दिसत होती. तिने काहीच उत्तर दिले नाही. मात्र या प्रश्नामुळे तिच्या विचारांना मोठीच चालना मिळाल्याचे तिच्या नजरेवरून स्पष्टपणे दिसत होते.

''मग तुझा घटस्फोट कसा काय झाला?'' रेवतीने विचारले.

''अमला. अमला पुन्हा एकदा गावात आली आणि त्याने पुन्हा एकदा तिने आमच्यासमवेत रहावे असा प्रस्ताव ठेवला. अमलाने नकार दिला आणि त्याने मला घटस्फोटाची धमकी दिली.

''तू खड्ड्यात जा. तुला हवं ते तू करू शकतोस. आयुष्यही तुझं आहे आणि बायकोही तुझी आहे,'' अमलाने सांगितले.

त्याला घटस्फोट हवा होता आणि माझ्यासाठी तिथे काहीच उरले नव्हते. आशिषच्या पाठोपाठ इतर मुलांनीही हॉस्टेलमध्ये राहणं पसंत केलं आणि घरी येण्यासही नकार दिला. दारूडा डॅड आणि गोठल्यासारखी वागणारी आई यांच्याकडे आपल्याला यायचं नाही, एवढंच त्यांनी सांगितलं. आम्ही दोघांनीही आपापली आयुष्यं शांततेनं घालवावीत, असंही त्यांनी सांगितलं.''

''मग तू त्याला सोडून आलीस?''

''त्याच दरम्यान, बाबा आजारी पडले होते. मी धावतपळत घरी आले. परंतु तोपर्यंत खूपच उशीर झाला होता. अमला एकटीच उरली होती. तिने कधीच लग्न केलं नव्हतं. त्यामुळे तिचं कुटुंब नव्हतं. त्यामुळे मी तिच्याजवळच आधार म्हणून राहू लागले.''

''ती अगदी सोईस्कर गोष्ट होती. नाही का? तुमच्या दोघींत तुम्ही बाबांच्या सगळ्या मालमत्तेची वाटणी करून घेतली. कारण मला तर कुटुंबाने वाळीत टाकलं होतं. आणि तिथे फक्त अमला होती. खरं तर तू त्यासाठीच परत आली नव्हतीस का?''

वर्षा बुचकळ्यात पडल्यासारखी मागे वळली. तिच्या चेहऱ्यावर मोठ्या प्रमाणात अपराधीपणा दिसत होता.

''ते ठीक आहे. पण आता तू तरी जाऊन जाऊन कुठे जाशील? अमला तुझी वाट पाहतेय. या थंडीवाऱ्यात तुझी वाट पहात राहून तिला सर्दीही होईल.''

रेवतीने आश्चर्यचकीत होत वर पाहिले. बुआजींचा तो कर्णकटू आवाज तिने याआधी कधीच ऐकला नव्हता. एक छोटीशी, नाजुक, उंदरासारख्या छोट्या चेहऱ्यावर मोठे डोळे

असलेली स्त्री. तिला बालपणी तिच्याकडून नेहमीच दिलासादायक वागणूक मिळाली होती. उबदारपणे मिठीत घेणे आणि स्मित करणे, प्रार्थना आणि आशीर्वादांखेरीज तिने तिचा आवाज फारसा ऐकलाही नव्हता. तो तीक्ष्ण आवाज, त्या फेंदारलेल्या नाकपुड्या, डोळ्यांतील ती चमक..ती सगळी एक प्रकारची आतुरता होती की तो सगळा वेडेपणा होता? रेवतीचे डोके चक्रावले. ही बुआजी आहे काय?

फिक्या झालेल्या हाऊसकोटमधील आपले हडकुळे हात तिने जोडले होते. त्यावरचे प्रिंट कसले होते ते कळत नव्हते. ती अध्येमध्ये साडी नेसत असे, तेव्हाही त्यावरचे प्रिंट कसले आहे ते समजतच नसे. जणू काही ती पार्श्वभूमीवर विरघळून जाऊ पहात असे. त्यावेळी बुवाजी एवढी मुलायम वाटत असे की तिला जोरात मिठी मारली तरी ती चुरगाळून जाईल असे तिला नेहमीच वाटत असे.

रेवतीचा आपल्या कानांवर आणि डोळ्यांवर विश्वासच बसत नव्हता. ते सगळे दयाळूपणाचे वागणे कुठे लुप्त झाले होते? बालपण एवढे अंध असते का? ही स्त्री ओळखण्यापलीकडे गेलेली आहे. विश्वास ठेवण्यापलीकडे वृद्ध झाली आहे आणि तरीही तिच्या डोळ्यांत ही चमक?

''ये तरुण मुली. या मांसाच्या बाजारात तू आता जास्त काळ अनोळखी बनून राहू शकणार नाहीस. तुझी बहीण इथे फक्त 'सेवा' करायला आलेय असं तुला वाटतं का?'' त्या वृद्ध स्त्रीचे डोळे चमकत होते. तिच्या नजरेत द्वेष, आकस होता का?

''अर्थातच, तिने 'सेवा' केली आणि तिला त्याचं बक्षीस मिळालं. तिच्या वाट्याची तिची मालमत्ता. परंतु त्याहूनही अधिक तिचा नवरा तिच्या आयुष्यातून चालता झाल्यावर तिला जे हवं होतं ते तिला मिळालं. तो नेहमीच तिथे तिच्या घरात अनेक स्त्रिया आणत असे. त्यावेळी तिला कशाभोवती तरी आयुष्याची उभारणी करण्यासाठी आवश्यक असलेला टेकू मिळाला होता. त्यांनी एकमेकांवर उपकार केले. वर्षाला टेकू हवा होता आणि अमलाला असा टेकू बनण्याची इच्छा होती.''

''आणि तू? तुझं काय?'' रेवतीने विचारले.

''त्यांच्या आनंदातच मीही माझा आनंद मिळवते. माझ्याकडे माझं रामायण आहे आणि जर गरज पडली तर आधारासाठी अमला आहे. पण तुझं काय? तू इथे का आलेयस?''

''मला ही सगळी घाण देऊ नकोस. तुम्ही सगळे आजारी आहात. कीर्तन आणि रामायण आणि अमला. तू कधीतरी आपली पोथी वाचलेस तरी का? आता स्वतःसाठी ती वाच आणि कोणत्याही देवमाणसाने काय सांगितलंय ते वाचण्यासाठी वाचू नकोस. त्यात निष्ठेविषयी सांगितलं जातं. परंतु पुरुषांच्या निष्ठाहीनतेविषयी जाणीवपूर्वक दुर्लक्ष केलं जातं. पण वंश चालवण्यासाठी स्त्रियांनी केलेल्या निष्ठाहीनतेकडे दुर्लक्ष केलं जात नाही. हे कोणाचे वंशज आहेत?''

''वर्षानुवर्षं मी स्वयंनियंत्रणाखाली वाढले. सुरुवातीला मला रोहनच्या अपेक्षांनुरूप वागायचं होतं. नेहमीच मी परिपक्वतेने विचार करण्याचा प्रयत्न करत असे, 'त्याला काय वाटेल?' या विचारातून अखेरीस मी बाहेर पडल्यावर तो दुखावला जाऊ नये असा प्रयत्न मी करत राहिले. नेहमी मी विचार करत राहिले, की त्याला दुखावता कामा नये. मी त्याला दुखावू शकणार नाही. अमक्या गोष्टीमुळे त्याला मोठा असल्यासारखं वाटेल, अमक्या गोष्टीमुळे वाईट वाटेल आणि तमक्या गोष्टीमुळे त्याच्या मनात गंड निर्माण होईल..वगैरे वगैरे.''

''अचानकच मला एक साथीदार भेटला. त्याच्याबरोबर बोलताना मला शब्द तोलून मापून वापरावे लागत नव्हते. माझ्या बोलण्याची पद्धत, आवाजाची ढब, स्वर, माझ्या भावना, माझ्या चेहऱ्यावरचे हावभाव या कशा, कशाविषयी ठरलेली काळजी घेत मला बोलावं लागत नव्हतं. माझ्या विनोदांचा तो योग्य तोच अर्थ घेईल ना याची काळजी न करता मी त्याच्याबरोबर विनोद करू शकत होते. त्यामुळे मला खूपच दिलासादायक वाटलं. माझ्या घरगुती कामांतही तो मला मदत करू लागला. तो फक्त माझाच मित्र नव्हता; तर तो आमचा मित्र होता. त्यामुळे मी खूपच सैलावले होते. ही गोष्ट एवढी चुकीची होती? इतकी वाईट होती?''

रेवती तिथून जाणीवपूर्वक आणि ठाम निश्चयाने बाजूला झाली आणि तिथून बाहेर पडली. आपले विचार गोळा करण्यासाठी घराला दिलेली भेट उपयुक्त ठरल्याचे तिच्या लक्षात आले होते. एकमेकांत गुंतलेल्या कित्येक विचारांमधून एकेक विचार शोधून बाहेर काढण्यापेक्षा आता तिचे विचार एकत्र झाले होते. आपण काय करावे हे तिला गुंतलेल्या विचारांमधून समजत नव्हते. परंतु स्वतंत्रपणे एकत्र आलेल्या विचारांतून मात्र तिला स्पष्ट मार्ग दिसत होता.

आता त्या डॉक्टरचे प्रकरण आपण स्वतःच हाताळले पाहिजे हे तिला माहिती होते. तिच्या बहिणींची तिला मदत झाली होती. विचारांच्या गोंधळातून समोर आलेल्या वाममार्गाला लागण्यापेक्षा ठाम विचाराने निवडलेल्या योग्य मार्गावरून पुढे जाणे नक्कीच हितावह होते. तिच्या आयुष्याचा कणा आता जागच्या जागी नीट बसला होता. – तिच्या स्वतःच्या आयुष्याचा कणा.

१०. कायद्याची गाढवे

सरकार कायदे बनवते आणि कायदे माणसांना गाढव बनवतात. माणसे कायद्यांना फक्त बाजूला ठेवतात आणि त्यांना हवे ते करतात. कायद्यांची अंमलबजावणी कोण करते?

कायद्याने दिलेल्या प्रत्येक गोष्टीसाठी स्त्रियांना संघर्ष करावाच लागतो. फक्त शब्द बोलले जातात. परंतु त्यांचे लाभ मिळवण्यासाठी लढे जिंकावे लागतात आणि वरचेवर ही गाढवे स्त्रियांचा पराभव करण्यासाठी दुसऱ्या स्त्रियांचाच वापर करत राहतात. गाढवांना साथ देऊ नये, हे स्त्रिया कधी शिकतील?

हे विशिष्ट युद्ध एवढे वेदनादायक बनले होते त्यामागे एक कारण होते. पिंकी स्वतःच्या आईशीच ते लढत होती. होय. जिने आपल्याला माहिती असलेली प्रत्येक गोष्ट पिंकीला शिकवली होती, जिने पिंकीसाठी दीर्घ काळपर्यंत काम केले होते, जिने पिंकीच्या भावाला चांगली नोकरी मिळावी यासाठी त्याच्या शिक्षणासाठी पैसे कमावले होते त्याच आपल्या आईविरुद्ध पिंकी लढा देत होती.

आता आई वृद्धत्वाच्या शापाला बळी पडली होती : मुलाविषयीचं प्रेम हा तो शाप होता. आपल्या सुरक्षित वृद्धत्वाची काठी म्हणून ती त्याच्याकडे बघत होती. परंतु त्यावेळी मात्र तो आपल्या आई-वडलांच्या आणि बहिणींच्या कष्टावर ऐषारामात रहात होता.

''माझं ऐक पिंकी. तो माझा मुलगा आहे. तुझा भाऊ आहे. तो कोणी परकी माणूस नाही. काहीही झालं तरी तुम्ही सगळ्या मुली लग्न करून निघून गेलात की तोच माझी काळजी

घेणार आहे. तुम्ही मुली तुमच्या वडलांचं नाव पुढे चालवणार नाही. फक्त तोच चालवेल. त्यामुळे मला त्याचीच बाजू घेतली पाहिजे. तुझ्या हे लक्षात कसं येत नाही ? ही अगदी साधी गोष्ट आहे. तो त्याच्या वडलांचा मुलगा आहे. म्हणूनच तर त्याला तुझे वडील निवृत्त झाल्यावर त्यांच्या जागी नोकरी मिळाली. जर सरकारसुद्धा ही गोष्ट मान्य करतंय, तर तू ती का मान्य करत नाहीस ?''

परंतु पिंकीने ही गोष्ट मान्य केली नाही. मुलांना वाढवण्याच्या आईच्या अथक कष्टांमध्ये आयुष्यभर पिंकीने परिश्रमपूर्वक साथ दिली होती. त्यामुळे तिला आईचे म्हणणे अवमानकारक वाटत होते. घर चालवण्यात आणि आपल्या डोक्यावर घराचे छप्पर रहावे यासाठी तिने आयुष्यभर आईच्या बरोबरीने कष्ट उपसले होते.

आज ते घरच पणाला लागले होते!

साहेब त्यासाठी मन वळवण्याचे काम करत होता.

आपल्या ऑफिसमधील एका साहेबाला आपले मन वळवण्यासाठी आईने या सगळ्या प्रकरणात ओढल्यामुळे प्रवीण प्रचंड संतापला होता. तो सरकारी कार्यालयात कारकुन म्हणून काम करत होता.

तो म्हणाला, ''मी पदवीधर आहे. माझे वडील निवृत्त झाल्यापासून मी या विभागात काम करतो आहे. मी आणि माझी पत्नी त्या घरात रहात नसतानाही कित्येक महिने मदत म्हणून मी आईला पैसे पाठवत आलो आहे. त्यामुळे कुटुंबाच्या घरावरचा माझा हक्क कसा काय नाहीसा होतो ? एकापाठोपाठ एक माझ्या बहिणींची लग्नं होतील आणि त्या त्यांच्या घरी जातील आणि माँ एकटीच घरी राहील. मग तिचं काय होईल ? त्यापेक्षा घर विकून टाकून ती आताच आमच्याकडे येऊन राहिली तर ते अधिक चांगलं होणार नाही का ?''

ती पुनःपुन्हा एकच पालुपद आळवत होती, ''सर, मुलींनी खरं म्हणजे त्यांच्या पालकांच्या व्यवहारात एवढं लक्षच घालू नये. क्या जमाना आ गया है, लडकी हिस्सा छिनना चाहती है भाई से, सर. मुली लोभी बनत चालल्यायत हेच सत्य आहे. आम्ही त्यांच्या शिक्षणावर पैसा खर्च केला, त्यांच्या सगळ्या इच्छा पूर्ण केल्या ते काय यासाठी ? ही मुलगी जास्त शिकली नाही, परंतु तिने बऱ्याच गोष्टी आत्मसात केल्या आहेत. विशेषतः मुली आता प्रत्येक गोष्टीत मुलांच्या बरोबरीच्या आहेत याविषयी ती बऱ्याच गोष्टी शिकली

आहे. सर्व मालमत्तेत बहिणींचाही भावाप्रमाणेच समान वाटा असतो असं ती म्हणते. अगदी घरावरही आमचा हक्क आहे असं ती सांगते. तुमचा यावर विश्वास बसतो का? अजूनही त्यांच्या वडलांच्या चितेचे निखारे थंड झाले नाहीत आणि ती सगळ्या बहिणींना चिथावणी देतेय. पण मी विसरू शकेन का? मला माहिती आहे की प्रवीणने घरासाठी खर्च केला आहे. त्यामुळे ते त्याचंच आहे आणि बाईकही त्याचीच आहे.''

ज्या मुलीवर हे सगळे आरोप केले जात होते तिच्या चेहऱ्यावर संताप खदखदत होता. तिने संतप्तपणे आपल्या आईकडे पाहिले आणि नंतर त्या मध्यस्थाकडे वळून ती म्हणाली, ''ऐका सर. मी तुम्हाला सरळ जे सत्य आहे ते सांगते. ते घर किंवा बाईक प्रवीणची नाही. त्याने स्वतःच्या खिशातून त्यासाठी एक पैसाही दिलेला नाही. त्याने त्यात फक्त आपल्या वाटणीला आलेली थोडीफार रक्कम घातली आहे. तुम्हाला तो सगळा हिशेब पहायचा आहे का? तो मी तुम्हाला देते. मी या कुटुंबातील सर्वात मोठं भावंड आहे.''

''मग ती सगळ्यात मोठी असली म्हणून काय झालं? ती शाळेत गेली नाही का? मी तिची शाळेची फी भरली नाही का?''

''प्रवीण माझ्यापेक्षा दोन वर्षांनी लहान आहे. परंतु आम्ही एकदमच शाळेत जाऊ लागलो. त्यानंतर दर वर्षी त्याला शाळेची नवीन पुस्तकं आणि गणवेश घेता यावा यासाठी चारच वर्षांत मला शाळेतून काढून टाकण्यात आलं. मी लहान भावंडांना सांभाळू लागले आणि घरची सर्व कामंही करू लागले. माझी आई त्यावेळी इतर लोकांच्या घरची कामं करत होती. ती घरात दमून यायची आणि बाबांची कमाईही तुटपुंजी होती

''मग मी शिवणकाम आणि एम्ब्रॉयडरी शिकले. त्यामधून मी पैसे मिळवू लागले. माझ्या लहान बहिणीच्या शाळेचा खर्च मी करत होते. परंतु मुलींना सुई नीट पकडता येऊ लागली रे लागली की आई त्यांना काम करायला शिकवायची आणि त्याही मला कामात मदत करून पैसे मिळवत होत्या आणि त्याबरोबरच शिकतही होत्या.''

''पण कशासाठी? आम्हाला जास्त पैशांची गरज का भासत होती ते तुम्हाला समजलंच पाहिजे. प्रवीणच्या ट्युशन क्लासची फी भरण्यासाठी, त्याने मॅट्रिक व्हावं म्हणून आणि नंतर त्याने बारावी आणि मग त्याने कॉलेजमध्ये जाऊन शिकावं म्हणून आम्हाला जास्तीचे पैसे कमवावे लागत होते. तो आपल्या मित्रांना घरी बोलावत असे, त्यावेळी

त्यांच्यासाठी काही खास पदार्थ बनवण्यासाठी, त्याला सिनेमाला जायचं असे; त्यासाठी आणि त्याच्या फॅशनेबल कपड्यांसाठी हे पैसे लागत होते. या सगळ्यासाठी आम्ही सगळ्या मुली कामाला जुंपल्या गेलो होतो.''

''अखेरीस तो बी. कॉम. पास झाला. परंतु त्याच वेळी बाबा निवृत्त झाले. त्यांचा पगार कमी झाला आणि त्यांना फक्त निवृत्तिवेतन मिळू लागले. त्यांच्या जागी आता प्रवीण कामाला लागला. त्यावेळी मासिक ८०० रुपयांवर तो कामाला लागला होता.''

''सर,'' आई मध्येच तोंड घालून बोलू लागली, ''त्याने कामाला सुरुवात केल्यावर मी त्याला पॉकेट मनी म्हणून फक्त २०० रुपये देत होते आणि बाकीचे सगळे पैसे या घराचे पैसे (डाऊन पेमेंट) भरण्यासाठी वाचवत होते. त्या घराचं डाऊन पेमेंट प्रवीणच्या पगारातून जात होतं. मग ते त्याचं घर नाही?''

''मी त्याचा हिशेबही तुम्हाला देईन. त्याच्या शिक्षणासाठी आणि त्याला काम मिळावं म्हणून आम्ही मुलींनी जिवाचं रान केलं. त्याचा सुरुवातीचा पगार डाऊन पेमेंटसाठी गेला. परंतु इतर हप्त्यांचं काय? आम्हाला सगळ्यांना काम करावं लागत होतं, स्वयंपाक करावा लागत होता आणि एम्ब्रॉयडरी करावी लागत होती, घर चालवावं लागत होतं. शिवाय बाबांच्यासाठी खर्च करावा लागत होता. बाबांच्या पेन्शनवर हे सगळं कसं चाललं असतं? आम्हाला सगळ्यांनाच काम करावं लागत होतं. आई, किंजल, सोनी आणि मी आणि अगदी छोटीसुद्धा काम करत होती. आम्ही हे घर विकत घेतल्याबरोबर आईने प्रवीणचं लग्न करून दिलं. त्यामुळे घरात आणखी एक राबता हात येईल अशी आमची अपेक्षा होती.''

''परंतु आमची भावजय ही खरीखुरी मॅडम आहे. तिला आपले सुंदर हात एम्ब्रॉयडरी करून किंवा स्वयंपाक करून खराब करून घ्यायचे नव्हते. प्रवीणलाही तिने काम करावं असं वाटत नव्हतं. तीनच महिन्यांत तो नवीन क्वार्टरमध्ये रहायला गेला. ते त्यांचं स्वतःचं घर होतं. तो शिकलेला होता आणि सरकारी कार्यालयात नोकरी करत होता त्यामुळे दरवर्षी त्याचा पगार वाढत जाणार होता. त्यामुळे तिच्या नावाने त्याने घर घ्यावं असंही तिने त्याला सांगितलं.''

''त्यामुळे आम्ही पुन्हा एकदा नव्याने सुरुवात केली. खाण्यापिण्याचा खर्च पेन्शनमधून भागवून पुन्हा आम्ही हप्त्याचे पैसे भरण्यासाठी राब राब राबत होतो. मुलींच्या कॉलेजची

फी आणि त्यांचे हुंडे या सगळ्यांची तजवीज आम्ही करत होतो. खाणारी सहा तोंडं, सहा जणांचे कपडे, पुस्तकांचे तीन संच, वह्या, बसचे पासेस आणि त्याशिवाय येणारा औषधाचा खर्च. लग्न होईपर्यंत मी स्वतःसाठी एक बिंदीही कधीच खरेदी केली नव्हती.''

''किंजल आणि सोनी सुंदर होत्या. त्यांची लग्नं झाली. त्यानंतर मी नशीबवान ठरले. होय सर. ते फक्त नशीबच होतं. माझ्या पतीने माझ्या दिसण्याकडे पाहिलं नाही. त्याने फक्त माझी पैसे मिळवण्याची क्षमता पाहिली. त्याला आयुष्यात भराभर वर चढत एकेक टप्पा गाठायचा होता. त्यामुळे हुंड्याशिवाय लग्न करण्याची मागणी त्याने मला घातली. त्याने स्वतःच लग्नासाठी साडी आणि मंगळसूत्रसुद्धा आणलं.''

''माझ्या वाट्याचा हुंडा देऊन मी घराचे उर्वरित हप्ते फेडले. त्यामुळे फक्त मी स्वयंपाक करत असे आणि एम्ब्रॉयडरीतून पैसे मिळवत असे ते मिळेनासे झाले एवढाच काय तो माझ्या लग्नामुळे माझ्या माहेरच्या लोकांचा तोटा झाला. परंतु त्यानंतर जणू काही हप्ते फेडण्याची गरजच उरली नसल्यामुळे की काय; आई कासावीस झाली असं वाटण्याजोगी परिस्थिती निर्माण झाली. जरा बरे दिवस आले, तर ती आजारी पडली.''

(हे ऐकताना अचानकच रागाने फणफणणाऱ्या आईचे रूपांतर बेसावधपणे सौम्य आईत झाले होते.)

''आम्ही पुन्हा एकदा चिंताग्रस्त झालो. कारण आईची देखभाल करण्यासाठी तिथे फक्त छोटीच होती. ती शेजाऱ्यांच्या मुलांच्या शिकवण्या घेऊन घरखर्चाला हातभार लावत होती. अखेरीस या बायकोच्या ताटाखालच्या मांजराला कोणीतरी बोललं आणि मग त्याने मासिक दोनशे रुपये पाठवायला सुरुवात केली. फक्त गेल्या दीड वर्षांपासून तो हे पैसे पाठवू लागला आहे. सुरुवातीच्या काळात त्याने घरखर्चासाठी पाठवलेल्या दोन ते तीन हजारांच्या बदल्यात तो सगळं घर गिळंकृत करू पाहतो आहे का?''

''उतारवयात आईच्या डोक्यावर परिणाम झाला आहे का? हे घर त्याचं कसं काय झालं? बालपणापासून ते आपल्या बायकोबरोबर तो घर सोडून गेला तोपर्यंत आम्ही त्याचा अन्नाचा, कपड्यांचा आणि शिक्षणाचा खर्च केला. त्या सगळ्याच्या बदल्यात त्याने फक्त सुरुवातीचे २०,००० रुपये भरले आणि आता तीन हजार. म्हणजे फक्त २३ हजार रुपये त्याने भरले. माझ्या बाबांच्या घरात तो २५ वर्षं राहिला आणि त्यासाठी त्याने एवढेच पैसे भरले. माई आणि छोटीच्या डोक्यावरून तो छप्पर काढून घेऊ पाहतोय आणि तेही

किती रुपयांत? तर त्याने भरलेल्या २३ हजारांत म्हणजे मासिक एक हजारांहून कमी रकमेत?''

''त्यांना सरळ, थेट विचार करता येत नाही. परंतु मी तो करू शकते आणि हे घर मी त्याला मिळू देणार नाही. माझ्या पैशातून मी सगळे हप्ते फेडले आहेत. बँकेचे चेक आणि इतर खर्च मिळून ती रक्कम वीस हजारांहून किती तरी मोठी आहे.''

पुन्हा एकदा प्रवीण जोरजोरात बोलला, ''साहेब, ती मूर्खासारखी बोलतेय. विवाहित मुलींचा लग्नानंतर वडलांच्या घरावर हक्क नसतो. कायदा असं सांगत नाही का?''

''कायदा गाढव असतो, हे प्रत्येकालाच माहिती आहे आणि तूही तसाच गाढव आहेस,'' पिंकीने ठामपणे सांगितले.

११. प्रेम..मुक्तता..अद्दल

''आता तुझ्याकडे बघ जरा. तिच्याकडे जे आहे त्यापैकी तुझ्याकडे काय नाही त्याचा विचार कर. तिच्यासाठी मी तुझा का त्याग करायला तयार झालो त्याचा विचार कर.''

''मला त्याचा अजूनही पश्चात्ताप होतोय असं तुला खरोखरच वाटतं का? मला अजूनही माझंच आश्चर्य वाटतं की मी त्यावेळी केवढी मूर्ख होते. तुझ्यावर प्रेम करण्यात दहा वर्षं आणि त्यानंतरची दहा वर्षं त्याबद्दल पश्चात्ताप करण्यात मी वाया घालवली. माझ्या आयुष्यातून तू निघून गेल्याबद्दल मी खरं तर ती वर्षं साजरी करायला हवी होती. अखेरीस मी मुक्त झाले होते. माझ्या पायांत कोणत्याही शृंखला न बांधून घेता माझं आयुष्य मुक्तपणे जगायला मी मोकळी होते. ज्याच्यासाठी मी सतत रडत रहावं असा अविश्वासू प्रियकर माझ्या सोबत नव्हता. फाजील लाड करायला नवरा नव्हता. मादक द्रव्यं आणि विवाहपूर्व लैंगिक सुख मिळवण्यापासून मागे खेचायला बंडखोर मुलं नव्हती. आता तू तिचं काय करून ठेवलंयस ते बघ,'' मोनिकाने डिंपलकडे बोट दाखवत म्हटले.

''तिच्याकडे बुद्धी होती. माझ्या करिअरचा तू जसा सत्यानाश केलास तशीच तिची बुद्धीही तू कुजवून टाकलीस. 'मोनिका काम करू नकोस. तुला त्याची गरज नाही. त्यासाठी मी आहे.' असं तू गोड बोलून सांगायचास ना! मग नंतर तुला अचानकच काय झालं? मग गाढवांच्या मागे बिनधास्त फिरायला लागलास?''

''त्यानंतर ती तुला आवडली. म्हणून तू रडू लागलास, 'मोनिका माझं कौतुकच करत नाही. तिला माझी कदरच नाही. ती नेहमीच माझ्यावर वर्चस्व गाजवते.' गरीब बिचारी

पोर; तू फक्त व्यभिचारासाठी वातावरण निर्मिती करत होतास हे तिच्या लक्षातच आलं नाही. आपलं लग्न वाचवण्यास भरपूर उशीर झाल्यावरच तिने तुला प्रश्न विचारण्याचं धाडस केलं. तोपर्यंत तिच्या बुद्धीची वाढ तुझ्यापेक्षा जास्त झाली होती. त्यामुळे तुला पुन्हा असुरक्षितपणा वाटू लागला आणि पुन्हा आपल्या जोडीदाराने आपल्या व्यक्तिमत्त्वात विरघळून जावं अशी मागणी तू करू लागलास.''

डिंपल म्हणाली, ''तुला एकाकीपणा जाणवत नाही का?''

''तुला जाणवतो का?'' मोनिकाने तिला जोरात हसत विचारले. ''तू त्याला सोडल्याच्या क्षणापासूनच तुझी प्रकरणं सुरू झाली आहेत. तुझी मुलं आता मोठी झालेयत, त्यामुळे तू धोरणी बनलेयस. त्यांना ह्याची गरज आहे. ह्याला तुझी गरज आहे, म्हणून तुम्ही एकमेकांशी घासाघीस करता आहात आणि घासाघिशीसाठी तुम्ही मुलांचा वापर करून घेत आहात. कधी ना कधी मुलं अशा प्रकारे आपला वापर करू देण्यास नकार देतील. माझ्याकडे अशा प्रकारे घासाघिशीची वस्तू नाही. म्हणून मी स्वतःच्या पायांवर उभी राहिले आणि आपलं आयुष्य जगायला शिकले. देवाने मला दिलेल्या बुद्धीपैकी जेवढी म्हणून बुद्धी मला वापरता आली तेवढी वापरून मी ते केलं. शिवाय याच्या वलयांकित व्यक्तिमत्त्वामुळे आणि सत्तेमुळे माझ्यापासून दूर न जाणारे नवीन मित्र मला मिळाले.''

''पण एकाकीपणा?'' डिंपलने आपला प्रश्न तसाच लावून धरला होता.

मोनिकाने आपला हात डिंपलच्या हातावर ठेवला.

''ठीक आहे. आपण बोलूया. तू एकाकीपणाचा लकडा का लावतेयस? त्याच एका गोष्टीवर का अडून बसलेयस? अजून तू त्यातून बाहेर पडलेली नाहीस का? शतकानुशतकं पुरुष स्त्रियांवर त्यांचे विचार लादत आले आहेत. त्यांना बंदी बनवून त्यांच्यावर अत्याचार करत आले आहेत. जणू काही तुमचं सगळं स्त्रीत्व हे तुमच्या हृदयात, मनात किंवा तुमच्या आत्म्यात नसतं. ते फक्त तुमच्या शरीराच्या तेवढ्या विशिष्ट भागातच असतं. त्यामुळे बलात्कार हा स्त्रियांना मागे खेचण्याचा एक भला मोठा प्रकार मानला जातो.''

''तोच प्रकार एकाकीपणाबद्दलही केला जातो. समजा तो मेला, तर आयुष्य पुढे जात

नाही का? ती स्त्री जगत नाही का? जर मुलं मेली तर? तुम्ही आपलं आयुष्य इतर गोष्टींनी भरून टाकायला शिकता. पुरुष येतात आणि जातात. त्यांना आपल्या आयुष्यात कायमचं स्थान देऊ नये. मला एक सांग, त्यानं तुला मुलांना जन्म द्यायला लावून तुझं आयुष्य विस्कटून टाकलंय असं तुला कधीच वाटलं नाही? तुझ्या वडलांनीही तसंच केलं नाही का? त्यांनी जर तुझ्या मॉमला तुला जन्माला घालायला लावलं नसतं तर आज तुझी ही दुर्दशा झाली नसती. माझ्याही बाबतीत तेच सत्य आहे. त्यामुळे इतर कित्येक मुलांची सरोगेट आई म्हणून राहण्यात मला खूपच समाधान मिळतंय. तुला खरं सांगायचं तर मला त्यात काहीच वाटत नाही. मला ते घाणेरडं कोंडून घेतल्यासारखं राहणं आणि स्वतःच्या शरीराला त्रास करून घेत बसणं अजिबात आवडत नाही. फक्त मुलांना जन्म दिल्यावर हळुवारपणे कुरवाळायचं आणि त्यांच्या प्रिय मम्माच्या हाती सोपवायचं. बस्स! माझं काम संपलं.''

''मी एक अनैसर्गिक स्त्री आहे असं एखाद्या पुरुषाकडून माझ्याविषयी ऐकून घेऊ नकोस. कारण स्त्रिया या जन्मतःच माता असतात, वगैरे मिथकं पुरुषांनीच तयार केलेली आहेत.''

यात माझ्या एका सूचनेची मी भर घालू इच्छिते. ''सगळ्या स्त्रिया अशा नसतात. माझ्यासारख्या कित्येक स्त्रिया आपल्या अवतीभवती असतात आणि त्या जन्मतःच आई म्हणून जन्माला आलेल्या नसतात. फक्त हे कबूल करण्याचं धाडस त्यांच्याकडे नसतं. त्या माझ्याकडे बघून फक्त एक प्रशंसापर स्मित करतात. त्यातून त्यांच्या भावना स्पष्ट समजतात. त्या जणू म्हणत असतात, 'स्पष्टवक्त्या मुली, शाब्बास! तू हे बोलून दाखवलंस.'

''मी पुरुषांचा द्वेष करते असं कोण म्हणतं? मीही कामातुर होते. पण तशी तूही होत असशील. इतर जणीही होतात. कामातुर होणं ही मानवी भावना आहे. परंतु माझ्यासमोर नतमस्तक होणारे, लोटांगण घालणारे पुरुष मला अधिक आवडतात. इतर कुठल्याही प्रकारे माझ्याभोवती फिरणारे पुरुष मला तितकेसे आवडत नाहीत. कदाचित या सगळ्या गोष्टी मी पुरुषाच्या बाबतीत आधी केलेल्या असल्यामुळे आता मला त्याच्या बरोबर विरुद्ध गोष्टी करायला आवडत असावं. बदल हा निसर्गाचा नियम आहे आणि मी बदललेय. मला एखाद्याची गरज वाटली, तर वाटली. त्यात काय एवढं अवघड असतं? खरं तर हे सगळं करण्यात मी आता खूपच तरबेज झालेय. कित्येक वर्षं मी ते करतेय. पण आता हे सगळं

करण्यातही मला त्याचा उपयोग होण्यापेक्षा जास्त त्रासच वाटतो. बरोबर आहे ना?''

''त्याने मला गुदमरवून टाकलंय,'' डिंपलचा एकदम स्फोट झाला. ''ते भयावह होतं. मी इतकी भाबडी आणि आज्ञाधारक होते की मी काहीही बोलू शकले नाही आणि त्यामुळेच मी गुदमरले. मला काहीही बोलण्याची परवानगी नव्हती. मी आपलं मतही व्यक्त करू शकत नव्हते. त्याच्या मताला फक्त दुजोराच द्यायचा. नेहमी त्याच्या मताला प्राधान्य; माझं मत दुय्यम. तसं केलं नाही तर त्याच्या संस्कारहीन हेंगाड्या मित्रांसमोर माझी मूर्ख म्हणून जाहीर बदनामी होत असे. स्त्रियांसोबत अशा प्रकारे वागायला तू त्याला असं कसं काय प्रशिक्षित केलंस याचं मला आश्चर्य वाटत असे.''

मोनिकाने दीर्घ श्वास सोडला. ''तुझ्यासाठी त्याने मला सोडलं असा विचार तू का बरं करतेस? त्या सगळ्या काळात मी सातत्याने त्याच्याशी भांडत राहिले. सुरुवातीला त्याचा अहंभाव एवढा नाजुक असायचा की प्रत्येक अपयश म्हणजे एक भला मोठा डोंगरच असे आणि त्यासाठी त्यातून बाहेर काढण्यासाठी मला त्याला मोठीच मदत करावी लागत असे. त्यामुळे मी तेव्हा ऐकून घेत असे; परंतु नंतर मी बोलू लागले. नेमक्या मुद्यांवर बोट ठेवू लागले. त्यामुळे त्याला खूप राग आला. तो खरोखरच वेड्यासारखा वागू लागला, कारण आपल्यातील हे दोष त्याला कधी दिसलेच नव्हते.''

डिंपल कडवटपणे म्हणाली, ''तू बाहेर पडलीस; परंतु मी तिथेच आहे आणि सुरुवातीच्या चकचकाटानंतर हे सगळं भयावह आहे. अगदी मंद, कंटाळवाणं आणि मूर्खपणाचं आहे. तो जे करतो ते मला करायला आवडत नाही. त्याला आवडणाऱ्या लोकांना भेटणं ही गोष्ट अगदी जुनाट आणि निरर्थक आहे. त्याला धीट स्त्रिया आवडतात. परंतु त्याच्या स्त्रीने मात्र आपल्या घरात इतरांच्या नजरेपासून दूर राहिलं पाहिजे. त्याची मुलं सांभाळली पाहिजेत. ती आपली मर्यादा असते. त्याला आपण वडील झाल्याबद्दल उत्साह वाटतो. आनंद होतो; परंतु त्याला मुली नको होत्या. मुलींचा बाप होण्याची त्याची इच्छा नव्हती. मी पहिल्या दोन मुलींना जन्म दिला, त्याच्या जीन्समुळे हे घडलंय असं मी सांगितलं त्यावेळी त्याने माझ्या थोबाडीत मारली. मी त्याला सोडून जायचा निर्णय घेतला होता. परंतु मी जाऊ शकले नाही. मलाही त्याला जबरदस्त तडाखा द्यायचा होता. त्याच्या वर्मावर घाव घालायचा होता.''

''तू काय केलंस?''

''मी पुन्हा गर्भार असताना घरी गेल्यावर तो माझ्या अंगावर खेकसला, ''मला मुलगाच पाहिजे आहे.'' आणि त्याच वेळी मी ठरवलं की मी त्याला कधीच मुलगा होऊ देणार नाही. मी पुन्हा गर्भवती राहण्यास माझी काहीच हरकत नव्हती. मुलगा व्हावा म्हणून आवश्यक असलेल्या, वाचलेल्या सगळ्या गोष्टी मी केल्या. चंद्रमासानुसारच्या तारखा पाळल्या. खास आहार, व्यायाम केले. सगळं काही केलं आणि मी गर्भवती राहिले. सोनोग्राफीत तो मुलगा असल्याचं स्पष्ट झाल्यावर माझ्या मुलींना मी बाजूला घेतलं. तोपर्यंत मी त्याला काहीही सांगितलेलं नव्हतं, कारण त्याचा काहीच उपयोग झाला नसता. त्याने मला थांबवण्याचा प्रयत्न केला असता आणि मी त्याच्याशी वाद घालू शकले नसते. कोणी हिरोशी वाद घालू शकतं का? छे! अजिबातच नाही.''

''त्यामुळे मी तशीच परत गेले. माझ्या मुलींना माझ्या आईकडे सोडलं आणि डॉक्टरकडे जाऊन गर्भपात करवून घेऊन आले.''

मोनिकाने आवंढा गिळला. ''पण ते तुझंही बाळ होतं....''

''पण ते त्याचे जीन्स होते. त्यासाठीच तो माझ्यामागे लागला होता. नाही. थँक यू. या दोन मुलींना मोठ्या करता करताच मी थकून जात होते. आणखी तिसरं बाळ मला नको होतं. त्यानंतर संततिनियमनाची शस्त्रक्रिया करून घेतली. बस्स! खेळ खलास!''

''त्याला हे माहिती आहे का?''

''अर्थातच. परंतु ते त्याला खूपच उशीरा समजलं. मी एवढ्या उशीरा घटस्फोट घेण्याचं कारण काय असेल असं तुला वाटतं? मलाही त्याचा घडा भरू द्यायचा होता. त्याला ती गोष्ट खूपच उशीरा समजली होती. त्याच्या आयुष्यावर त्याचा परिणाम खूप उशीरा झाला. त्याच्या मैत्रिणींची लग्नं झाली होती आणि त्या निघून गेल्या होत्या. तो एकटा होता आणि तितकासा यशस्वीही राहिला नव्हता. परंतु त्यावेळी त्याची बायकोही नव्हती. त्यामुळे त्याचा दोषारोप त्या दुर्दैवी स्त्रीवर तो लादू शकत नव्हता. खूपच उशीरा तो आपला दोष मान्य करू लागला. परंतु तोपर्यंत खरोखरचाच खूपच उशीर झाला होता. त्याने मुलींची बालपणे पाहिली नव्हती. पण त्यानंतर तो ज्यावेळी माझ्याकडे आला त्यावेळी मी त्याला आमच्या मुलाविषयी सांगितलं....''

१२. तेजस्विनी

''तुला तो असाच अडाणी, खेडवळ रहावा असं वाटतंय का? त्याने सारखं नांगर धरून शेतीच करत बसावं असा तुझा विचार आहे का? शहरात जाऊन तो भरपूर पैसा कमावू शकेल. त्याने शहरातलं काम स्वीकारलं तर तू राणीसारखी राहशील,'' रामू आपल्या मुलीचे, निमीचे मन वळवत होता.

तिने त्याच्याकडे पाहिले आणि मोडकळीला आलेल्या आपल्या अंगणभर नजर फिरवली. खुले स्वयंपाकघर आणि गोठ्याकडे तिने पाहिले. त्यानंतर फुंकणीने चुलीतील निखाऱ्यांवर फुंकर घालून चूल पेटवणाऱ्या आणि त्या धुरामुळे त्रस्त झालेल्या आईवर तिची नजर गेली.

तिच्या नजरेत प्रश्न होता, 'राणी अशीच राहते का?'

मात्र ती ठामपणे मोठ्या आवाजात म्हणाली, ''मूळचा या खेड्यातलाच असला; पण आता तो शहरात रहात असेल, तरी अशा शहरात राहणाऱ्या कुठल्याही मुलाशी मी लग्न करणार नाही.'' निमी नाजुक दिसत होती; पण तिचा आवाज स्थिर आणि मोठा होता.

त्याहूनही आश्चर्याची गोष्ट म्हणजे त्याच्या पालकांनीही निमीचीच बाजू घेतली होती आणि त्याच्या स्वतःच्या बायकोचे; लिलाचेही मत दिलीप नाशिकला गेला तर निमीने त्याच्याशी लग्न करू नये असेच होते.

बाबूजी बोलू लागले, ''बेटा, इथेही खूप बदल होत आहेत. आता लोक ट्रॅक्टरवरून बाजारात जातात. ते घरच्या घरी सिनेमा बघण्यासाठी डीव्हीडी भाड्याने आणतात आणि पिझ्झा आणि कोकची चव घेततात. जर दिलीपला तुझ्याबरोबर जायचं असेल तर त्यालाही ने.''

रामू जोरजोरात पाय आपटत तिथून निघून गेला. तो त्यावेळी नेहमीप्रमाणे जास्त दिवस तिथे राहिला नाही. नेहमी तो महिनाभर रहात असे. त्याऐवजी दहा दिवसांतच तो निघून गेला. त्याच्या घरातील लोकांनी सुटकेचा निःश्वास टाकला, कारण आता त्यांच्यावरचा तणाव दूर झाला होता. जाण्याआधी तिथे आणखी थोडा संघर्ष झडला. कारण रामूला दिलीपबरोबरच आपल्या मुलाला रघूलाही शहरात आपल्याबरोबर न्यायचे होते.

त्याने आपल्या मनातील गोष्ट सांगितल्यावर फक्त लीलाच म्लान झाली नाही; तर तेथील प्रौढ लोकांनाही ते अजिबातच आवडले नाही.

''बेटा, लीलाही आता म्हातारी होत चाललेय हे तुझ्या लक्षात येत नाही का? रघूही तुझ्याबरोबर शहरात गेला तर शेतीच्या कामांत तिला कोण मदत करेल? आतापर्यंत आमच्यासाठी तिने भरपूर काबाडकष्ट केले नाहीत का? तरुण वधू म्हणून तुझ्या आईला मदत करण्यासाठी ती घरात आली आणि तिने आम्हा सर्वांची देखभाल केली. शिवाय शेतीची कामंही केली. ती इथे आली तेव्हा निमीपेक्षाही लहान होती. तू शहरात गेलास तेव्हा तिने तुझ्या आईसह सगळ्यांची काम स्वतःच्या अंगावर घेतली आणि ती व्यवस्थितपणे पार पाडली. आतापर्यंत तरी हे घर बायकांनीच चालवलं आहे. आता वर्तमानपत्रंही त्यांच्यावर लेख लिहू लागली आहेत. सरकारनं आमच्यासाठी काय केलंय? तू तरी काय केलंस? या सगळ्या वर्षांत एकाकीपणे तिने कशाकशाला तोंड दिलंय; काय काय झेललंय याची तुला कल्पना तरी आहे का? आता भविष्याच्या आशेपोटी पुन्हा तू तिचे लचके तोडणार आहेस का?''

त्या वृद्ध लोकांच्या या जोरदार बोलण्याने रामू सुन्न झाला आणि नंतर आपल्या मुलाकडे बोट दाखवत तो म्हणाला, ''त्याच्याकडे बघा. त्याला शहरातील जीवनाची ओढ आहे. तुम्हाला फक्त गुलाम हवा आहे. त्याच्या बापाला मात्र त्याला पुरुष बनण्याची संधी द्यायची आहे. माझ्याबरोबर माझं स्वतःचं कोणीतरी असावं असं मला नाही का वाटत?

लीलाने आपल्या मुलाकडे कटाक्ष टाकला. या सगळ्या छाननीमुळे त्याच्या चेहऱ्याचा रंग उडून गेल्यासारखा वाटत होता; मात्र त्याच्या चेहऱ्यावरचा उत्साह आणि उत्सुकता स्पष्ट दिसत होती. तिचे हृदय जोरजोरात धडधडत होते आणि तिच्या पोटात कळा आल्यासारखे तिला वाटत होते. 'त्याला जर आम्हाला सोडून जायची इच्छाच असेल, तर आम्ही तरी त्याला कशा काय मागे खेचू शकू? ते शक्य आहे का?' तिच्या मनात विचार आला.

तिच्या चेहऱ्यावर घामाच्या रूपाने तिची काळजी आणि भीती बाहेर पडली. तिचे काम सुरूच होते. पारंपरिक पद्धतीने ताक घुसळून ती लोणी काढत होती. मोठ्या भांड्यात रवीने घुसळण सुरू होती. जड अंतःकरणाने ती बसली होती. तिच्या मनात विचार येत होता,

'नाशिकचे रस्ते काही सोन्याचे नाहीत. रामूने मला भरपूर पैसा मिळवण्याची लालूच दाखवली होती खरी; परंतु दोन वेळ चौरस आहार मिळावा एवढा पैसाही त्याने कधीच पाठवला नाही. मी भरपूर कष्ट केल्यावर शेतीतूनच आम्हाला दोन वेळचे अन्न मिळू लागले. मान्सूनच्या हंगामात आम्हाला अन्न, बियाणे, खते आणि कित्येक गोष्टींसाठी पैशाची गरज असताना नेहमीच त्याचाही तो मंदीचा मोसम असे.'

इथे पैशाचा प्रश्नच नव्हता. आता फक्त रघूला शहरात पाठवून गमावून बसण्याचा प्रश्न होता.

निमी आपल्या आईकडे पहात होती. एकदा; फक्त एकदाच रामूने लीलाला शहर दाखवायला नेले होते. लीला तिथून परत आल्यावर तिच्यात आमूलाग्र बदल झाला होता, असे तिच्या आजीनेच निमीला सांगितले होते. त्यानंतर नऊ महिन्यांनी निमीचा जन्म झाला होता.

आता रामूने दुसरा मार्ग चोखाळला.

''मला निमीशी बोलू द्या.''

रामूला समजावण्याच्या सुरात त्याचा बाप म्हणाला, ''ती तुझी मुलगीच आहे. त्यामुळे तुला कोण रोखणार आहे? पण निमी बाळा, तुझा बाप तुला काय सांगतोय ते ऐक.''

रामूने होकार दर्शवला. ''मला तिच्याशी एकटीशीच बोलायचं आहे.'' त्याने निमीच्या हाताला धरून तिला बाहेर नेले. त्यावेळी तीन चेहऱ्यांवर भीतीचे आणि काळजीचे भाव दाटून आले. रघू विचारांत गढून गेला होता. ते घरातून बाहेर पडले आणि कालव्याजवळच्या मोकळ्या रानात आले. रामू बोलू लागला. त्याला आपण खूपच हळुवारपणे बोलतो आहोत असे वाटत होते.

''निमी, मी तुझा शत्रू नाही. मी तर तुझा बाप आहे. तू माझी मुलगी आहेस. मला तुझ्यासाठी जितकं म्हणून चांगलं करता येईल तेवढं करायचं आहे. खरं तर मला तुझ्यासाठी जास्तीत जास्त चांगलं करायचं आहे.''

निमीची नजर खाली झुकलेली होती. परंतु तिचा चेहरा मात्र साशंक होता.

''हे बघ बाळा, मी इथेच, याच खेड्यात वाढलो आणि नाशिकमध्ये माझं आयुष्य गेलं. मला या दोन्ही प्रकारच्या जीवनांतील फरक माहिती आहे. माझ्यावर विश्वास ठेव. तिथलं आयुष्य पूर्णपणे वेगळं असतं. तिथे सगळ्या गोष्टी अगदी खुल्या आणि मुक्तपणे सुरू असतात. रघू आणि दिलीपबरोबर आम्ही खूप पैसे मिळवायला लागू, त्यामुळे तुला तिथे नेणं सहजशक्य होईल. मग तुला अगदी फॅशनेबल कपडे मिळतील आणि मोठमोठ्या चित्रपटगृहांत सिनेमा बघायला जाता येईल.''

रामूने आपल्या मुलीच्या चेहऱ्याकडे पाहिले. तिच्या चेहऱ्यावरचे तुच्छतेचे आणि तिरस्काराचे भाव पाहून तो एकदम गांगरला. ''वीस वर्षांत तुम्हाला आपल्या कुटुंबाला तिकडे नेणं जमलं नाही, तर दिलीपला आपल्या कुटुंबाला तिकडे न्यायला लगेच कसं काय जमू शकेल?''

''लीला आली, तर शेतीभाती कोण बघेल आणि बाबा आणि आईची तरी काळजी कोण घेईल?''

''म्हणजे ती या शेतीत जनावरासारखी राबत राहिली तर ते चालतं, पण रघू आणि दिलीपनं तसं राबता कामा नये. बरोबर? मला सांगा, आम्ही दोघंही तिकडे आलो, तर दिलीपच्या आई-वडलांची काळजी कोण घेईल?''

रामूने आपले डोके खाजवले. काय बोलावे याचा विचार तो करत होता.

''फक्त आई-वडलांची काळजी घेणं एवढा एकच मुद्दा नाही. त्याशिवायही कित्येक गोष्टी आहेत.''

''मलाही त्या सांगा. मलाही त्या माहीत करून आणि समजून घ्यायच्या आहेत.''

''आमचं लग्न झालं, त्यावेळी लीला खूपच लहान होती; परंतु ती उत्साही होती. सतत स्मित करत आणि खिदळत असायची. सगळी कामं करताना गाणी गुणगुणायची. काही वेळा मैत्रिणींच्या बरोबर खेळायलाही जायची. मग मी इथून गेलो आणि माझ्या आयुष्यात व्यग्र झालो. हे खेडं आणि इथले लोक हे सगळं वेगळंच आहे. तिचे कपडे वेगळे आहेत. तिची बोलण्याची आणि लोकांशी वागण्याची पद्धत वेगळी आहे. त्यामुळे तिथल्या प्रत्येक माणसासमोर मला शरमेनं मान खाली घालावी लागली.''

''तुम्हीही पहिल्यांदा तिकडे गेला होतात, त्यावेळी नक्कीच तसेच होता असाल. मीही आईसारखीच आहे, असं प्रत्येक जणच म्हणतो. त्यामुळे कदाचित माझ्या तिकडे येण्यानेही तुम्हाला शरम वाटेल. रघू आणि दिलीपही तुमच्यासोबत आले तरी तुम्हाला त्यांचीही लाज वाटू शकेल.''

''बदल घडायला वेळ लागतो. त्या जीवनपद्धतीत ते हळूहळू रुळून जातील. परंतु लीला...'' त्याने तोंडात आलेले शब्द परतवून लावले.

''आईचं काय? का?''

''तिला तिथे बरं वाटत नव्हतं. ती फक्त तिथे सुट्टीपुरती आली होती. परंतु तिथे आल्यावरही तिला सतत बाबा आणि आईची काळजी वाटत होती. ती सतत गावाचा आणि शेतीचा विचार करत होती. तिथे मी गलिच्छ ठिकाणी राहतो. माझा खर्च आणि पुढचा सुगीचा हंगाम अशा कित्येक गोष्टींबद्दल तिला काळजी वाटू लागली. तिची काळजी एवढी वाढली की ती हसायचंच विसरून गेली. त्यानंतर तिला इकडे परत यावंसं वाटू लागलं. त्यानंतर पुन्हा कधीच ती तिकडे आली नाही.''

''पण तुम्ही मात्र वर्षातून एकदा येत होतात ना! मग आता तुम्ही माझं मन वळवण्याचा प्रयत्न करता आहात, तसं तिचं मन वळवण्याचा प्रयत्न का केला नाहीत?''

रामू आपल्या तळहातांकडे पहात राहिला. त्यानंतर त्याने आपले हात एकदम उलटे केले. जणू काही तो हातांची नखे तपासत होता. ती जो प्रश्न विचारत होती, त्याचे त्याच्याकडे उत्तर होते. नक्कीच होते. परतुं सध्या लग्नाला आलेल्या आपल्या तरुण मुलीला ते उत्तर तो देऊ शकणार होता का? त्याने आपले खांदे उडवले आणि तो म्हणाला, ''ठीक आहे. आपण तुझ्यासाठी दुसरा एखादा मुलगा पाहूया. आता काळजी करू नकोस. तुझ्या आईला काहीही होणार नाही.''

त्यानंतर तो परत गेला. त्याच्याकडे प्रश्नार्थक नजरेने बघणाऱ्या सगळ्यांशी थोडेसे जुजबी बोलून तो तिथून सटकला. त्यानंतर ते तिघे जण नाशिकला निघून गेले. रामू आणि रघूकडे पाहून लीलाने कसेबसे आपल्या तोंडावर उसने हसू आणले होते. ते नजरेआड होईपर्यंत तिचा बांध फोडून बाहेर उधळू पाहणाऱ्या अनावर अश्रूंना आपल्या निर्विकार चेहऱ्याआड तिने कसाबसा आवर घातला होता.

पुढच्या वेळी रामू वर्षभराने परतला नव्हता; तर तो चारच महिन्यांत परतला होता. आता त्याचे उत्पन्न वाढलेले होते. शिवाय त्याचे पाय जमिनीवर टिकत नव्हते, एवढा उत्साह त्याच्या अंगात संचारला होता.

''निमी, तो जन्मभर नाशिकमध्येच राहिलेला आहे. त्याला कुठल्याही प्रकारचा बदल नको आहे. तो तसाच आहे आणि त्याला गावाकडची मुलगी हवी आहे. त्यामुळे आपलं आयुष्य चांगलं जाईल, असं त्याला वाटतं. तो एक चांगला मुलगा आहे. त्याच्याबरोबर तू आनंदात राहशील. त्याचं कुटुंबही तिथेच आहे.''

यावेळी मात्र निमीने आपल्या वडलांना घराबाहेर नेले. सहानुभूती, लाज, राग आणि अशा कित्येक भावभावनांचा खेळ तिच्या चेहऱ्यावर सुरू होता. पुन्हा एकदा त्या रानात ते पोहचले होते.

''तुम्ही त्यालाच इकडे घेऊन का आलात? तुम्ही त्याच्याविषयी लिहू शकला असतात किंवा त्याचा फोटो पाठवू शकला असतात.''

''तुला तो आवडला नाही का?''

''तो मुद्दाच नाही. तुम्ही एवढा त्रास करून घेऊन माझ्यापासून सुटका करून घ्यावी असं

काहीच नाही. मी काही तुमच्यावर ओझं बनून राहिलेली नाही.''

''निमी, मला तू माझ्याजवळ शहरात हवी आहेस.''

''आणि आई? ती एकटीच राहणार का?''

''निमी सध्या तू आयुष्याच्या उंबरठ्यावर उभी आहेस. स्वतःचा विचार कर.''

''मी त्याचाही विचार करत आहेच. मी शहरात अनोळख्यासारखी येईन. त्यापेक्षा इथल्याच कोणाशी तरी माझं लग्न झालं तर जास्त बरं होईल. निदान मी एकटी तरी असणार नाही. शिवाय आईच्याही मी जवळ राहीन. आजी–आजोबाही माझ्या जवळच असतील.''

''पण तुझं आयुष्य तुझं स्वतःचं आहे. त्यांचं नाही.''

''म्हणजे तुमचं आयुष्य तुमचं स्वतःचं आहे तसंच ना?''

''मी तुझ्यासाठी आणि रघूसाठी आलो नाही का?''

''होय– कित्येक वर्षांनी तुम्ही इथे आलात आणि तेव्हाच मला आश्चर्य वाटलं की तुम्ही आता तरी का आला होतात? फक्त आमच्यासाठी. आईसाठी नाही.'' निमीने दीर्घ श्वास घेतला. त्यानंतर ती पुढे बोलू लागली, ''आजीने मला सांगितलं की तुमच्याबरोबर जाऊन आल्यानंतर आईच्या वागण्यात मोठाच फरक पडला. मी त्याबद्दल आईला विचारलं...''

यामुळे त्याच्या चेहऱ्यावर एकदम तीक्ष्ण भाव आले. ''तिने तुला काय सांगितलं?''

''कित्येक गोष्टी सांगितल्या. आता मला काही गोष्टी अधिक चांगल्या समजल्या आहेत. म्हणूनच ती मामाजींवर एवढी अवलंबून आहे.''

''त्या नालायकाचा उल्लेखही करू नकोस. तिला त्याच्यावर अवलंबून राहण्याची गरजच काय? आणि तो मला का टाळतो?''

''त्याशिवाय ती दुसऱ्या कोणावर अवलंबून राहणार होती? रघूबरोबर आणि माझ्याबरोबर तिला लिहायला–वाचायला शिकायचं होतं. काहीही झालं असतं तरी इथे तुम्ही नव्हतात.''

आमची आजारपणं, शाळा प्रवेश, परीक्षा, सुगीचे हंगाम, कीटकनाशकाची फवारणी, बाजारात जाणं, धान्याची विक्री, कर्ज घेणं...हजार गोष्टी होत्या. जर त्यावेळी तुम्ही आमच्यासोबत असतात, तर ती अगदी नैसर्गिकरित्या तुमच्याकडेच वळली असती.'' त्यानंतर त्यात दुरुस्ती करत ती पुढे म्हणाली, ''खरं तर मग तिला हे सगळं करण्याची गरजच भासली नसती. तिला आमच्यासाठी वेळ देता आला असता. इतर सगळ्या बायकांप्रमाणे स्वतःकडे लक्ष देता आलं असतं.''

शेवटच्या गोष्टी आरोप केल्याप्रमाणे बाहेर पडल्या होत्या. तारुण्याच्या उत्साही शब्दांत आल्या होत्या.

निमी आता त्याला ते यातनादायक गुपितही सांगणार होती. निमीनेही पुन्हा त्याच जाळ्यात अडकू नये, म्हणून तिच्या आईने तिला ते सांगितले होते. तिच्या आईने सांगितलेल्या यातनादायक गोष्टी तिच्यासारख्याच वेदनादायक स्वरात ती नकळत सांगत होती.

''तुम्ही इथे नव्हतात. नेहमीच शहरात रहात होतात. ज्यावेळी ती निकरावर येत असे आणि सगळ्या गोष्टी निस्तरता निस्तरता तिची पुरेवाट होत असे त्यावेळी तिची बाजू घेणारं इथे कोण होतं? आजी फक्त तुमचाच विचार करत होती. तिची नणंद सतत कडवट आणि कुजकटपणे बोलत रहायची. परंतु ज्यावेळी आजीचा स्वतःचा भाऊ आला त्यावेळी, हा विषारीपणाही गोड झाला विषारी असलं तरी पक्वान्न हे पक्वान्नच असतं आणि सोईस्करपणे तिने या सगळ्यातून बाजूला वाट काढली.''

हे सगळे सांगत असताना लीला कशी दूरवर बघत होती आणि तिच्या नजरेत कसे दुःख आणि वेदना होत्या या आठवणीने निमीची जीभ क्षणभर जड झाली. तिला आईचे बोलणे आठवत होते. त्या आठवणींत ती गढून गेली.

''पावित्र्य म्हणजे काय?'' लीला म्हणाली होती, ''ही तर सगळी मायाच आहे. माझ्याकडे कोणीही पाहिलं तरी ती तुझी आजी त्याला शिव्याशाप देत असे. पण तिच्या भावाने आपल्या मुलाचा हक्क बळकावला तरी आपल्या भावाला ती कशी काय बोलणार होती? त्यामुळे मी आपल्या जुन्या बांगड्या हरवल्याची बतावणी केली. मग पहिल्यांदा माझा गर्भपात करण्यासाठी तो आम्हाला दूरवरच्या दाईकडे घेऊन जाऊ शकला. इथल्या

दायांनी सगळ्या गावभर बोभाटा केला असता.''

''आई, पण बाबांचं काय?''

''त्यांच्याबद्दल काय? ते फक्त वर्षातून एकदाच येत होते आणि तीन आठवड्यांपुरते माझा वापर करत होते. बस्स, तेवढंच. त्याच्या बाबांनी सगळी परिस्थिती स्वीकारली होती. फक्त ते मला सांगत राहिले, होते की माझा मुलगा तुझा नवरा आहे, हे विसरू नकोस. आपल्या बायकोविषयीचा त्याचा अभिमान तर कमी द्यायचा नव्हता, मग त्याला काय सांगू शकणार होते? उर्वरित संपूर्ण वर्षभर इथे मी ज्याच्यावर अवलंबून राहू शकेन, मदत मागू शकेन आणि सल्लाही घेऊ शकेन असं कोणीतरी माझ्या मदतीला होतं.''

''आम्ही एकमेकांपासून शिकलो आणि आम्ही एकमेकांना शिकवलंही. त्याने मला खेड्याबाहेरच्या जगाबद्दल आणि तुझ्या बाबाच्या नाशिकमधील मोहल्ल्यापासून दूर असलेल्या गोष्टींविषयी शिकवलं. त्याला ते पेठ म्हणतात. मी त्याला भावना, नाती आणि तुम्हा मुलांविषयी शिकवलं. त्याने कधीच लग्न केलं नाही आणि शक्य तितक्या वेळा तो तुझ्या बाबाला टाळत राहिला. उगाच एकमेकांसमोर येऊन बखेडा कशाला करायचा? हे असंच कित्येक वर्षं चालत राहिलं. परंतु तुझा बाबा आला की मी नेहमीच तणावात असे. त्याला माझा इलाज नव्हता. मला माहिती होतं की नाशिकमध्ये तो..तोसुद्धा...'' लीलाचा आवाज फाटला होता.

''तुला कसं काय माहिती? त्यांनी तुला सांगितलं का ते?''

''अशा गोष्टी कोणी कोणाला सांगतं का? मी गेले तेव्हा त्यांना बरं वाटलं नव्हतं. ते अस्वस्थ होते. त्यांचा स्पर्श वेगळा होता. त्यामुळे मीही अस्वस्थ बनले होते. मी तिथे पोहचले तेव्हाच मला तिथे काहीतरी वेगळं सुरू असल्यासारखं जाणवलं होतं. त्या चाळीत राहणाऱ्या स्त्रिया माझ्या मागे दबक्या आवाजात हसत असत. काही वेळा मला काहीतरी जाणवावं असं माझ्यासमोरच बोलत रहात. त्यांनी आम्हा दोघांसाठी खोली घेतली होती. परंतु सहसा ते दुसऱ्या एका गल्लीत रहात होते. तिथे त्यांच्याच फॅक्टरीत काम करणारी एक विधवा रहात होती. ती तिच्या भावाची आणि त्याच्या मुलांची काळजी घेत असे. ज्यावेळी मोठी ऑर्डर असे, त्यावेळी त्यांना रात्रपाळीही करावी लागत असे. त्यानंतर त्या फॅक्टरीतच ते झोपत आणि सकाळी घरी परत येत.''

आपल्या मनातील प्रश्नचिन्हामुळे ती काहीशी थबकली आणि पुढे बोलू लागली, ''कदाचित ते काम फक्त तीच करत असेल किंवा इतरही काही जणी करत असतील. पुरुषांना काय बदल हवा असतो. नाही का? विशेषतः घरापासून दूर राहणाऱ्यांना आणि त्यांच्यावर कोणीही नियंत्रण ठेवणारं नसतं, ते तर मोकाटच असतात. मी त्यांना ते कोणाबरोबर काम करतात असं विचारलं. परंतु त्यांनी मला त्यांच्याकडे कधीच भेटायला नेलं नाही किंवा आपल्या फॅक्टरीतही नेलं नाही. सगळ्या बायका याविषयी खूपच बोलत असत, त्यामुळे मला अत्यंत अस्वस्थ वाटत असे. मी तशीच घरी परत आले. कोणास ठाऊक, परंतु कदाचित त्या विधवेने मला पाहिलं असेल किंवा कोणीतरी मला बाहेर पाहिलं असेल. मी वेगळी दिसत होते. ती तर तिथेच रहात होती. त्या सगळ्याच जणी आपापल्या रुबाबदार नऊवारी साड्या नेसायच्या. हिरव्या आणि लाल रंगाच्या बांगड्या घालायच्या. नाकांत नथी आणि पायांत चांदीच्या साखळ्या.''

रामूच्या आवाजाने निमी आपल्या आठवणींतून भानावर आली. त्याने जवळजवळ तिला हलवून तिच्या तंद्रीतून जागे केले.

''कसलं विष? काय गोड? तू कशाविषयी बोलते आहेस? आजीने आणि तुझ्या आईने काय केलं?'' त्याने निमीकडे अगदी निरखून पाहिले.

ती भानावर आली. ''आजी आणि आई ना? त्या काय करू शकणार होत्या? स्त्रिया काय करू शकतात? त्या झोपायच्या आणि ...'' तिचा आवाज चिरकल्यासारखा झाला.

''विषय बदलू नकोस. त्या दोघींनी तुला काय सांगितलंय?''

''काहीही नाही. फक्त शहरातून परतल्यापासून आई बदललेय, असं सांगितलं.'' त्यानंतर तिने थेट तिच्या वडलांकडे धीटपणे आणि रोखून पाहिले. ''हळूहळू आई जास्त आत्मविश्वासू बनत गेली. तिने शेतीची कामं आटोक्यात आणली आणि तिने आधी कधीच न केलेल्या कित्येक नव्या गोष्टी ती करायला शिकली.''

''आणि तिला स्वतःसाठी हवा होता तो वेळ?'' त्याच्या शब्दांत धार होती. तिने त्याला आधी मारलेला टोमणा त्याच्या लक्षात होता.

''तिने ते सगळं सोडून दिलं. ती अत्यंत साधी राहू लागली. तुम्हाला ते माहितीच आहे.

फक्त लाल कुंकू लावून आणि चांदीचे झुमके घालूनही ती खूपच सुंदर दिसते, असं मला वाटतं. कारण माझी आई फारशी न नटताही सुंदर दिसते. तशी ती नटली तर ऐश्वर्या रायच बनेल. पण तसली आई कोणाला आवडेल?''

''हे बघ निमी, तू जर शहरात आलीस, तर नुसत्या झोपून राहणाऱ्या बायकांसारखं तुझं नशीब असणार नाही. तिथे बायका सगळ्या प्रकारची कामं करतात.''

''आम्हीही ती इथे करतोच की! आई आणि मी फक्त गाईचं दूध काढतच बसत नाही. आम्ही फक्त कोंबड्या पाळतो आणि ताक घुसळून लोणी काढतो का? तेवढीच कामं आम्ही करत नाही. आम्ही शेतांवर जातो. ट्रॅक्टरसुद्धा चालवतो. अगदी रघू काम करू लागेपर्यंत आईसुद्धा ट्रॅक्टर चालवायची. तिने ड्रायव्हर ठेवण्यावर पैसे वाया घालवले नाहीत. फक्त बाजारातच ती मामाजीला किंवा रघूला बोलणी करायला लावायची. परंतु त्या दोघांनाही तीच सगळं सांगत रहायची. पुढे होऊन फक्त ते बोलायचे एवढंच. पण आई त्यांना सारखी तिथेही काय बोलायचं ते सांगत रहायची. त्यामुळेच आमचे व्यवहार उत्तम होत. तिने आम्हाला कसं वाढवलंय असं तुम्हाला वाटतं?''

रामूने मान हलवली. त्याने आपल्या डोक्यातून विचार झटकून टाकले. त्याने जे जे मार्ग तिची समजूत घालण्यासाठी चोखाळले होते, ते ते सगळे निष्फळ ठरले होते. कसल्या विषारी पक्वान्नाबद्दल निमी बोलत होती? शहरातून जाऊन आल्यावर लीलात झालेले बदल त्याच्याही लक्षात आले होते.

शहरात ती त्याच्याकडे सतत संशयाने पहात असे. त्याला सतत त्याच्यावर तिची नजर असल्यासारखे वाटत असे. ती सतत त्याला आनंद आणि समाधान देण्यासाठी झटत होती. जणू काही त्याने घरी यावे, म्हणून ती त्याला फूस लावत होती. आणि आपले अपराधीपणाची टोचणी लावणारे गुपित बाहेर पडेल या भीतीपोटी तो तर कुंपणावर बसल्यासारखा रहात होता.

लीलाने आपण घरी जाण्याचा आग्रहच धरला तसा तो सैलावला होता. कोणत्याही प्रकारे काहीही विपरीत घडण्याआधीच तिने घरी जावे अशीच तिची इच्छा होती. त्याच्या मनात विचार सारखे थैमान घालत होते.

'आई आणि लीलाने काय केलं? मी लीलाला सोडलं म्हणून माझ्यामुळे ते घडलंय का?

माझ्या नव्या जीवनात मी रमलो होतो. माझ्या नवीन कुटुंबातील लोक माझ्यासोबत होते. लीलाकडे काय होते? तिने आपले आयुष्य कसे घालवले? म्हणजे तीही? मग तो कोण होता? तो खरोखरच मामा होता का?'

विचारांनी रामू खुळावल्यासारखा झाला. आपल्या आईलाच याविषयी विचारावे असे त्याला वाटू लागले. परंतु त्याला तसे धाडसच होईना. शहरात गेल्यावर त्याला एवढा अपराधीपणा जाणवत नसे. तो सरळ लीलाकडे गेला.

''निमीबरोबर बोल. त्याच्या पालकांबरोबरच ती दोघंही एकत्र राहतील असं तिला सांग. आपण जसे एकमेकांपासून विभक्त राहिलो तसा प्रश्न तिच्या बाबतीत येणार नाही. लीला, ती तुझं ऐकेल. ती तुझी पूजा करते.''

लीलाने ओठ घट्ट मिटून घेतले. रामूच्या एकूण विचार प्रक्रियेचा सारांश तिच्या लक्षात आला होता. आपल्या बायकोला ज्या विभक्तपणाचा त्रास त्याने सोसायला लावला होता तो त्रास आपल्या मुलीला व्हावा असे त्याला वाटत नव्हते.

'माझ्या एकाकीपणाबद्दल तू विचारच करत नाहीस. करतोयस का?' असा क्षणिक विचार तिच्या मनात येऊन गेला. तिने मूकपणेच त्याला जणू तो विचारला होता. त्यानंतर तिच्यातील आईने तिच्या विचारांवर मात केली. मला जे भोगावं लागलं, तसं दुःख निमीला तरी का भोगावं लागावं? मी गेलेल्या वाटेवरूनच तिनेही वाटचाल का करावी? दोन दोन आयुष्यांमध्ये; दुहेरी आयुष्यांत समतोल साधत तिला का जगावं लागावं? त्या परिस्थितीत कुठल्याच आयुष्याचं पुरेपूर समाधान घेता येत नाही.'

परंतु निमी सहानुभूतीने बोलत होती, ''मी इथेच राहीन. जर सगळ्याच मुलांना नाशिकला जावंसं वाटलं, तर मी इथे एकटीच राहीन.'' तिने ठामपणे सांगितले. निमी ही सुंदर, सुशिक्षित मुलगी होती. तिचे वडील शहरात काम करत होते. तिच्यासाठी मुलांचा काय तुटवडा? तिला हवी तेवढी मुले मिळाली असती. लीलाने आपले सासू-सासरे, शेती आणि मुलांकडे किती लक्ष दिले होते हे कोणाला माहिती नव्हते? अखेर निमीचे लग्न तिथल्याच एका मुलाबरोबर झाले.

लग्न झाले तेव्हा रामूची मनःस्थिती बिघडलेली होती. संपूर्ण लग्नभर त्याची मनःस्थिती तशीच होती. निमीच्या डोळ्यांत विनवणी होती आणि ओठांवर स्मित होते. तरीही तो मात्र

तसाच होता. त्यानंतर बऱ्याच दिवसांनी तो पुन्हा दिसला होता. त्याच्या फक्त मनी ऑर्डर्स तेवढ्याच येत होत्या. घड्याळाच्या सततच्या टिकटिकीप्रमाणे त्याच्या मनी ऑर्डर्स तेवढ्याच नियमितपणे येत होत्या. त्यानंतर एटीएम कार्ड आले. लीलाला किंवा निमीला गरज असेल, त्यावेळी निमी त्याचा वापर करत असे.

अशीच बरीच वर्षे गेली होती. त्यानंतर काही वर्षांनी एक जोडपे तिथून सुटणाऱ्या ट्रेनमधून प्लॅटफॉर्मवर उतरले. लोकांच्या नजरेत ओळख होती. स्टेशन मास्तराने आपल्या तिकीटाच्या खिडकीतून डोळे मिचकावून पाहिले. त्याने बुचकळ्यात पडत आपले डोके खाजवले.

ती ज्या पद्धतीने साडी नेसली होती, त्यामुळे तिच्या शरीराचा संपूर्ण आकारच दिसत नव्हता; तर तिचे पायही दिसत होते. तिच्या घोट्यांभोवती पैंजण होते आणि पायांत कोल्हापुरी चपला होत्या. तिचा चेहरा गोल होता. तिने केसांचा अंबाडा घातला होता आणि त्यावर सुगंधी पांढऱ्या फुलांचा गजरा माळला होता. कपाळावर भले मोठे लाल कुंकू होते आणि त्या कुंकवाखाली नाकाच्या वरच्या बाजूला किंचित काळसर ठिपके होते. नाकातील नथ हलत होती. तिचे मोती चमकत होते.

''ते कोण आहेत?'' स्टेशनवरच्या एका धटिंगणाने विचारले. त्या जोडप्याने एक हमाल पाहिला आणि ते गावातील लांबलचक रस्त्याने चालू लागेल.

ते बरेच पुढे गेले आणि तो पुरुष त्या स्त्रीला तेथील काही खुणा दाखवू लागल्यावर स्टेशन मास्तरच्या डोक्यात लख्ख प्रकाश पडला.

''रामू..तो रामू आहे. त्याने दाढी वाढवलेय आणि गॉगल लावलाय. त्याचे केसही आता पिकू लागलेत. पण त्याच्याबरोबर ती कोण आहे?'' ते दोघेही एकमेकांकडे ज्या आपुलकीने आणि हक्काने पहात होते ते अगदी स्पष्ट दिसत होते. त्याने ताबडतोब ती बातमी सांगायला एका मुलाला पिटाळले. घरा-घरातील सकाळची शांतता त्या बातमीच्या विस्फोटाने एकदम तडकली. ''रामूबाबू एका मराठी स्त्रीला घेऊन आलाय.''

बाबांना ते प्रथम समजले. ''लीला तुझं ताक घुसळणं तसंच चालू देत. त्याला आता काय हवं आहे ते बघूया.'' त्यानंतर आपल्या पत्नीकडे वळून ते म्हणाले, ''तू जरा चहाचं बघ.'' ''पराठे तयार झालेत काय?'' ते बोलत होते. त्यांच्या आवाजात आनंद आणि

काळजीही होती.

चहाला उकळी फुटली. गरमागरम पराठे कापड टाकलेल्या टोपलीत ठेवले गेले होते. वाट बघत बसलेल्या त्या अंगणात फक्त ताक घुसळण्याचा आवाज येत होता. बाबा आरामखुर्चीत आणि आजी खाटेवर बसलेली होती.

रामूने दरवाजा ढकलल्यावर दरवाजाच्या कडीचा जोरदार आवाज झाला आणि दरवाजा उघडला गेला. रामू दरवाजात मधोमध उभा राहिला. अंगणाला पांढराशुभ्र रंग दिलेला होता. नव्यानेच स्वयंपाकघर बांधले गेले होते. सोलर कुकर दरवाजातच अगदी अभिमानाने ठेवण्यात आला होता. लीला नेहमीप्रमाणेच ताक घुसळण्यात मग्न होती.

त्याने हळूच आत पाऊल टाकले आणि त्या मराठी स्त्रीला पुढे करून तो तिच्या मागून चालू लागला. तिच्या चेहऱ्यावरचा तणाव स्पष्ट दिसत होता. लीला तिच्याकडे चौकसपणे पहात असल्याचे तिच्या लक्षात आले. तिने खाली वाकून वृद्धांच्या पायांना स्पर्श करून नमस्कार केला. चहा आणि खाणे त्यांच्यासमोर ठेवण्यात आले. त्यामुळे सुरुवातीचा अवघडलेपणा थोड्या प्रमाणात दूर झाला.

ती स्त्री आतील बाजूला नव्याने बांधलेल्या बाथरूममध्ये गेल्यावर लीलाने निमीला बोलावणे धाडले. ''तुझे बाबा आलेयत.'' तिने त्या पाहुणीचा उल्लेखसुद्धा केला नव्हता. आपल्या घरचे रोजचे काम झटपट उरकून निमी लगेच आपल्या वडलांना भेटण्यासाठी घरी परतली.

दरम्यानच्या काळात रामू आणि त्याचे वडील तलावाजवळच्या रानात फिरायला गेले. ''बाबा, मला घरी परत यायचं आहे. दिलीप आणि रघूचं आता तिकडे बस्तान बसलंय. परंतु मला मात्र आता घरी राहण्याचे वेध लागलेत.'' आजोबांच्या सुरकुतलेल्या गालांवरून अश्रू ओघळले.

''खरं तर आता काहीच समस्या नाही,'' रामू पुढे बोलू लागला. ''लीला....''

''लीलाचं काय?'' आजोबांचा स्वर तीक्ष्ण आणि संरक्षणात्मक होता.

''मी तिच्या बाबतीत चूक केलेय हे मला माहिती आहे. पण मला सांगा आता मी काय करू? मी शहरातच राहिलो तर तिच्यावर झालेला अन्याय तसाच पुढेही होत राहील.

परंतु मला आता घरी परतायचं आहे. मात्र माझ्या दुसऱ्या पत्नीविषयीही काही जबाबदाऱ्या आहेत. त्यांच्यातून माझी सुटका होणार नाही. तिने माझ्यासाठी तिच्या कुटुंबीयांचा रोष पत्करला. तिच्या सगळ्या शेजाऱ्यांची बोलणी सहन केली. तिच्या जातीचे लोक इतर जातीच्या लोकांशी लग्न करत नाही.''

''लग्न?'' त्या वृद्धाचे डोळे विस्फारले. त्यांनी पुन्हा एकदा तोच शब्द उच्चारला, ''लग्न?''

''मला घरी परतायचं आहे म्हणून मी तिला नाशिकमध्ये तसाच सोडून कसा काय परतू शकणार होतो?

''तू नेहमीच फक्त स्वतःचाच विचार करत आलास. तुला जायचं होतं, तू गेलास. कित्येक वर्षं तू तिकडेच राहिलास. मागे वळून पाहिलंही नाहीस. आता तुला परत यावंस वाटलं, तू आलास. तू लीलावर खूपच मोठा अन्याय केलायस. परंतु त्याचं तुला काहीच वाटत नाही. तुला जर आता लीलाकडे, घरी यावंसं वाटलं, तर त्या स्त्रीला घेऊन तू का आलास? आता यावेळी तुझी आमच्याकडून काय अपेक्षा आहे?''

''मला याचं काहीच वाटत नाही, असं तुम्हाला का वाटतं? मलाही वाईट वाटतंयच की! मलाही तिची काळजी वाटतेय. म्हणून लीलाचं कामाचं ओझं थोडं तरी हलकं करावं यासाठीच तर मी तिला माझ्याबरोबर घेऊन आलोय.''

बाबांचे डोळे बारीक झाले. ''काम हलकं करायला की जमिनीच्या विक्रीतली वाटणी मागायला?''

आता रामू आश्चर्यचकीत झाला होता. ''तुम्ही जमीन विकताय?''

''ते लीला ठरवेल.''

''मग रघू आणि निमीचं काय?''

''शेती कोण करतं? लीलाच त्याचा काय तो निर्णय घेईल. ती तिची शेती आहे आणि तिचं घर आहे.''

''पण घर तुमचं आहे ना?''

''आता नाही. आम्हाला कर्ज हवं होतं त्यावेळी आम्हाला कागदपत्रं करताना तिच्या नावावर मालमत्ता करणं सोईचं वाटलं. त्यामुळे वेगवेगळ्या प्रकारच्या कर्जांमुळे सगळ्याच मालमत्तेला तिचं नाव आम्ही लावून टाकलंय. थोड्या शेतीचं रूपांतर कृषी हॉटेलमध्ये करण्यासाठी अगदी अलीकडेच काही एजंट आले होते.''

''कृषी हॉटेल ? हे काय प्रकरण आहे ?''

''जे लोक परदेशी असतात, ते गावी आले की त्यांना शेतात रहायचं असतं; परंतु तिथे हॉटेलच्या सुविधा त्यांना हव्या असतात. त्यांना रस्त्याच्या जवळ असलेल्या शेतांमध्ये स्वारस्य असते. त्यांनी आपल्या जमिनीपैकी काही जमीन त्यासाठी घेण्याचं ठरवलंय,'' त्यानंतर त्या वृद्ध माणसाने जीभ चावली. परंतु तरीही तो पुढे म्हणाला, ''तुझा मामा सध्या परदेशात प्रशिक्षणासाठी गेलाय.'' रामूने रागारागाने दातओठ खाल्ले.

घरी लीला आणि ती स्त्री होती. रामू ज्या विधवेबरोबर रहात होता, तीच ती स्त्री होती हे लीलाच्या लक्षात आले होते.

''तुम्हाला इकडे एकटीला सोडून गेल्याबद्दल त्यांना दुःख वाटतंय. तीच गोष्ट पुन्हा माझ्या बाबतीत व्हावी असं त्यांना वाटलं नाही. म्हणूनच त्यांनी मला इकडे आणलंय. म्हणजे आपण सगळे एकत्र राहू शकू.''

''ते जर मला एकटीला सोडून जाऊ शकले होते, तर तुला का सोडू शकत नाहीत ?''

''तुमच्याबरोबर इथे मुलं होती. बाबा आणि आई होत्या.

''आणि तुझं काय ?''

''लीला,'' त्या स्त्रीने कामाने खडबडीत झालेले आपले हात लीलाच्या खांद्यावर ठेवले. ''आम्ही एकमेकांसोबत बरीच वर्षं आहोत. तेव्हा आम्ही एकमेकांशी लग्न करू शकलो नाही, कारण मला फक्त माझ्या भावाच्या मुलांचीच काळजी घ्यायची नव्हती; तर त्यांची लग्नंही लावून द्यायची होती. आम्ही वर्षानुवर्षं एकत्र रहात होतो; परंतु फक्त पाचच वर्षांपूर्वी आम्ही लग्न केलंय.''

'म्हणजे निमीच्या लग्नानंतर,' लीलाच्या मनात विचार आला.

''जर त्यांनी घरी येण्यासाठी मला तिथेच सोडून दिलं असतं, तर त्यांच्या प्रतिष्ठेला धक्का बसला असता. रघूवरही त्याचा विपरीत परिणाम झाला असता. तिथे त्या लोकांनी माझा छळ केला असता. एकतर मी आधी विधवा होते. त्यात मी पुनर्विवाह केला आणि पुन्हा मी परित्यक्ता झाले असते, तर माझं काय झालं असतं? सगळ्यांनाच माझे लचके तोडता आले असते. म्हणून त्यांनी मला इकडे आणलं.''

लीलाने डोळे मिटून घेतले. 'आता काय?' तिच्या मनात विचार आला. जमीन विकून काही पैसा गाठीशी बांधण्याची तिची स्वप्ने धुळीला मिळू लागल्यासारखी दिसत होती.

''लीला, तू कसला विचार करते आहेस? जुन्या काळीही लोकांना एकाहून अधिक बायका नव्हत्या का? आणि तरीही त्या सगळ्या एकमेकींशी मिळून-मिसळून आनंदाने रहात होत्याच की. आपण सगळं काही वाटून घेऊ आणि रामूलाही नियंत्रणात ठेवू.''

''कसलं नियंत्रण, बाई? ते पहिल्यांदा निघून गेले तेव्हा मी खूपच लहान होते. परंतु त्या सगळ्या काळात तू त्यांच्यावर नियंत्रण ठेवू शकलीस? जर तू ठेवू शकली असतीस, तर आमची आयुष्यं पुन्हा एकदा बिघडवून टाकायला ते इथे आले असते का?'' लीलाच्या आवाजात कडवटपणा होता. ''आता त्यांच्याशिवाय जगायला मी शिकले आहे. त्यामुळे आता आपण पुन्हा एकदा सगळ्याची नव्यानं सुरुवात करायची गरजच काय? तू त्यांना घेऊन इकडे का आलेस?''

ती स्त्री सुन्न झाली. एखाद्या बिघडलेल्या, उधळ्या माणसाला ताळ्यावर आणण्याचा आपण कर्तव्यनिष्ठेने प्रयत्न करत असल्याचा तिने आणलेला आव तसाच गळून पडला होता. ''त्यांनी इकडे यावं, असं तुम्हाला वाटत नाही का?'' तिने विचारले. तिच्या मनात पुन्हा एकदा संशय निर्माण झाला होता.

'का? लीलाला रामूने घरी यावं असं का बरं वाटत नसेल? तिनेही स्वतःसाठी काही गोष्टी ठरवून ठेवल्या आहेत का?''

आपला उनाड मुलगा घरी परत आल्याचा अत्यानंद लीलाच्या सासूला झाला होता. त्यामुळे ती लीलावर उखडलीच. ''हे बघ, तो आमचा मुलगा आहे. तो परत आलाय. आता तुला आणखी काय हवंय?''

लीलाने चमकून मागे बघितले. ''मी काय चालू-बंद करायचं बटण आहे की एकाकडून दुसऱ्याकडे सरकवण्याचं ताट आहे?'' हा बदल त्या स्त्रीच्या पचनी पडला नव्हता. तेवढ्यात ते दोघे आत आले. लीलाच्या सासूने आपल्या मुलाचे आनंदाने स्वागत केले. इतर कोणाच्याही चेहऱ्यावर तिच्या आनंदाचे प्रतिबिंब पडल्याचे दिसत नव्हते. एकूणच अनिष्टसूचक परिणाम दिसत होते. रामूच्या मनावर तणाव आल्याचे स्पष्ट दिसत होते.

सुरुवातीला ती स्त्री अलिप्त राहिली. परंतु लीलाकडे ती सावधपणे पहात होती. तिची दैनंदिन कामातील तत्परता तिला दिसत होती. ती सारे काही पहात होती. नंतर एके दिवशी काय झालं कुणास ठाऊक; परंतु अचानकच तिने लीलाचे पाय धरले.

''लीलाताई तुमच्यावर अन्याय झालाय हे मला माहिती आहे. तुमचं आयुष्य अत्यंत खडतर कष्टांचं आहे. परंतु आता माझंही एक ऐका.'' लीलाने फक्त खांदे उडवले. ''त्याचा माझ्याशी काय संबंध आहे?'' ती खोलीच्या खिडकीजवळ गेली आणि बाहेर पहात तिने विचारले.

ती स्त्री बोलू लागली, ''ताई, तुमचं रामूशी लग्न झालं त्याच सुमारास मी विधवा झाले होते. माझ्या नवऱ्याला पाहिल्याचंही मला आठवत नाही. माझे सासू-सासरे मला मारहाण करायचे. माझ्या भावाने मला तिथून परत आणलं आणि त्यांच्या छळातून मला सोडवलं. त्याची बायको आजारी होती. तिची देखभाल करण्यासाठी त्याने मला इकडे आणलं. तिच्या मृत्यूनंतर मी त्याच्या मुलांना मोठं केलं आणि फॅक्टरीत कामही केलं. माझं आयुष्य फॅक्टरी आणि घर यांच्यामध्ये विभागलं गेलं होतं. कित्येक वर्षं रामू आणि मी किरकोळ कारणांवरूनही भांडत असू. आम्ही अगदी लहान मुलासारखे वागत होतो. एके दिवशी तो आजारी पडला आणि मी त्याची देखभाल केली. त्यानंतर आमचे संबंध बदलले. जात पंचायत आणि पेठ समिती यांच्यामध्ये फारसा फरक नसतोच. भावाची सगळी मुलं मार्गी लागेपर्यंत आम्ही लग्न करणार नाही, असं वचन दिल्यावर माझ्या भावाने अखेरीस रामूला जवळ केलं. हळूहळू सगळ्या पेठेनं (जातीनं) त्याला स्वीकारलं. त्यानंतर त्याने दिलीप आणि रघूला तिकडे आणलं. ते दोघेही चांगले मुलगे आहेत.''

लीला तिच्याकडे वळली. ''म्हणजे तू माझ्या रघूलाही स्वतःकडे वळवून घेतलंस?''

''नाही. मी घेतलं नाही. तो माझा मुलगा नाही, ताई. त्याला आपण आपला मुलगा म्हणूया. हे बघ. रामूने घरी परतण्यासाठी जर मला तिथेच सोडून दिलं असतं, तर तुला

सोडल्याच्या त्याच्या पापात आणखी भरच पडली असती. तुझ्या हे लक्षात येत नाही का ? तुझ्यासोबत बाबा आणि आई होत्या. परंतु रामूने मला सोडून दिलं असतं तर माझ्या भावाला माझ्यासाठी काहीच करता आलं नसतं. एक पुनर्विवाह केलेली परित्यक्ता विधवा. मग कदाचित त्यांनी मला अगदी कवडीमोलानंही विकून टाकलं असतं. तूही एक स्त्री आहेस. रामूने मला त्याच्याबरोबर आणलं नसतं तर माझं भविष्य काय झालं असतं याचा थोडा तरी विचार कर.''

''मग म्हणून त्यांनी तुला इकडे आणलं. मग आता तुझी माझ्याकडून काय अपेक्षा आहे ? मी काय करावं असं तुला वाटतं ? तू त्यांची बायको आहेस. त्यांच्याकडे जा.''

''तुम्ही मला समजून घ्यावं असं त्यांना वाटतं.''

''काय समजून घ्यायचं ? ठीक आहे. त्यांच्या गरजा काय आहेत ते मला समजलं असं त्यांना जाऊन सांग. तू सतत त्यांच्या गरजांविषयी माझ्याकडे याचना करतेस, माझ्या गरजांचं काय ?'' लीलाने आपली जीभ जोरात चावली.

''आपण सगळेच एकत्र राहूया.''

''मग ?'' लीलाने कडवटपणे आणि तिखटपणे विचारले. ती स्त्री शांत होती. तिला त्याचे उत्तर माहिती होते. परंतु रामूचे काय ?

लीलाच्या मनात वेगळेच विचार सुरू होते. मामा आणि तिच्याशी बोलणी केलेल्या रिअल इस्टेट एजंटचा विचार तिच्या मनात घोळत होता. काही अंधुक योजना तिच्या मनात येत होत्या आणि पुन्हा निसटून जात होत्या. तिने त्या स्त्रीकडे पाठ फिरवली आणि खिडकीचे गज घट्ट धरून अंगणातील आंब्याच्या झाडाकडे ती पाहू लागली.

'हा पिंजरा तुरुंगासारखा आहे. याच्या तावडीतून कधीच सुटका होणार नाही.' ती विचार करत होती.

निमी येऊन परत तिच्या घरी गेली होती. ती तिथे असताना तिचे वडील आणि त्यांची नवीन बायको तिच्याभोवती गोंडा घोळत राहिले होते. आपल्या आईबरोबर तिला फक्त थोडा वेळच एकांतात बोलता आले होते. ''आई अगदी सावध रहा. अचानकच एवढी

घरची ओढ? यात आणखी काहीतरी नक्कीच आहे. कुठल्याही कागदपत्रांवर सहजपणे सही करू नकोस.'' निमीने सांगितले आहे.

गेली बरीच वर्षे घर आणि जमीन लीलाच्या नावावर होती. खरे तर ती शेती करू लागल्यापासूनच ती लीलाच्या नावावर होती. परंतु त्याला आताइतके महत्त्व कधीच आले नव्हते. आता प्रत्येकाच्याच नजरेत त्याविषयी प्रश्नचिन्ह दिसू लागले होते.

रामू आणि त्याची पत्नी आल्यापासून मामा तिकडे फिरकलाच नव्हता. त्यामुळे कोणाबरोबर बोलावे हे तिला समजत नव्हते. अगदी निमीशीसुद्धा तिची धावती भेटच झाली होती. त्या स्त्रीविषयीची कुणकुण लागल्याबरोबर निमीच्या सासरच्या लोकांनी तिला अगदी टोकदार प्रश्न विचारले होते.

''हे बघ बाई, मला एक गोष्ट सांग. तू या खेड्यात यायचं का ठरवलंस?'' लीलाने विचारले.

''कारण तो रामूचा निर्णय होता.''

''पण रामूंनी तरी इकडे परत यायचा निर्णय कशासाठी घेतला? त्यांना चांगली नोकरी होती. त्यांनी ती का सोडून दिली? कशासाठी?''

''कसली चांगली नोकरी? प्रौढ, म्हातारे लोक कोणाला हवे असतात? फॅक्टरीत काही बदल होत होते. त्यामुळे त्यांनी आम्हाला सगळ्यांना एकरकमी पैसा घेऊन बाहेर पडायला सांगितलं. कारण नंतर आलेली नवीन मशीन्स आम्ही हाताळू शकत नव्हतो.''

''म्हणजे तुम्हाला दोघांनाही ती एकत्रित रक्कम मिळालेली आहे. मग तुम्ही खेड्यात का आलात? तुम्ही नाशिकमध्येही राहू शकला असतात.''

''त्या पैशांवर ताई? त्या पैशांत शहरापासून दूरवर एखादी छोटी खोली मिळाली असती.''

''तुझ्या घराचं काय?''

''पहिल्यांदा आम्ही माझ्या भावाच्या घरी रहात होतो. नंतर त्याच्या मुलाचं लग्न झालं

आणि त्यांना मुलंही झाली. मग आम्ही आमच्या स्वतःच्या खोलीत राहू लागलो. परंतु ती खोली खाली करण्यासाठी मालकाने तगादा लावला होता. भाडंही भरपूर वाढलं होतं आणि पागडीही भरपूर होती.''

''मग?''

''मग रामूने त्याला सांगितलं की आम्ही घर सोडू परंतु त्यासाठी आम्हाला काहीतरी द्यावं लागेल. घरमालकानेही एकरकमी पैसे द्यायची तयारी दर्शवली. मग ते पैसे घेऊन आम्ही बाहेर पडलो.

''म्हणजे तो पैसाही तुमच्याकडे आहे तर...''

''होय. रामूने घरी यायचं ठरवलं. इथे तेवढ्या पैशांत अगदी आरामशीरपणे जगता येईल. कारण इथे आधीच घर आणि शेतीही आहे.''

लीलाच्या आईचे डोळे ही बातमी ऐकल्यावर बारीक झाले. लिलानेही यावर विचार केला. आता आपली सासू आपल्या सासऱ्यांना काय सांगेल याविषयी ती विचार करत होती. रामूने हे सगळे का सांगितले नव्हते याविषयीही तिला आश्चर्य वाटत होते. रामूने ते आपल्या वडलांना सांगितले होते का? त्याविषयी तिने आपल्या सासऱ्यांशी बोलणे आवश्यक होते का?

तिच्या मनात गोंधळ सुरूच होता. सासू-सासरे आपल्या मुलाच्या बाजूलाच झुकणार हे स्पष्टच होते. लीलाने इतकी वर्षे काबाडकष्ट केले होते. त्यांच्यासाठी खस्ता खाल्ल्या होत्या. परंतु तरीही काहीही झाले तरी ती त्यांची सूनच होती. ती बाहेरचीच होती. नाही का?

''मी काही ठरवावं, मी पुढाकार घ्यावा याची ते वाट बघत आहेत हेच मोठं आहे. त्यांनी आपली जमीन आणि घर परत मागितलं तर काय होईल? मग माझं काय होईल?'' लीलाला नंतर शेतात निमी चोरून भेटली. त्यावेळी तिने तिला आपल्या मनातील ही भीती सांगितली.

''रघू कुठे आहे?'' निमीने विचारले. ''या सगळ्या प्रकारात त्यांनी त्याचा पुसटसा तरी उल्लेख केला का? बाबांनी जर घर खाली केलंय तर आता तो कुठे राहतोय?'' मनाच्या

दोलायमान अवस्थेतच आई आणि मुलगी घरी पोहचल्या.

''बाबा,'' निमीने त्याला नमस्कार केल्यावर विचारले, ''रघू कुठे आहे? त्याच्याबद्दल तुम्ही मला काहीच सांगितलं नाही. तो काय करतोय? तो बऱ्यापैकी मिळवतो आहे की त्याचीही हाता-तोंडाशी गाठ पडतेय?''

अशा तीक्ष्ण विधानाचा निमीला फायदा झाला. रामू चटकन म्हणाला, ''तो दुबईला आहे. त्याला तिथे चांगलं काम मिळालंय. आम्ही एजंटला काही रक्कम दिली आणि त्याला तिकडे पाठवलं.''

आता मात्र लीलाचा तोलच सुटला. ''दुबई? तुम्ही आम्हाला एका शब्दानंही न सांगता माझ्या मुलाला एवढ्या दूर आणि त्यातही एजंटामार्फत पाठवलं? हे एजंट कसे पैसे खातात आणि नंतर परदेशांत मुलांना कसे छळ सोसत आयुष्यं घालवायला लावतात हे तुम्हाला माहिती नाही का? शिवाय त्यांचा प्रवासही बेकायदेशीर असतो. त्यामुळे मुलं तिथे खितपत पडतात. तुमच्याकडे थोडीशीही लाज, शरम काही शिल्लक उरलेली नाही का? की नाशिकने सगळीच्या सगळी शरम काढून घेतली?''

ती पुढे बोलतच राहिली. तिचे सगळे नैराश्य तिच्या जोरदार आरड्याओरड्यातून केलेल्या आरोपांतून बाहेर पडत होते. ''पहिल्यांदा तुम्ही बाहेर पडलात. स्वतःसाठी दुसरी बायको केलीत. आता माझ्या मुलाला तुम्ही माझ्यापासून तोडलं. बिचारा माझा बाळ. त्याला तुम्ही हरवून टाकलंत. तुमच्या गोड बोलण्याला निमी बळी पडली नाही, हे नशीब! नाही तर तुम्ही तिलाही विकून टाकलं असतं.''

''जिभेला आवर घाल. असे आरोप करण्याची तुझी हिंमत तरी कशी होते?''

''मी नक्कीच ते करेन. मी बोलले त्यात काय चुकीचं होतं ते मला सांगा. तुम्ही मला सोडून निघून गेला नाहीत? तुमच्या आई-वडलांची आणि शेतीभातीची देखभाल माझ्या जिवावर सोडून तुम्ही थेट चालते झाला नव्हतात? तुम्ही इथल्या कुठल्या गोष्टीची थोडीशी तरी कधी चिंता केली होती? तुम्ही फक्त आपली फॅक्टरी आणि आपली ही स्त्री यांचीच काळजी करत बसलात. रघू कमावण्याएवढा मोठा झाल्यावर तुम्ही त्याला माझ्यापासून दूर नेलं.जर निमीने नकार दिला नसता तर तेच तुम्ही तिच्या बाबतीत कशावरून केलं नसतं? आता तुम्ही भरपाईचा पैसा घेऊन आला आहात. परंतु चकार

शब्दानं तुम्ही आमच्यापैकी कोणालाही त्याविषयी सांगितलेलं नाही. तुम्ही फक्त ऐषारामासाठी; जमिनीचा आणि घराचा उपभोग घेण्यासाठी इकडे परतलात. लीला काम करेगी और हम ऐश करेंगे! बरोबर? आपल्या बायकोला बरोबर घ्या आणि जिकडून आलात तिकडे चालते व्हा.''

ते अनिष्टसूचक शब्द तिथे बराच काळ घुमत राहिले.

आपल्या मनात उकळत असलेल्या गोष्टी बोलून टाकल्यामुळे लीलाला मोकळे झाल्यासारखे वाटत असले तरी बाबूंजीनी तिच्या खांद्यावर आपला हडकुळा हात ठेवल्याचे तिला जाणवले. त्यांना तिला सल्ला द्यायचा असल्यासारखे तिला वाटले.

आल्यापासून रामू तिच्याशी अगदी बेतास बातच बोलत होता. परंतु आता तो उसळून बोलू लागला,

''हे माझं घर आहे. माझी जमीन आणि माझं गाव आहे. माझी शेती आहे आणि आई-वडीलही माझेच आहेत. त्यामुळे माझ्या वडलांच्या घरात मी इथे हक्काने राहू शकतो. मला इथून निघून जायला सांगणारी तू कोण?''

आता खवळलेल्या बैलाला लाल निशाण दाखवल्यासारखे झाले होते. आगीत तेल ओतले गेले होते. लिलाने आपले हात कमरेवर ठेवले. तिच्या शेजारी तेवढ्याच ठामपणे निमी उभी होती.

''मी कोण आहे, ते तुम्हाला जाणून घ्यायचं आहे का? नाशिकवाले बाबू रामूजी, मी तुम्हाला ते कानांत गरम तेल ओतून सांगते. मी या घराची आणि जमिनीची मालकीण आहे. तशी कायदेशीर कागदपत्रं आहेत माझ्याकडे. मी ते सिद्ध करू शकते. तुम्ही कदाचित माझ्या सासू-सासऱ्यांचा मुलगा असालही; आणि दुर्दैवाने रघू आणि निमीचे वडीलही असाल. परंतु तुम्ही खऱ्या अर्थाने कधीही मुलगा, वडील किंवा नवराही बनू शकला नाहीत. मी दहा वर्षांहूनही कमी वयाची असल्यापासून त्यांची देखभाल करतेय. त्यांना काय हवं - नको ते सगळं बारीकसारीक तपशीलांसह मला माहिती आहे. त्यांना जगवण्यासाठी काय काय करावं लागलं तेही मला माहिती आहे. तुमच्या आणि तुमच्या या स्त्रीच्या हातात महिन्याभरातच ते मरण पावले असते. आता तुम्हाला तेच हवं आहे का?''

''लीला, रघू फक्त दुबईला गेलाय एवढंच. त्यामुळे जगाचा अंत होणार नाही. तो तिथे चांगले पैसे मिळवतोय.''

''एवढे चांगले की त्यामुळे तुम्ही तुमची नोकरी सोडून स्वतःच्या पैशांवर आरामात जगू शकाल. हे सगळं आमच्यापासून लपवून ठेवू शकाल. कारण कदाचित आम्ही पैसे मागितले तर? म्हणूनच ना तुम्ही हे केलंत?''

''तू गैरसमजच करून घ्यायचा असं ठरवून ठेवलंयस. तू असं का करतेस?''

''मला सांगा, तुम्ही हे का करताय? तुम्ही इकडे का परत आलात? सगळ्यांना सगळं खरं सांगून टाका. आमच्यापासून तुम्ही आणखी काय काय लपवून ठेवलंय?''

रामूच्या उत्तराकडे सगळ्यांचे लक्ष लागले होते. तिथे भला मोठा तणाव पसरला होता. वातावरण गंभीर झाले होते. या समस्येतून फक्त रामू आणि लीलाच मार्ग काढू शकत होते. परंतु त्यानंतर त्यांच्यापैकी कोणीही काहीही बोलले नाही.

त्यानंतर लीलाच्या सासऱ्यांनी लीलाला त्या तलावाकाठच्या रानात नेले.

''बाळा, आपण हे असे तणावात किती दिवस राहणार आहोत? तुझा काय विचार आहे? तुला काय हवं आहे?''

''शांतता, बाबा. त्या दोघांनी आपल्यापासून जी शांतता हिरावून घेतलेय ती शांतता.''

''पण काहीही झालं तरी हे घर त्याचंच आहे!'' (आह! तिच्या मनात विचार आला, 'आता यांच्या मनातला खरा विचार बाहेर पडला.')

''माझं नाही का?''

''बाळा, तुझंही आहे. तुझंही आहेच. पण – तू तिकडे गेली होतीस तेव्हाही त्याचं असंच चाललं होतं का?''

''मी तिला भेटले नव्हते. परंतु होय, ज्या पद्धतीने त्या बायका बोलायच्या त्यावरून माझ्या ते लक्षात आलं होतं. कदाचित त्यांच्यापैकी कोणी कधी मला काही सांगितलंही असेल. परंतु मला ते तेव्हा स्पष्टपणे समजलं नव्हतं.''

''मला सांग, आता आपण काय करायचं?''

''बाबा, आता त्यात करण्यासारखं काय उरलंय? तुमच्या मुलानं कित्येक वर्षांपूर्वीच ही परिस्थिती निर्माण केली आहे आणि आता त्याला सगळी मलई हवी आहे. आता घर आणि जमीन स्वतःच्या नावावर करून घेण्यासाठी तो तुमच्यावर दबाव का आणतोय? मुळातच त्याच्याकडे स्वतःचे सगळे पैसे आहेत. शिवाय रघूचे पैसेही तोच घेतोय. शेतीत काम करण्याची तर त्यांची बिल्कुल इच्छा नाही. अशा परिस्थितीत त्यांना ते सगळं का द्यायचं?''

''आपण शेतीची जबाबदारी त्याच्यावर टाकली तर त्याला ती कामं करावीच लागतील.''

''बाबा, किती भोळे आहात तुम्ही! कशासाठी त्यांना शेती द्यायची? त्या स्त्रीला सगळा मलिदा मिळावा म्हणून? मी तुम्हाला आता इथल्या इथे सांगून टाकते, मी इथे राहीन किंवा राहणार नाही; परंतु मी घर किंवा जमीन यांपैकी काहीही त्यांच्या नावावर करून देणार नाही. मी मरेपर्यंत ती मालमत्ता माझ्याच नावावर राहील आणि माझ्या मागे ती निमीला मिळेल. कोणास ठाऊक; कदाचित एके दिवशी ही मालमत्ता हाच माझ्याप्रमाणेच तिचाही एकुलता एक आधारस्तंभ असेल. तुमच्या मुलाला त्यातलं काहीही मिळणार नाही.''

''लीला.. बाळा, तू कुठे जाशील?''

''मला त्याविषयी विचार करू देत. जग खूप मोठं आहे.''

''मग आपण सगळे मिळून शांततेत का राहू शकणार नाही?''

''मी शांततेचा भंग केला आहे का? तुमच्या मुलानं तो केलाय. त्याचा आणि त्याच्या त्या मराठी स्त्रीचा नेमका काय हेतू आहे ते तुम्ही त्यांच्याकडून काढून घ्या.''

एके दिवशी सकाळी रामूचे आई वडील जागे झाले त्यावेळी लीला घरात नसल्याचे त्यांच्या लक्षात आले. नेहमीच्या वेळेपर्यंतही ती शेतातून परतली नव्हती; त्यामुळे त्या स्त्रीला नाईलाजाने का होईना; पण घरातील सर्व कामे करावीच लागली. बाबा लीलाला शोधायला बाहेर पडले. दुपारचे जेवण तशाच दुःखात पार पडले. रामूच्या मोबाईलवरून फोन करून निमीला बोलावून घेण्यात आले.

''आईने सांगितलंय की काही काळासाठी ती दूर जातेय. शेताची नांगरणी आणि पेरणीची कामं त्यांना करू देत.''

रामू संतप्तपणे ओरडला, ''आता हा कामाचा हंगाम आहे आणि शिवाय पुढच्या आठवड्यात एजंटही येणार आहेत.''

''आजोबा,'' निमी म्हणाली, ''बाबांना फक्त शेताचं काम बघायला सांगा. बाकी एजंटांच्या कामाचं सगळं आई आणि मामाजी पाहतील.''

रामूने एक शिवी हासडली. त्यावर निमी रागाने म्हणाली, ''आमच्या बालपणी आम्हाला वडील नव्हते; तेव्हा आमच्यासाठी मामाजीच आमचे वडील होते आणि त्यांनीच आमचे सगळे लाड पुरवले आणि आमचं सारं काही केलं, ही गोष्ट विसरू नका.''

त्यानंतर आठवडाभरानंतर लीला परत आली. त्यावेळी ती एकदमच बदललेली दिसत होती. ती एकदम चकाकती आणि महागडी साडी नेसली होती. तिने हाता-पायाचे मॅनिक्युअर- पेडीक्युअर करून घेतले होते. केसांचा बॉब कट करून घेतला होता आणि तिच्या खांद्याला एक छानशी पर्स लटकत होती. ती आत आली. तिच्याकडे सगळे जण अवघडल्यासारखे पहात होते. निमीबरोबर ती आत आली. आपल्या सासू-सासऱ्यांना तिने वाकून नमस्कार केला आणि नंतर रामूकडे साफ दुर्लक्ष करत तिने त्या स्त्रीकडे संतप्तपणे पाहिले.

''बाबा, सगळं ठरलंय. कृषी हॉटेलचं माझं प्रशिक्षण सुरू झालंय. माझ्यापाठोपाठ निमीही ते प्रशिक्षण घेईल. त्यामुळे आम्ही हॉटेल व्यवस्थित चालवू शकू. पण जमीन माझ्याच नावावर राहील. नफा आपण वाटून घेऊ.''

''या मूर्ख स्त्रीचं बोलणं ऐका जरा. अशा प्रकारच्या मूर्ख योजनेविषयी कोणी कधी ऐकलंय काय? जर समजा, असं झालं की...''

लीलाने त्याच्याकडे पूर्ण दुर्लक्ष केले. ''बाबा, वकील यासंबंधीचे सगळी कागदपत्रं तयार करतायत आणि निमीचा नवरा आणि मामू वकिलांशी बोललेयत. तुमच्या मुलाला हा हंगाम सांभाळता येत नसेल, तर आपण तात्पुरत्या स्वरूपात एखाद्या व्यवस्थापकाला नेमूया. काहीही काळजी करू नका. एकदा प्रशिक्षण संपलं आणि हॉटेल तयार झालं की आम्ही ते

सांभाळू आणि शिवाय निमी आणि मी पहिल्याप्रमाणे शेतीची कामंही सांभाळू. तुम्ही तुमच्या मुलाकडे फक्त लक्ष देऊ नका, म्हणजे झालं.''

निमीने त्याच्याकडे पाहून काहीतरी पुटपुटल्यासारखा शेरा मारल्याचे रामूच्या लक्षात आले. त्या दोन्ही वृद्धांचे डोळे ओलावले होते आणि रामू अत्यंत विखारी आणि द्वेषपूर्ण नजरेने पहात होता.

''लीला तू कुठे राहतेस?'' तिच्या सासूने काळजीने विचारले.

''प्रशिक्षणाच्या वसतिगृहात. एकदा हॉटेल तयार झालं की मी तिथे जाईन आणि निमी प्रशिक्षणासाठी जाईल.''

''तू घरी कधी येशील?''

''इथे? कशासाठी? काळजी करू नका. निमी आणि मी तुमची औषधं आणि इतर सगळ्या गोष्टी तुमच्यासाठी सतत पुरवत राहू. त्याची थोडीशीही काळजी तुम्ही करू नका. तुम्ही आता राहता आहात तसेच किंवा त्याहूनही जास्त आरामात रहाल.''

''पण?''

तेवढ्यात ती स्त्री चपळाईने पुढे झाली आणि तिने लीलाचा हात पकडला. ''ताई, तुमच्या घरातून तुम्हाला बाहेर हुसकवायला मी आले नव्हते.''

लीलाने तिचा खांदा पकडला आणि तिला किंचितशी हलवत ती म्हणाली, ''हे माझं घर आहे; माझं. समजलं? माझ्या मर्जीप्रमाणे मी इथे येईन, राहीन किंवा जाईनही. त्याची तू काळजी करू नकोस. तू त्याविषयी काहीही बोलू नकोस. तुझा त्याच्याशी काडीचाही संबंध नाही. तू इथे का आलेस ते फक्त मला सांग. कशासाठी?''

ती स्त्री मागे झाली आणि रामूकडे असाहाय्यपणे पाहू लागली. रामूची नजर भकास होती.

''सांग, सांग. तू इथे का आलेयस ते आम्हाला सांगून टाक. नाही सांगणार? मग मी तुला सांगते, ते ऐक. या चार भिंतींच्या बाहेर जी चर्चा सुरू आहे ती मी ऐकली आहे. तुम्ही जे काही आम्हाला पाठवाल, त्यावर बाबांनी, आईंनी आणि मी या घरात रहायचं. निमी

तिच्या घरात राहील आणि रघूला तुम्ही दूर धाडून दिलंय. तो तुमच्यासाठी दर महिन्याला पैसे पाठवत राहील. गेल्या आठवड्यातच वेस्टर्न युनियनमध्ये जाऊन त्याने पाठवलेले पैसे घेऊन तू आलेयस. बरोबर आहे ना?''

रामूने संतप्तपणे पाहिले आणि ती स्त्री पांढरीफटक पडली. त्या वृद्धांनी आवंढे गिळले. त्यानंतर त्यांच्याकडे वळून लीला म्हणाली,

''होय. ही सगळी जमीन विकून टाकायची अशी त्यांची योजना होती. त्या आधारे तुमचा मुलगा फॅक्टरी कामगाराऐवजी मोठ्या उद्योगाचा मालक बनणार होता. म्हणूनच रस्त्याकडेची जमीन विकायलाही मी विरोध केला.'' त्यानंतर त्यांच्याकडे गर्रकन वळून ती म्हणाली, ''मला ठार मारूनही काहीच फायदा होणार नाही. माझ्या वडलांच्या ओळखीच्या एका चांगल्या वकिलाकडे माझं मृत्युपत्र मी सुरक्षित ठेवलंय. तो तुम्हाला या घराला किंवा जमिनीला हातही लावू देणार नाही.''

रामू आता साफ हतबल झाल्यासारखा दिसू लागला. त्याने एकदम ओरडून विचारले, ''मामा?''

लीलाने त्याच्याकडे तुच्छतेने आणि तिरस्काराने पाहिले. ''शरीराखेरीज इतर गोष्टींच्याही माझ्या गरजा आहेत. कित्येक दशकांपूर्वी तू आपल्या बायकोसाठी जे काय थोडं फार दूध आणलं होतंस ते नासून गेल्यामुळे तू आता निर्लज्जपणाने जोरजोरात आरडाओरडा करतोयस का, निर्लज्ज माणसा? तुझा मामा कित्येक वर्षांपूर्वी अमेरिकेला गेला आणि तो कधीच परत येणार नाही. होय. तो निमीच्या संपर्कात मात्र आहे आणि आम्हाला हॉटेल, वकील आणि इथल्या प्रत्येक गोष्टीबाबत मार्गदर्शन करतोय. एवढ्या मोठ्या गावात त्या एजंटांना फक्त हीच जमीन कशी काय सापडली असं तुला वाटतं? इथे आणखीही बऱ्याच जमिनी रस्त्यांना लागून आहेत. तू जर तुझ्या या स्त्रीला घेऊन आला नसतास, तर आतापर्यंत कदाचित मी, बाबा आणि आई अमेरिकेलाही जाऊन आलो असतो. परंतु तू नेहमीच दुसऱ्यांच्या आयुष्यांत बिब्बा घालायलाच येतोस. तुझी तीच नियती आहे आणि नियतीशी कोण लढा देणार?''

झटकन त्या वृद्धांना जवळ घेऊन लीला तशीच गतीने बाहेर पडली.

१३. के सेरा सेरा

'अरे देवा! दीर्घ काळ अनिवासी भारतीय असलेल्यांच्या बाबतीत असंच घडतं का? की माझी बहीण कोणी खास व्यक्ती आहे?' पल्लवीच्या सुन्न झालेल्या मनातून हा प्रश्न काही केल्या जात नव्हता. 'या मुलीला झालंय तरी काय?'

वृंदा या आपल्या अनिवासी भारतीय बहिणीला ती घेऊन आली होती. वृंदा तिची लहान बहीण होती. तिचे प्रचंड वाढलेले वजन, दुहेरी हनुवटी, अंगावरच्या चरबीच्या घड्या आणि भरमसाट मेक अप पाहून ती भयचकित झाली होती. तिच्या पायांतील पुरुषी बूट पाहून हिला चांगल्या चपला लवकरच घेऊन दिल्या पाहिजेत असा विचारही तिच्या मनात आला होता.

कारमध्ये त्या आरामशीरपणे बसल्यावर वृंदाने आपले छानशे सुशोभित केलेले पाय आणि रंगवलेली नखे दाखवण्यासाठी शूज काढून टाकले. त्यानंतर पल्लवीकडे दुष्टपणाने पहात तिला चिडवल्यासारखी ती म्हणाली, ''एम नट्सकडे गाडी घे. या बुटांतून बाहेर पडलेल्या या मादक पायांकडे बघ. हे रसाळ ओठ आणि मस्त, मोठे स्तन पाहिलेस? मग नंतर बाकीच्या गोष्टींकडे बघ.'' ती मादकपणे म्हणाली.

पल्लवी आश्चर्यचकीत झाली. वृंदा खिदळली. शोफरच्या मानेवर लालसरपणा आल्याचे पल्लवीच्या लक्षात आले.

''पल्लो, तू अशी नव्हतीस. लग्नामुळे असं झालंय का? मग पा नी त्या ग्रीन कार्ड होल्डरच्या

जाहिरातीला प्रतिसाद देऊन माझ्यासाठी पत्रव्यवहार केला, याचा मला खरोखरच आनंद होतोय. त्यामुळे मला किती स्वातंत्र्य मिळालंय ते तरी बघ.''

घरी पोहचण्यापूर्वी एकमेकींविषयी काही वैयक्तिक गोष्टी बोलाव्यात हे दोघींच्याही मनात आल्यामुळे दोघीही कॉफी बारजवळ थांबल्या.

''तुझ्या बाबतीत नेमकं काय घडलंय? तू घटस्फोटाविषयी काहीच नेमकेपणानं लिहिलं नव्हतंस. त्यानंतर इतके सगळे पुरुष तुझ्या आयुष्यात आले. मी तिथे असताना त्या सगळ्यांच्या समोर मला तो विषय बोलणं प्रशस्त वाटलं नाही.''

''म्हणजे पुन्हा एकदा जुन्या पल्लवीची युक्ती इथेही वापरून तू माझ्याकडून सारं काही काढून घेते आहेस. ठीक आहे. ऐक. मी सांगते. माझ्या लग्नानंतर लवकरच पा आणि मा वारले, हे त्यांच्या दृष्टीने एका अर्थाने चांगलंच झालं.''

पल्लवीच्या भुवया एकदम उंचावल्या. ''तो ग्रीन कार्डधारक मुलगा. एकदम हँडसम, पाच आकडी पगार आणि स्वतःचं घर वगैरे असलेला.''

''होय गं. तुझ्या लक्षात असेलच की झटपट साखरपुडा झाला आणि त्यापाठोपाठ तेवढ्याच जलद गतीने लग्नही उरकून टाकण्यात आलं. ते कितीतरी रोमांचित झाले होते. तशीच मी आणि माझे सासू सासरेही रोमांचित झालो होतो.'' छोट्या बहिणीला अखेरीस आपले मन मोकळे करण्याची इच्छा खरोखरच झाली होती तर!

❀

वृंदाची कहाणी : ग्रीन कार्डाची पोटगी

''लग्नानंतर आठवडाभर आम्ही भारतात होतो. त्या काळात माझ्या हँडसम नवऱ्याचं लक्ष माझ्याकडे वेधून घेण्याचे मी खूप प्रयत्न केले. पण त्याचा काहीही उपयोग झाला नाही. राजीवने मला अगदी पहिल्या रात्रीसुद्धा स्पर्शही केला नाही. खरं तर त्या रात्री खूपच उशीर झाला होता आणि आम्ही दोघंही खूपच थकून गेलो होतो. दुसऱ्या रात्री तो खूपच पिऊन आला होता आणि तिसऱ्या रात्री त्याने त्याच्या वडलांबरोबर गप्पा मारण्यात बराच वेळ काढला. तो आला, तोपर्यंत मी झोपून गेले होते. चौथ्या रात्री आपल्या मित्रांसोबत त्याने उशीरापर्यंत पार्टी केली. पाचव्या रात्री संपूर्ण कुटुंबच आमच्यासोबत गप्पा मारत

आणि पॅकिंग करत बसलं होतं, कारण दुसऱ्या दिवशी आम्हाला निघायचं होतं. थोडक्यात काय; तर त्या महान अमेरिकेला मी पोहचले तेव्हा कुमारिकाच होते. अगदी लग्नानंतर आठ दिवसांनीही मी कुमारिकाच राहिले होते आणि पुढची तर तू कल्पनाही करू शकणार नाहीस..''

''विमानतळावर माझ्या नवऱ्याच्या नवऱ्याने माझं स्वागत केलं.''

''राजीव समलिंगी होता. तो हँडसम दिसणारा देखणा पुरुष, तो ग्रीन कार्डधारक व्यावसायिक हा समलिंगी होता आणि त्याच्या पालकांना त्याचा अजिबात सुगावाही लागलेला नव्हता.

पल्लवीने एकदम आवंढा गिळला.

''खरं तर त्याने मला अत्यंत हळुवारपणे आणि सौम्यपणे तिथून बाहेर काढलं. तो हे सगळं आपल्या पालकांना सांगेल आणि त्याच्यातून काहीतरी मार्ग निघेल असं तो म्हणाला. तसंच मला तिथे ग्रीन कार्ड मिळेपर्यंत तो मला घटस्फोट देणार नाही, असंही त्याने मला सांगितलं. त्यानंतर माझं लग्न वाचवण्याचे सगळे प्रयत्न घरचे करणार होते आणि नंतरच आमचा घटस्फोट झाला असता.''

''मी स्वतःशीच विचार करत होते. कोणाशी तरी लैंगिक संबंध ठेवण्याची उत्कट इच्छा माझ्या मनात निर्माण झाली होती. फक्त प्रश्न होता की कोणाशी? आपल्या तीन आठवड्यांच्या विरहामुळे ते दोघेही एकत्र जेवण करत होते. बिल भरत होते आणि जास्तीत जास्त एकमेकांच्या सान्निध्यात रहात होते. ते पाहून मी मात्र भिंतीवर डोकं आपटून घेत होते. त्यानंतर मी बाहेर पडले. माझ्यासाठी साथीदार शोधण्याच्या विचारात मी अगदी पिसाटासारखी फिरत सुटले. कितीतरी मित्र मला मिळाले. सहा महिने मी कित्येक जणांशी संबंध ठेवले आणि नंतर माझ्या आयुष्याचा सत्यानाशही करून घेतला.

''मी घरी हे सगळं लिहू शकत नव्हते. पा आणि मा साठी हे सगळं अति झालं असतं. राजीवच्या दृष्टीनेही ते सगळं भयावह ठरलं असतं. तो तसा अगदी सौम्य आणि सज्जन व्यक्ती होता. माझ्या ग्रीन कार्डसाठी त्याने जीवाचं रान केलं. लोक हुंड्यात ग्रीन कार्ड देऊ करतात. मला मात्र पोटगी म्हणून ग्रीन कार्ड मिळालं. पा नी लग्नात खर्च केलेला पैसा न् पैसा त्याने मला परत दिला. शिवाय कपडे, दागिने आणि प्रत्येक गोष्ट त्याने मला परत

केली. त्यानंतर त्याने माझं लग्न लावून दिलं आणि त्याच्या नवऱ्याने मला तिथून घालवून दिलं. त्या सगळ्याच गोष्टी मोठ्या विचित्र आणि आश्चर्यजनक होत्या.''

ती भूतकाळात शिरली होती आणि त्या काळाच्या आठवणीने तिचा आवाज हळुवार झाला होता.

''त्यावेळी खूपच उशीर झाला होता. माझ्यातून काहीतरी निघून गेलं होतं. मी कित्येक मुलांना माझ्या बोटांवर नाचवत होते. मित्रांबरोबर फिरणं, प्रियकर आणि नवरे यांच्यामागे फिरणं...फक्त एक गोष्टच मी निष्ठापूर्वक करत होते. काम..काम आणि कामच. बाकीच्या सगळ्या गोष्टी माझ्या आयुष्यात येत–जात होत्या. मला मुलं नको होती. माझी जेवढी लग्नं..प्रकरणं मोडत होती, त्या सगळ्यात मला आणखी भर घालायची नव्हती.

आपल्या पापांची कबुली देऊन गंगास्नान करून शुद्ध झालेल्या व्यक्तीप्रमाणे आपल्या आयुष्याची कर्मकथा सांगितल्यावर तिला वाटत होते. वृंदाने जोरदार श्वास घेतला आणि आपल्यासमोरची थंड झालेली कॉफी दूर सारली. ''आता तुला माझा सगळा भूतकाळ समजलाय, तेव्हा तू आपल्या वर्तमानकाळाविषयी सांग.''

पल्लवीचा वर्तमानकाळ : जिवंत बाहुलीची शोकेस

ते लोखंडी गेट बऱ्यापैकी, खूप सजावट केलेले आणि गडद काळ्या रंगाचे होते. तिथेच शेजारी एक उंच खांब होता. त्याच्यावर देवळांमध्ये दिसते तशी छोटीशी घंटा टांगलेली होती आणि तिच्यावर कित्येक छोट्या छोट्या रंगीत घंटा होत्या. या घंटांचा आवाज घरात खरोखरच पोहचत असेल का याविषयी वृंदाच्या मनात आश्चर्य दाटून आले होते. तोपर्यंत ती आत पोहचलीही होती आणि आतील दृश्य पाहून ती एकदम स्तंभित झाली. तिला अत्यंत प्रसन्न वाटले.

दुःखाने भरलेल्या नजरेसाठी ते दृश्य विलक्षण सुखावह होते आणि सौंदर्यासक्ततेने आपल्याभोवती सौंदर्यनिर्मिती करण्याची पल्लवीची बुद्धी तिच्या वाढत्या वयाबरोबर कोमेजत गेली नव्हती, हे त्यावरून स्पष्टपणे दिसत होते. पैशामुळेही तिची आस्वादक वृत्ती कमी झाली नव्हती.

पल्लवीने अँटिक्स गोळा केली होती आणि ती चांगल्या प्रकारे वापरली होती. तिथे सर्वत्र हिरवळ पसरली होती आणि तिच्या कडेने पल्लवीने कलात्मकतेने कित्येक सुंदर कलात्मक वस्तू ठेवल्या होत्या. योग्य प्रकारे निगा राखल्या गेलेल्या वनस्पती तिथे लावण्यात आल्या होत्या. शिवाय झुडपे नीट कापून त्यांमधून हत्तीचा आकार तयार करण्यात आला होता. एक उमदा घोडाही असाच तयार करण्यात आला होता. याशिवाय एका सडपातळ मोहक युवतीचा आणि तिच्या समोरच उभ्या असलेल्या तिच्या जोडीदाराचा आकारही झुडपांमधून तयार करण्यात आला होता.

एक छोटेसे तळे होते आणि त्यात एकच एक कमळ होते. तिथेच तयार करण्यात आलेल्या छोट्याशा टेकडीवरच्या देवळाच्या प्रतिकृतीसमोर ते कमळ तयार करण्यात आले होते. त्यामागेच मोठ्या छत्रीसारखे दिसणारे पाम वृक्ष होते. त्यांमधून पुढचे दरवाजे दिसत होते.

वृंदाच्या लक्षात आले की ती सगळी मालमत्ता भरपूर पैसा ओतून तयार करण्यात आली होती आणि आता तिथे जागांच्या किंमती गगनाला भिडलेल्या होत्या. ती विकून टाकणे म्हणजे त्या अत्युच्च किंमतीच्या वास्तूचा अपमानच ठरला असता. शिवाय फार्महाऊस कॉलनी या आता बाजारांमध्ये विकल्याही जात नव्हत्या. त्यामुळे ते गरीब बिचारे श्रीमंत लोक काय करू शकणार होते? ते फक्त आपल्या अतिरेकी किंमतीच्या गडगंज श्रीमंतीच्या मालमत्तांची किंमत आणखी वाढवत राहणार होते.

संगमरवरी फरशांच्या मार्गावरून चालत त्या दोघी संगमरवराने तयार करण्यात आलेल्या व्हरांड्यात पोहचल्या. तिथेच प्रवेशद्वार होते. त्याच्या मध्यभागी असलेल्या चौथऱ्यावर दगडी नंदी बैल होता. त्याची नजर थेट प्रशस्त हॉलवर पडत होती. एका बाजूला खानदानी वाटावा असा जिना दिसत होता. जिना चढून वर गेल्यावर कित्येक खोल्या होत्या. त्या सगळ्या खोल्या मध्यभागी असलेल्या प्रशस्त हॉलभोवती बांधण्यात आल्या होत्या. दुसऱ्या अर्ध्या भागातही तशीच सगळी बांधकाम व्यवस्था होती. दोन्ही बाजूंना सुंदर गच्च्या होत्या. एका गच्चीतून दुसरा अर्धा भाग स्पष्टपणे दिसत होता. तो सगळा बंगलाच अत्यंत ऐषारामी, खानदानी आणि प्रतिष्ठितपणाच्या खुणा जागोजागी खेळवणारा होता. अत्यंत महागडा आणि जुन्या प्रकारच्या बांधकामाचा तो बंगला होता.

वृंदा तिथे गंभीरपणे विचार करत आणि झोपेची वाट पहात बसली होती.

रात्रीच्या जेवणावर खिन्नतेची, दुःखद सावली होती. तिचा प्रसिद्ध मेव्हणा व्यावसायिक जगात 'टायगर बिझनेसमन' म्हणून ओळखला जात होता. परंतु तो अत्यंत मितभाषी असल्याचे स्पष्ट झाले होते. जणू काही एखादी मूक फ्रेम समोर बसलेली असावी, तसा एकही शब्द न बोलता तो तसाच बसून राहिलेला होता. तो सौजन्यशील, अगत्यशील होता ; परंतु शांत होता.

'माझं येणं त्याला मान्य नसावं का?' वृंदाच्या मनात विचार आला.

तो ज्या जडपणाने वागत होता तो त्याच्या वडलांच्या व्यक्तिमत्त्वाच्या अगदी विरुद्ध होता. त्याचे वडील अत्यंत रुबाबदार आणि उत्साही यजमान होते. त्यांच्या डोळ्यांत चमक होती. त्यांनी या दोन्ही बहिणींबरोबर अगदी मजेत आणि हसतखेळत वेळ घालवला. आपल्या सुनेबद्दल त्यांच्या मनात प्रेम असल्याचे स्पष्टपणे दिसत होते. जेवणानंतर पल्लवीने त्यांचा हात धरून त्यांना बागेत नेले. तो त्यांचा रोजचा कार्यक्रम होता, असे पल्लवीने सांगितले. वृंदाने तिच्याबरोबर जाण्यास नकार दिला. ''माझ्या मेव्हण्याची जरा मला ओळख करून घेऊ दे,'' ती म्हणाली. ती नेमके काय करणार होती आणि तिथे काय घडणार होते याची तिला काहीही कल्पना नव्हती. त्यानंतर तिने निष्कर्ष काढला होता, की हे लग्न फक्त त्या वृद्ध व्यक्तीमुळेच टिकून राहिले होते.

पल्लवी तिच्याहून बऱ्याच वर्षांनी मोठी होती. अठरा वर्षांची असताना पल्लवीने आपला जोडीदार निवडला होता. त्यांच्यासारख्या मध्यमवर्गीय कुटुंबीयांना अभिमान वाटण्याजोगा तो मुलगा होता. वृंदा शाळेत असतानाच पल्लवी २१ वर्षांची झाली होती आणि तिला मुलेही झाली होती. एक मुलगा आणि एक मुलगी. आयुष्यातील तो मैलाचा दगडही तिने पार केला होता.

आता ती एक आदर्श सासू बनली होती. रुबाबदारपणे वृद्ध होणारी ती एक आदर्श स्त्री बनली होती. कित्येक वर्षांत तिच्या दिसण्यातही परिपक्वता आली होती. आपली स्वतःची स्टाईल तयार करण्यास ती शिकली होती आणि तिने ती तयारही केली होती.

मासिकांमध्ये तिच्या साडीच्या आणि दागदागिन्यांच्या संग्रहांच्या जादूची चर्चा होत होती. तिला वेगवेगळ्या पार्ट्यांची आमंत्रणे येत होती. तिचे घर हे फोटो फिचर्सचा विषय ठरत होते. ते सगळेच खूपच छान होते. परंतु आपल्या सासऱ्यांच्या विनोदांना आणि

गंमतीजमतीला ती उत्तर देत असताना तिच्या स्मितामागे दडलेल्या तिच्या नजरेतील विषादाच्या छटेचे काय? तिने वृंदाला आपले बेडरूम दाखवले, त्यावेळी वृंदा स्वतःला रोखू शकली नाही. तिने तिला विचारले, ''अरे देवा, तू ते कसं काय सहन करू शकतेस?''

''काय?''

''त्या दगडी स्फिंक्सला...पुस्तकात वाचलेली प्रत्येक युक्ती मी तुझ्या नवऱ्याशी बोलण्यासाठी योजून पाहिली.'' वृंदाने आपले हात हवेत फेकून त्याचा काहीच उपयोग झाला नसल्याचे सुचवले. पल्लवीने फक्त आपली मान जराशी हलवली. तिच्या चेहऱ्यावर मंद स्मित होते. ती थोडीशी विनोदाने आणि थोडीशी उपहासाने हसत होती. त्यानंतर ती हळुवारपणे आपल्या खोलीतून बाहेर पडली.

झोपेची वाट पहात असताना वृंदाला घराच्या दोन्ही बाजूंना दोन वेगवेगळ्या प्रकारच्या गोष्टी सुरू असल्याचे आढळले. एका बाजूला केशर आणि बदाम घातलेले दुधाचे ग्लास स्वयंपाकाच्या बाईने सगळ्यांसाठी पाठवून दिले होते आणि दुसऱ्या बाजूला तरुणांच्या खोल्यांमधून संगीताचे सूर ऐकू येत होते.

''ती आमची मस्तानी खोली आहे,'' पल्लवीच्या सासऱ्याने वृंदाला सांगितले. तिने प्रश्नार्थकरित्या भुवया उंचावल्या. त्यावर तो म्हणाला, ''मस्तानी ही पहिल्या बाजीराव पेशव्याची दुसरी पत्नी होती. तिचा राजवाडा जाळून टाकण्यात आला होता. त्यानंतर त्याची प्रतिकृती केळकर म्युझियममध्ये उभारण्यात आली. पल्लवीने त्या वस्तुसंग्रहालयात कित्येक तास घालवले आणि नंतर आमच्या सांगीतिक संध्याकाळींसाठी त्यात काही बदल करून त्या प्रकारचा महाल तिने तयार करून घेतला. अर्थात खोली तयार करून घेतली.''

दुसऱ्या दिवशी सकाळी वृंदाने म्युझिक पार्लर पाहिले. अर्धगोलाकार, जेमतेम एक फूटभर उंच पडद्याने ते दोन भागांत विभागले गेले होते. प्रेक्षकांसाठी बसण्याची सोय होती आणि कलाकारांसाठी व्यासपीठ तयार करण्यात आले होते.

''पल्लवीने श्रीमंतीचे धडे चांगलेच गिरवले आहेत,'' वृंदाच्या मनात विचार आला.

पांढऱ्याशुभ्र गुबगुबीत उशा आणि तक्के तिच्या नजरेने अचूकपणे टिपले. अल्पावधीतच आनंद देण्याएवढा सक्षम बदल त्यामुळे त्या खोलीत होता.

विश्वास

वृंदाला तिथे तिच्या बहिणीची नवीनच ओळख झाली. कॉन्व्हेंटमध्ये शिकलेल्या तिच्या बहिणीने भारतीय इंग्लीश, हिंदी आणि अगदी उर्दूवरही प्रभुत्व मिळवले होते. याशिवाय तर्कशास्त्र, योग, प्राणायाम आणि संगीत शिक्षकाबरोबर ती रियाजही करत होती. आपल्या सासऱ्यांबरोबर चर्चा करत होती आणि बुद्धिबळही खेळत होती. याशिवाय चर्चासत्रे आणि कार्यशाळांना हजेरी लावत होती. त्याचबरोबर पार्ट्यांची तयारी करत होती.

परंतु तरीही तिथे काहीतरी बिघडलेले होते. ते काय होते?

वृंदाने त्यावर नेमके बोट ठेवले नव्हते. तिचे सर्वांशीच जिव्हाळ्याचे संबंध होते. तिचा मुलगा आणि सून यांच्याशीही तिचे संबंध अगदी प्रेमाचे आणि जिव्हाळ्याचे होते. तो स्फिंक्स मात्र या सगळ्यापासून अगदी पूर्णपणे अलिप्त होता. आश्चर्यकारकरित्या अलिप्त होता. विशेषतः पल्लवीच्या उपहासात्मक विनोदांपासून तर तो अगदीच दूर रहात होता.

''तुझे ते प्रसिद्ध सेट आणि साड्या मला दाखव.''

पल्लवी तिला आपल्या स्यूटमध्ये घेऊन गेली. ती आणखी एक छोटीशी हवेलीच होती. सौम्य रंग आणि झरोके आणि अमूल्य कलाकृती तिथे होत्या.

तिच्या मनात एक विचार आला आणि त्या सगळ्या संग्रहापासून तिचे मन विचलित झाले.

''मला एक सांग, तो स्फिक्स या सगळ्यात कसा काय बसतो?''

''कशात?''

''या खोलीत. म्हणजे खरं तर हे सगळं त्याच्यासाठी खूपच स्त्रैण प्रकारचं नाही का?''

''ही माझी हवेली आहे. त्याची कॉरीडॉरच्या खालच्या बाजूला आहे.''

''खरंच पल्लवी, स्वतंत्र बेडरूम्स. कधीपासून?''

''माझ्या सासुच्या मृत्यूनंतर मी ही खोली मला घेतली आणि ती सगळीच मला हवी तशी बनवून घेतली.''

''परंतु तुझ्या सासऱ्यांचं काय?''

''त्यांचा स्यूट याच्या आणखी पुढे आहे..''

''म्हणजे कुटुंबांसाठी सगळं स्वतंत्र. मग तुझी सूनही अशीच...''

''नाही. अजून तरी नाही. परंतु भविष्यात काय घडेल ते कोणी पाहिलंय?''

''पण का? आणि हे काही त्याच्या मौनाचं कारण होऊ शकत नाही. कारण काहीही झालं तरी तुला दोन मुलं आहेत. होय ना?''

पल्लवीने तो प्रश्न बाजूला सारण्याचा प्रयत्न केला. त्या दुर्दैवी दिवशी कशामुळे तिचे मन एवढे बदलले होते, तो विचार तिने झटकून टाकण्याचा प्रयत्न केला.

''आम्ही दोघंही अखेरचे एकत्र झोपलो ते मिनीच्या वेळी. तिच्यावेळच्या गर्भारपणानंतर नाही. मुलांच्यामुळे आम्ही दोघंही विभक्त झालो.'' तिथे अर्थगर्भ शांतता पसरली. ''सुजॉय हा नकारात्मक धार्मिक पद्धतीचा आहे.''

तिच्या बहिणीच्या चेहऱ्यावरच्या प्रश्नाचे तिने उत्तर दिले. ''मी ज्याला सकारात्मक धार्मिकता म्हणते तिच्यामुळे आनंद मिळत नसला तरी किमान शांतता लाभते. देवाच्या निर्मितीचा आनंद त्यामुळे लाभतो. त्यात साहाय्यकारी मदत, आत्म्याचा प्रकाश असतो. याचा अर्थ मानवी दयाळूपणा सोडून देऊन कोणीही त्यापलीकडे गेलं पाहिजे असा होत नाही.''

''माझ्या सासुचा धार्मिक ब्रँड हा नकारात्मक होता. उपवास, प्रार्थना आणि ऐहिक सुखाला विरोध असा तिचा धार्मिक दृष्टिकोन होता. अगदी वैवाहिक संबंधांनाही तिचा विरोध होता. आता हा दृष्टिकोन कसा काय मोडून काढणार? लैंगिक संबंध हे फक्त संततिनिर्मितीसाठी आवश्यक असतात, असं तिचं म्हणणं होतं. तिने तेच त्यालाही शिकवलं आणि त्याने ते धडे चांगलेच आत्मसात केले.''

''मी गर्भवती राहिल्याबरोबर तिच्याजवळच्या काळोख्या, उदास खोल्यांमध्ये मला हलवण्यात आलं. रात्रंदिवस तिथे दिवा–बत्ती केली जात असे. मर्यादित काळापुरती मी माहेरी जात असे, तेवढाच वेळ माझी यांमधून सुटका होत असे. मुन्ना आठ महिन्यांचा होईपर्यंत तिने या सगळ्या गोष्टी लांबवल्या होत्या.''

''त्यानंतरचा नियम असा होता, की जोपर्यंत तुम्ही बाळाला स्तनपान देता तोपर्यंत तुम्ही शारीरिक संबंध ठेवायचे नाहीत. मुन्ना एक वर्षाचा झाला आणि मगच तिने आमच्यावरची बंदी उठवली. त्यानंतर पुन्हा मी दुर्दैवी ठरले आणि पुन्हा गर्भवती बनले. पुन्हा त्याच त्या कडक नियमांमधून जावं लागलं. संपूर्ण गर्भारपणाच्या काळात तसाच छळ मी सहन केला. आपल्या आईच्या नाजुक दयेवर अवलंबून राहण्यासाठी माझी हकालपट्टी करणाऱ्या त्याच्याविषयी तेवढ्या काळात माझ्या मनात तिरस्काराची भावना निर्माण झाली.''

''त्या पांढऱ्याशुभ्र कातडीच्या स्त्रीकडे अत्यंत दुष्ट, आकसबुद्धी असलेलं हृदय होतं,'' ती गंभीर विचार करत म्हणाली. तिला आपल्या मुलाचं लक्ष माझ्याकडे वळू द्यायचं नव्हतं आणि आपल्या मुलाखेरीज ती आम्हा सर्वांचा तिरस्कार करत होती. तिचा नवरा, मी, तिच्या मुली, जावई सगळ्यांविषयी तिच्या मनात अजिबात जिव्हाळा नव्हता. त्याच्या तथाकथित 'कीर्ती' मिळवण्याच्या मार्गापासून आम्ही सगळे तिच्या मुलाचं मन विचलित करतो असं तिला वाटत होतं. परंतु तो तरी काय होता? फक्त एक पैसे मिळवणारं यंत्र. जर त्याला स्वतःला आपल्या कपड्यांची निवड करावी लागली असती, तर तो नक्कीच सर्वाधिक वाईट कपडे घालणारा ठरला असता. त्याला पैसे मिळवण्याखेरीज इतर कशाचीच कसलीच माहिती नव्हती.''

''मग?'' तिच्या बहिणीने तिला उत्सुकतेने विचारले. पल्लोची ही नवीन बाजू तिला ऐकायची होती.

''मिनीला जवळजवळ तीन वर्षं मी स्तनपान दिलं. त्यानंतर एके दिवशी मी कुठेतरी वाचलं की ज्यांना जास्त प्रमाणात ताप चढतो, त्यांनी आपल्या मुलांना स्तनपान द्यायचं नसतं,'' त्या आठवणीने पल्लवीच्या चेहऱ्यावर चांगलेच स्मित फुलले. त्या दिवशी मला किती उत्सुकता आणि मजा वाटली त्याची तुला कल्पना तरी येऊ शकेल का? माझ्या सासुची अत्यंत दक्ष नजर चुकवून मी स्वयंपाकघरातून कापलेला कांदा पळवला आणि त्याचा वास येऊ नये, म्हणून सहा नॅपकिनमध्ये लपवून तो माझ्या काखेत सुरक्षितपणे ठेवून दिला.

त्यानंतर उन्हात फूटपाथवरून फिरले. त्याचा उपयोग झाला आणि मला ताप चढला. त्या दिवशी आपण एवढ्या निरोगी असल्याबद्दल मला स्वतःचीच किळस वाटली. ताप चढू लागल्यावर मी घरी परतले. परंतु तिने मला पायऱ्यांवरच पकडले आणि आता त्याला काहीच इलाज नव्हता. माझ्या पुढच्या मासिक पाळीपर्यंत मला थांबावं लागलं आणि पाच दिवसांनंतर पवित्र स्नान करून मगच माझ्या नवऱ्याला 'प्रदूषित' करण्याचा हक्क मला प्राप्त झाला. मॅडमच्या आदेशाप्रमाणे...'' भूतकाळातील हताश विचारांनी तिने हवेत हात उडवले.

''आता मीही कावेबाजपणे वागायला शिकले होते. यावेळी मी तिने ठरवून दिलेले पाच दिवस थांबले. सातव्या दिवशी सुजॉय त्याच्या व्यावसायिक ट्रिपवरून परतणार होता. त्या दिवशी त्याच्या स्वागतासाठी मी घरी थांबले नाही. तो संपूर्ण दिवस मी नवीन साडी विकत घेतली. त्याआधीचा पूर्ण दिवस मी पार्लरमध्ये घालवला होता. शरीराला मालिश करून घेतली. मेंदी लावून घेतली. फेशियल, मेक अप आणि सगळं, सगळं करून घेतलं.''

''वॉव!''

''पुढे तर ऐक. मी घरी परतले त्यावेळी तो आपल्या वडलांबरोबर स्टडी रूममध्ये होता. मी अक्षरशः तिथून सटकले आणि आमच्या खोलीत गेले. माझ्या सासुच्या नजरेला आपण पडू नये याची दक्षता मी घेतली होती. तो जवळजवळ दोन तासांनी खोलीत आला. तब्बल दोन तास मी अत्यंत आतुरतेने त्याची वाट पहात होते. मला काय वाटत होतं, त्याची तुला कल्पना येऊ शकेल आणि नंतर...'' ती थबकली. तिच्या चेहऱ्यावरून अपरिमित वेदना आणि यातनांच्या भावभावना व्यक्त होत गेल्या.

अव्हेर

''तू इथे काय करतेयस?'' सुजॉयने विचारले.

''मी इथेच राहते. ही माझीही खोली आहे. नाही का?'' पल्लवीने उत्तर दिले. ती त्याच्याजवळ गेली तेव्हा तिच्या चेहऱ्यावर उदास स्मित होते. तिने आपले हात पुढे पसरले होते. अचानकच तिने आपले हात त्याच्या गळ्याभोवती टाकले. तिच्या चेहऱ्यावर सलज्ज स्मित पसरले होते.

परंतु ती आणखी काही करण्याआधीच त्याने आपल्या गळ्यातील तिचे हात झटकून दूर केले.

''हा सगळा मूर्खपणा मला आवडत नाही आणि त्याच्यावर माझा विश्वासही नाही. आता आपल्याला दोन मुलं झालेयत. आणखी मूल मला नको आहे. मला आणखी वेळ आणि ऊर्जा वाया घालवणं परवडणारं नाही. व्यवसाय न करता अतिरिक्त पूजापाठ किंवा शिक्षा म्हणून आणखी काही करणं मला आता शक्य नाही.''

पल्लवी पूर्णपणे सुन्न झाली होती. सुजॉयच्या बोलण्याचा नेमका काय मतितार्थ होता ते तिला समजत नव्हते.

''म्हणजे मी काय करावं अशी तुझी इच्छा आहे?''

''सगळंच कर. मुलांची देखभाल कर. आईला घरच्या कामकाजात मदत कर. तुझी पूजा वगैरे कर. जे काय तुला करायचं ते कर. फक्त मला आता या शारीरिक संबंधांच्या मूर्खपणात ओढू नकोस. मला हे काहीच नको आहे.''

''पण...पण...काय?''

सुजॉयने तिचे वाक्य अर्धवटच तोडले. ''आता पण नाही; आणि परंतु नाही. तू माझी बायको आहेस. दोन मुलांची आई आहेस. माझ्या आई-वडलांची सून आहेस. अगदी मरेपर्यंत तुझी ही सगळी नाती तशीच राहतील. फक्त आता यापुढे आणखी लैंगिक संबंध मी ठेवू शकणार नाही. ती अगदी अस्वच्छ गोष्ट आहे. आपण कुटुंबाला वंशज दिले आहेत. त्यामुळे आपली कर्तव्यं आपण पार पाडली आहेत. आता यापुढे आणखी काही नाही.'' त्याने त्या मुद्यावर भर दिला. आणि तो ड्रेसिंग रूमकडे चालता झाला. त्यानंतर कपडे बदलून येऊन तो शांतपणे आणि अगदी झटपट झोपीही गेला.

पल्लवीने आपली कहाणी खिन्नपणे संपवली. ''तुला माझ्या स्थितीची कल्पना करता येतेय का? प्रथम मी सुन्न होऊन गेले होते. सगळीकडे तशीच सुन्न शांतता पसरली होती. त्यानंतर माझ्या डोळ्यांतून अश्रूंचा महापूर वाहू लागला. सकाळपर्यंत मी त्याच्या पायांशी तशीच याचना करत बसून राहिले होते. माझी काय चूक झाली होती, ते मी त्याला विचारत राहिले होते. परंतु तो तसाच थंड होता. नैतिकतेविषयी व्याख्यान देण्यासाठी त्याने

आपल्या आईला आत बोलावून घेतले. तिने मला पत्नीची आपल्या नवऱ्याविषयीची कर्तव्यं, त्याच्या आज्ञा मानणे आणि नैतिकता व संयम यांविषयी पोटभर उपदेश केला.''

''मला आणखी काहीही आठवत नाही. मी खिळल्यासारखी झाले होते. या एवढ्या मोठ्या घरात निरर्थकपणे मी एखाद्या भुतासारखी भटकत रहात होते. माझी काहीच ओळख नव्हती. काहीही हेतू नव्हता. फक्त एका फडफडणाऱ्या सावलीसारखी माझी अवस्था होती...'' आपल्या अवहेलनेची, आपण अव्हेरली गेल्याची ती आठवण तिला भरपूर यातना देत होती. काही काळ ती तशीच त्या आठवणींमध्ये हरवून गेली.

''मग?'' वृंदाच्या आवाजाने ती पुन्हा तिच्या तंद्रीतून जागी झाली. ''परंतु कोणीतरी किंवा कशामुळे तरी तुझ्यात बदल झाला असणार. तू आता फारशी निराश, लैंगिकदृष्ट्या उपेक्षित, किशोरवयीन विधवेसारखी दिसत नाही. मग तुला कोणी प्रियकर भेटला की अनेक प्रियकर भेटले?''

''एकच.''

''कधीपासून?''

''खूप वर्षं झाली त्याला.''

''कोणाच्याही लक्षात आलं नाही? मित्र-मैत्रिणी, नोकरचाकर, नवरा, सासू, कोणाच्याही?''

''आम्ही खूपच धोरणीपणाने वागत होतो. परिस्थितीच तशी होती. आम्ही कोणाला सापडलो असतो तर ते आम्हाला परवडणारं नव्हतं. नंतर सगळ्या गोष्टी सुरळीत सुरू झाल्या. काही वेळा मला वाटायचं की मिनीला संशय तरी आला असावा. जर तसं झालं तर ती इतरांशी चर्चा करेल का, असं मला वाटायचं. तिच्या डोळ्यांत, तिच्या नजरेत मला तो चौकसपणा दिसायचाही; परंतु तिने कधीच त्या विषयाला स्पर्श केला नाही आणि मीही माझं तोंड तसंच बंद ठेवलं. माझी शांतता तशीच कायम राहिली. त्यांच्या वडलांशी असलेलं त्यांचं नातं कशाला बिघडवायचं?''

''तुझ्यातील बदलही कोणाच्या लक्षात आला नाही का? तुझं स्वत्व, तुझं व्यक्तिमत्त्व आणि प्रत्येक गोष्टीतून त्यांना ते जाणवत राहिलं नाही का?''

''अर्थातच. त्यांना जाणवलं की. कारण झालेले बदल सगळ्यांच्या नजरेत भरणारे होते. त्यावेळी मी वेदनादायकपणे इतर सर्व वैयक्तिक संबंध गुंडाळून ठेवायला शिकले होते. ती एक मोठीच धोकादायक, निसरडी वाट होती. कारण कोणत्याही प्रकारे आपल्या कृतींचं किंवा हेतूंचं स्पष्टीकरण करायला माझ्याकडे शब्दच नव्हते.''

''त्या सगळ्याची सुरुवात कशी काय झाली? तू त्याला कधी भेटलीस, तो कोण आहे, तो कोणासारखा आहे, तो विवाहित आहे का आणि त्याची पत्नी...?''

पल्लवीच्या चेहऱ्यावर एक प्रसन्न, शांत स्मित उमटले. ''तो एक संपूर्ण पुरुष आहे. एक अत्यंत उमदी व्यक्ती, अत्यंत हसरा, खेळकर आणि अगदी जिवंत, रसरशीत व्यक्तीमत्त्व आहे त्याचं. त्याला भरपूर माहिती आहे. त्याच्याशी आपण सहजगत्या बोलू शकतो, हसू शकतो आणि त्याच्याकडून बऱ्याच गोष्टी शिकूही शकतो.''

''त्याने मला सगळं काही शिकवलं. मी आज जी आहे, जशी आहे, तसं वागायला त्यानंच मला शिकवलं. माझं कॉन्व्हेंट इंग्लीशचं वेड त्याने माझ्या डोक्यातून उतरवलं आणि माझी संस्कृतशी ओळख करून दिली. एवढंच नव्हे; तर हिंदी, उर्दू आणि अगदी फ्रेंचशीही माझी ओळख करून दिली. धर्म, तत्त्वज्ञान आणि कला यांची माहिती दिली. मला वाचायला आणि ध्यानधारणा करायला लावली. मला जगाचा धांडोळा घ्यायला लावला आणि माझ्यातील सखोलता शोधून माझ्या व्यक्तिमत्त्वाचा विकास करायला शिकवलं. मला सावल्यांतून बाहेर पडायला शिकवलं आणि माझ्या आयुष्यावर नियंत्रण ठेवण्यास त्यानेच मला शिकवलं. त्याने माझं रूपांतर भारतीय स्त्रीमध्ये केलं, असं तो मला नेहमी चिडवत असे.''

''तू त्याला कशी भेटलीस? कुठे?''

''एके दिवशी तो माझ्या खोलीत आला. त्याने माझ्या खोलीत डोकावून पाहिले. मी रडत होते. मला कसलंच स्पष्टीकरण देता येत नव्हतं. परंतु कसं कोण जाणे; त्याला ते समजलं. काहीही बोलण्याची गरजच भासली नाही. कदाचित त्याच्या वार्धक्याकडे झुकलेल्या बायकोमुळे असेल; परंतु काहीच सांगावं लागलं नाही. त्याने फक्त माझं सांत्वन करण्यासाठी मला त्याच्या मिठीत घेतलं. त्यानंतर आम्ही एकमेकांना रोखू शकलो नाही. कारण आम्ही दोघेही तेवढेच उपाशी होतो.''

''इथे, या खोलीत?''

''नाही, त्या खोलीत सुजॉयच्या. तोपर्यंत मी तिथेच होते. ही खोली खूपच नंतर मला मिळाली.''

''मग तो माहितीचाच माणूस असला पाहिजे. कुटुंबाच्या अपार्टमेंटमध्ये सहजगत्या शिरू शकणारी ओळखीची व्यक्ती असली पाहिजे ती.''

''अर्था...'' पल्लवीने स्वतःवर नियंत्रण मिळवले. ''होय, होय, तो तसाच होता.''

''मग?''

''मी तुला आणखी काय सांगू? माझी एका रुक्ष, नीरस तुरुंगातून झटपट सुटका झाली होती. मला खूपच दिलासा मिळाला होता. एखाद्या आपल्यासारख्याच सर्वसामान्य, नॉर्मल व्यक्तीशी बोलल्यासारखं मला वाटलं. त्या वृद्ध स्त्रीच्या सत्संगाच्या सत्रांना नियमितपणे उपस्थित राहण्याचं पालन मात्र आम्ही अगदी काटेकोरपणे करत राहिलो. शिवाय मंदिरातही जात राहिलो. परंतु त्यावेळी फक्त आम्ही लैंगिक संबंध ठेवत नव्हतो. माझ्या पुनर्शिक्षणाच्या नावाखाली आम्ही इतर मंदिरांमध्ये, वस्तुसंग्रहालयांमध्ये आणि राजवाड्यांमध्ये जात राहिलो.''

''किती काळ?''

''महिनोन् महिने. किती काळ ते मला सांगता येणार नाही. मला ते माहिती नाही.''

''तू ते सगळं कसं काय जमवत राहिलीस?'' तिने संशयाने विचारले आणि नंतर अचानकच तिच्या मनात एक दुसराच विचार आला. ''म्हणजे अजूनही?''

''अर्थातच नाही. या वयात नाही. आता लैंगिक संबंध संपुष्टात आले आहेत. परंतु ते प्रेम, माया आणि विश्वास मात्र तसाच टिकून राहिला आहे. कारण ते कसं काय जाईल? शक्य आहे का ते? आता ते प्रेम अधिकाधिक परिपक्व होत गेलंय आणि कदाचित त्यामुळे लैंगिक संबंधांपेक्षाही थोडंसं अधिक समाधानच मिळतंय.''

''म्हणजे तुला असं म्हणायचं आहे की ती निर्दोष, आदर्श व्यक्ती सहजगत्या तुझ्या

आयुष्यातून दूर झाली. ते सगळं थांबवण्यासाठी तुला त्याला कसलीच भरपाई द्यावी लागली नाही? काहीही करावं लागलं नाही? तो कसल्या प्रकारचा पुरुष होता?''

''तू ते सांगितलंस. तो आदर्श पुरुष होता. परंतु सुदैवाने तो माझ्या आयुष्यातून दूर गेलेला नाही. ते सगळं हळूहळू कमी होत गेलं. परंतु आम्ही अजूनही एकमेकांची काळजी घेत आहोत.''

''पण तुला कोणीही कधीच पाहिलं नाही आणि त्याविषयी कोणालाही संशयसुद्धा आला नाही?''

''माझ्या सासुला...''

वृंदा एकदम बोलून गेली, ''तिचा काय संबंध?''

''तिने एकदा आम्हाला पकडलं होतं.''

वृंदाने हळुवारपणे एक शीळ घातली. ''आणि इतक्या सगळ्या वर्षांत ती त्याविषयी एक चकार शब्द बोलू शकली नाही, कारण तिनेच तुझ्या नवऱ्याला तुझ्यापासून दूर केलं होतं...म्हणून? एक विरोधाभासात्मक उपहास म्हणून मला हे आवडलं.''

''अजिबात नाही. ते असं घडलं नव्हतं. खरं तर ती सगळे दुष्ट मार्ग चोखाळत होती. परंतु तिच्या स्वतःच्या पद्धतीने ती एक धर्माचरण करणारी व्यक्ती होती. तिला खरोखरच असं वाटत होतं की लैंगिक संबंध ठेवणं ही अत्यंत वाईट गोष्ट आहे. ते एक प्रकारचं पाप आहे.''

पल्लवीच्या मनात भूतकाळाच्या आठवणींमुळे पुन्हा एकदा प्रचंड दुःख दाटून आले.

''त्या दुर्दैवी दिवशी ती आमच्याकडे आली होती, त्यावेळी ती नक्कीच सुन्न झाली. ती एकदम मूक झाली. खरं म्हणजे ती तिथे दगडासारखी थिजली होती. तिच्यात पुढे पाऊल टाकण्याचं त्राणच उरलं नव्हतं. तिला एकदम झटका आला आणि ती काही काळ बोलूच शकली नाही. तिची वाचा गेली होती. तिची नजर माझा पाठलाग करत होती. मला झपाटून टाकत होती. त्यामुळे आम्हाला नरकयातना भोगल्यासारखं वाटत होतं. अत्यंत अपराधीपणा आमच्या मनांत दाटून आला होता.''

''तिच्या दृष्टीने तिच्यावर उगवलेला तो सर्वाधिक वाईट सूड असावा. आमच्यावर पापांचा केवढा पगडा बसलाय, असं तिला वाटलं असावं. काहीही झालं तरी त्या लैंगिक संबंधांविषयी ती माझ्यावर चिखलफेक करू शकत नव्हती; की आपल्या मुलासमोर त्याचा पाढा वाचू शकत नव्हती. तिला मिळालेली ती शक्य असलेली सर्वाधिक वाईट शिक्षा होती.''

''मी तुला पैजेवर सांगते, त्या दुष्टिणीला सगळं काही माहिती असणार. म्हणूनच तिने ते सगळं मोडून टाकलं होतं. बरोबर आहे ना?'' वृंदाने विचारले.

''अजिबात नाही. तसं नक्कीच काहीही नव्हतं. कसं कोण जाणे; परंतु मृत्युआधी आपल्या लाडक्या मुलापर्यंत तिने ते सगळं पोहचवलं. तिच्या मृत्यूनंतरचे सगळे विधी झाल्यानंतर तो लगेच संतापाने अद्वातद्वा बोलू लागला. त्याच्याकडे असलेल्या नसलेल्या सगळ्या शिव्या, अपशब्द त्याने ओकून टाकले. परंतु गंमत म्हणजे सुजॉय जेवढा जास्त बोलत गेला, घसरत गेला; तसा माझा अपराधीपणा कमी कमी होत गेला. त्यानंतर मी अगदी शांत बनले.''

स्पष्ट पवित्रा

त्यानंतर पल्लवीची बोलण्याची पाळी होती. त्याने तिच्यावर लादलेला अपराधीपणा किंवा तिच्यावर केलेले आरोप नाकारण्याची तिची वेळ होती.

''काहीही झालं तरी ती तुझ्या आईची चूक होती,'' तिने त्याच्यावर उलटे शरसंधान केले. ''तिने तुझ्या मनात नको त्या गोष्टी भरवल्या नसत्या तर आपण आज नॉर्मल जोडपं म्हणून जगत राहिलो असतो आणि ही परिस्थिती उद्‌भवलीच नसती. तुझी स्वतःची असलेली अशी कोणती गोष्ट तुझ्यापासून हिरावली गेलेय? कुठलीच नाही.''

पल्लवीने त्याच्या नावाचा जप केला होता. त्याच्या घरात ती रहात होती. त्याच्याबरोबर एका टेबलावर खात होती. त्याच्या घरभर फिरत होती. त्याच्या साहाय्यकांबरोबर जात होती आणि त्याच्या मुलांना ती वाढवत राहिली होती. अगदी त्याच्या पलंगावर जाऊन त्याच्या गळ्यात हात टाकून ती झोपली होती.

परंतु त्याला ते काहीच नको होते. त्याला ना तिचे शरीर हवे होते ; ना तिच्या मनाची त्याला फिकीर होती. त्याने तिला साफ झिडकारले होते. मग दुसऱ्या कोणी तिची कदर केली तर त्याला वाईट वाटण्याचे कारणच काय होते ?

''आता अगदी आनंदात रहा,'' तिने ते शब्द त्याच्या अंगावर फेकले. ''जाहीररित्या तुला माझ्यावर व्यभिचाराचा आरोप करता येईल अशी मी वागलेली नाही, तेवढी काळजी मी घेतली आहे, त्याबद्दल समाधानी रहा.''

त्या क्षणी तो संतापाने लालबुंद झाला होता आणि काही क्षण तो तसाच बधीर झाल्यासारखा उभा होता. त्यावेळी पल्लवी घाबरली होती. त्यानंतर तो स्थिरावला आणि त्याने बहुधा बारकाईने परिस्थितीचा विचार केला. त्याचे डोळे बारीक झाले होते. आपल्याला या परिस्थितीचा कसा लाभ घेता येईल याचा तो बहुधा विचार करत होता. ते लक्षात आल्यावर तिच्या तप्त मेंदूवर बर्फाचे थंडगार पाणी पडल्यासारखे तिला वाटले.

पल्लवीने तिथल्या तिथेच ठरवून टाकले की आता त्या परिस्थितीचा लाभ तीही घेणार होती. तिच्या मुलांसकट प्रत्येकालाच त्या परिस्थितीचा लाभ ती मिळवून देणार होती. त्यानंतर आपले आयुष्य पणाला लावून ती झटपट घासाघीस करू लागली. सुजॉय ठाम होता.

''घटस्फोट नाही. मला सार्वजनिकरित्या अपमान सहन करायचा नाही. कोणत्याही परिस्थितीत माझ्या आईला कसलाच कलंक लागता कामा नये.''

''ठीक आहे,'' पल्लवीने मान्यता दिली. ''घटस्फोट नको. परंतु मी तुझ्या दयेवरही जगणार नाही. कृपा करून मला ब्लॅकमेल करण्याचा प्रयत्नही करू नकोस. माझ्या उदरनिर्वाहासाठी मला स्वतंत्र पैसा हवा आहे. तुझ्या व्यवसायातून आलेला नव्हे ; तर इतर प्रकारे मिळत असलेला.''

त्याच्या स्वाभिमानाला, अहम्‌ला बसलेला तो जोरदार तडाखा होता. ''आणि या नको इतक्या आलिशान घरात अति काटकसरीने मी राहणारही नाही. तुझी शोभेची बाहुली म्हणून मी तुझ्यासमवेत वावरत रहावं असं तुला वाटत असेल, तर या बाहुलीसाठी तशीच एक शोकेस तयार कर.''

त्याने पैसा देण्याचे वचन दिल्यानंतर त्या संपूर्ण मालमत्तेचे नूतनीकरण करण्यात आले. याशिवाय तिच्यासाठी आणि मुलांसाठी तिने वार्षिक सुट्ट्यांवर जाण्यासाठी त्याच्याकडून पैसा मिळवला. त्यांच्या बोर्डिंग स्कूलचा खर्च त्याने करावा असे ठरवून घेतले. त्यामुळे मुलांना सगळे सत्य समजले नसते. शिवाय तिजोरी आणि कामाचे काही भाग वाटून घेतले.

त्यानंतर फक्त एकच नियम होता. 'तू तुझे आयुष्य जग. मी माझे जगेन. मात्र तुझ्या आयुष्यात तुझ्या सामाजिक मालमत्तेहून अधिक किंमत मला नाही, हे कोणालाही कळता कामा नये.'

सूड

''त्याने त्याला काहीही केलं नाही?''आश्चर्यचकित होऊन ऐकणाऱ्या वृंदाने विचारले.

''तो तसं करूच शकला नाही. तसं तो हजार वर्षांत तरी करू शकणार नाही. त्याने फक्त सगळाच्या सगळा व्यवसाय स्वतः चालवायला घेतला. ते सगळे हक्क त्याने स्वतःकडे घेतले. ठीक होतं. त्यामुळे आम्हाला आनंदच झाला. त्याला तो व्यवसाय जसा चालवायचा होता तसा तो चालवत राहिला आणि आम्हाला हवे तसे आम्ही जगत राहिलो.''

''मी त्याच्या खोलीतून बाहेर पडून या स्यूटमध्ये राहू लागले. माझ्या एके काळच्या सासुच्या निवासस्थानात. मी तसं करताना पाहून तर तो मेल्याहून मेला झाला. परंतु माझ्या भूमिकेवर मी ठाम राहिले.''

''परंतु तुला खरंच सांगते, आमच्या डोक्यावरून कोणीतरी मोठा बोजा उतरवल्यासारखं मला झालं होतं. सुजॉयला या परिस्थितीची सवय झाल्यावर पहिल्यांदाच मी त्याच्याकडे नवरेपणाच्या ओझ्यातून सुटका झालेला आणि पैसा कमावण्यात व्यग्र असलेला पुरुष म्हणून सहजपणे पाहू शकले.''

''आम्ही नियमितपणे चर्चासत्रांना जात होतो. सगळ्या प्रकारच्या गोष्टी शिकत राहिलो. लोकांना भेटत राहिलो. ज्या लोकांमुळे सुजॉयला लाभ होत होता, त्या सगळ्या लोकांना

मी त्याच्याबरोबर भेटत होते.'' तिचा स्वर आता तीव्र वेदनामय बनला होता. ''सगळ्यांशी नेहमीच आम्ही संपर्क ठेवत होतो. पण कोणीही आमचे मित्र बनू शकत नव्हते. कधीच मित्र होऊ शकत नव्हते. कारण फक्त तेवढी एकच चैन आम्हाला परवडणारी नव्हती.''

''आमच्या हृदयाच्या तळाशी तेवढी एकच ठसठसणारी वेदना होती. परंतु घरातील सुजॉयची अरुची विनोदी होती. शिवाय कंपनीतील त्याचा अलिप्तपणाही तसाच ढोंगी वाटणारा होता. त्यामुळे त्याच्यासमोर दिमाखात मिरवण्यात आणि त्याचे नाक दाबण्यात आम्हाला गंमत वाटत असे आणि आनंदही होत असे. कारण जाहीररित्या तो काहीच बोलू शकत नव्हता.'' तिच्या चेहऱ्यावर खट्याळ भाव होता.

''मग ते सगळं कसं काय संपलं?'' वृंदाने विचारले.

''ते संपलं नव्हतं. नेहमीची जोडपी कशी वृद्ध होतात? त्यांना एकमेकांची अधिकाधिक सवय होत जाते. ती एकमेकांना अंतर्बाह्य अधिकाधिक ओळखू जाणू लागतात. त्यानंतर ती हळूहळू एकमेकांशी अधिकाधिक मित्रत्वाने वागू लागतात आणि मग आयुष्याचा एक नवीनच मार्ग आखला जातो. प्रेम जुनं झालं, प्रौढ झालं की त्याचा एक वेगळाच दरवळ मग रेंगाळत राहतो....''

''परंतु ती वेगळी गोष्ट असते.''

''खरं तर ती वेगळी गोष्ट नव्हती. ठीक आहे. आम्ही एकमेकांना लग्नात दिली जाणारी वचनं दिली नव्हती किंवा मुन्ना आणि मिनीला जन्मही दिला नव्हता. परंतु बाकी सगळ्या गोष्टी आम्ही संयुक्तपणेच करत होतो. मुलांना वाढवतानाही त्यांच्या खऱ्या वडलांपेक्षा त्यानेच मुलांना त्यांचे वडील म्हणून अधिक आधार दिला. एवढंच नव्हे; तर सुजॉयला व्यवसायात यश मिळवता यावं यासाठी त्यानेच आम्ही दर वेळी देत असलेल्या मासिक पार्ट्यांचेही आयोजन केलं.''

''सुजॉयला ते माहिती होतं?''

''काय?''

''त्याच्या पार्ट्यांचं आयोजन त्याचा शत्रू किंवा त्याला तुम्ही जे काही म्हणाल तो करतोय हे सुजॉयला माहिती होतं?''

''सुजॉय पार्ट्यांच्या आयोजनाचं काम खूपच कमी प्रमाणात करू शकत होता. त्याने ते केलं असतं तर त्याला आपल्या चेहऱ्यावर अंडी फोडली जात असल्याचं चित्र बघावं लागलं असतं. त्याला तर खरोखरच उत्तम पार्टी दिल्याचं समाधान हवं असे. अशा पार्ट्यांच्या यादीत त्याला कायमच अव्वल क्रमांकावर रहायचं असे. श्रीमंत आणि सत्ताधारी लोकांना वाईन आणि जेवण देऊन आपल्या घाणेरड्या व्यवहारांना अंतिम रूप देणं हेच तर त्याचं काम होतं. त्यामुळे तो करत असलेलं आपल्या पार्ट्यांचं आयोजन सुजॉयने आनंदाने स्वीकारलं होतं.''

बऱ्याच वेळानंतर वृंदा या सगळ्यातून बाहेर पडली. तरीही ती बुचकळ्यात पडली होती. तिला अजूनही या सगळ्यात कोणता तरी कच्चा दुवा असल्यासारखं वाटत होतं. तो तिथेच होता; परंतु तिच्या आवाक्यात येत नव्हता.....

'तो कशा प्रकारचा पुरुष होता?' तिच्या मनात विचार येत राहिला. 'त्याचं सगळं आयुष्य दुसऱ्याच्या बायकोसाठी खर्ची पडलं. तिला मदत करण्यात, तिच्या नवऱ्याच्या पार्ट्यांचं आयोजन करण्यात. हा काय प्रकार होता? कसला व्यवहार होता? तो सतत लपूनछपून रहात होता आणि त्याला खुलेपणाने काहीही करता येत नव्हतं. तो हे सगळं कसं काय करत होता? आणि का करत होता?

त्या कोड्यामुळे तिला झोप लागली नव्हती. कोण...कोण..कोण?

पल्लवीने सांगितलेल्या सगळ्या गोष्टींचा ती ताळमेळ लावू पहात होती. तिने ते सगळे पुन्हा एकदा आठवून पाहिले. तिच्या नवऱ्याने केलेला तिचा अव्हेर, तिची निराशा, प्रियकराच्या मिठीत.. त्या सर्वांतून आणि आपल्या घरातून व अपार्टमेंटमधूनही तिने बाहेर पडणे आणि हे सगळे संशय येऊ न देता..कोणालाही थांगपत्ताही लागू न देता! कित्येक महिने आणि अगदी अंतापर्यंत यशस्वीपणे सुरू राहिले. तिचे घर अत्यंत प्रशस्त, प्रचंड मोठे होते ही गोष्ट खरी होती. परंतु तरीही ते कसे काय शक्य होते? त्या सगळ्या गूढतेमुळे तिचा मेंदू कुरतडला जात होता. तिच्यापासून झोप दूर पळत होती.

थोड्या वेळाने तिचा मेव्हणा जिना चढून वर येत असल्याचा आवाज तिला ऐकू आला. कॉरिडॉरच्या खालच्या बाजूला असलेल्या दरवाजाकडे जात असलेल्या त्याच्या पावलांचा स्पष्ट आवाज तिने ऐकला. त्यानंतर त्या खोलीचा दरवाजा उघडल्याचा आणि बंद झाल्याचा आवाजही तिला ऐकू आला. म्हणजे तो त्याच्या खोलीत गेला होता.

त्यानंतर बऱ्याच वेळाने तिची बहीण वर आली. तिच्या कानांवर कुजबुज ऐकू आली. तिच्या सासऱ्याचा हात धरून ती वर येत होती, हे नक्की. ते खाली नेहमीप्रमाणे फिरून वर आले होते. दुसरा दरवाजा उघडला आणि बंद झाला.

त्यानंतर थोड्या वेळाने अस्वस्थपणामुळे वृंदाने आपल्या अंगावरील चादर भिरकावून दिली.

तो कोण असेल? कोण?

तिने हळुवारपणे पल्लवीच्या दरवाजावर टकटक केली. आता तिच्याकडून त्याचे नाव काढून घ्यायचेच असा निश्चय तिने केला होता. परंतु तिला कसलाच प्रतिसाद मिळाला नाही. ती हळूच दरवाजा उघडून आत गेली.

''पल्लो, तू जागी आहेस का?'' तिने विचारले.

ड्रेसिंग रूमच्या दरवाजातून एका मंद, अस्फुट लाईटचा गोलाकार आरशावर पडला होता. त्या आरशात दिसणाऱ्या प्रतिमांनी त्या खोलीत घुसखोरी केलेली वृंदा जागच्या जागीच खिळल्यासारखी झाली.

त्या दोन स्यूट्सना जोडणाऱ्या दरवाजाकडे वृंदा वळली. तिथेच पलीकडे पलंग होता. पावलांचा आवाजही न करता ती पुढे झाली आणि हळूच कान देऊन चोरटेपणाने ती आतील आवाज ऐकू लागली.

वृंदाला नीटपणे शब्द ऐकू आले नाहीत. परंतु तिच्या बहिणीच्या चेहऱ्यावरचा कोमल भाव आणि तिथे झोपलेल्या व्यक्तीच्या सुरकुतलेल्या चेहऱ्यावरून तिने अत्यंत हळुवारपणे फिरवलेला हात आणि त्याच वेळी तिच्या डोळ्यांत दिसणारा तो प्रेमाचा भाव यावरून ती सारे काही समजून चुकली.

'बरोबर बोललीस पल्लो. प्रेम जुनं झालं, प्रौढ झालं की ते तसंच निघून जात नाही. त्याचा दरवळ तसाच तिथे रेंगाळत राहतो.' तिच्या मनात विचार आला.

१४. दहशत झुगारताना..

पहिला दिवस

मधु ऑफिसमधून बाहेरच्या ताज्या, थंडगार हवेत आली. तिने श्वास घेतल्याबरोबर तिला हवेत मिसळलेल्या पेट्रोलच्या वाफांचा वासही आला. तो वास आणि ऑफिसमधील दमट, घाणेरडा वास यांच्यातील फरक तिच्या लगेच लक्षात आला.

आपल्या नेहमीच्या भराभरा चालण्याच्या पद्धतीने ती थोडे अंतर चालून गेली आणि नंतर तिने आपली गती थोडीशी कमी केली. तिने आजूबाजूला काळजीपूर्वक पाहिले, परंतु आपल्या अस्वस्थतेचे कारण तिच्या लक्षात आले नाही. तिने संपूर्ण शरीर झाकणारे कपडे घातले होते. परंतु तिच्या खांद्यांमध्ये एखाद्या हत्याराने किंवा कशाने तरी टोचल्यासारखी संवेदना होत होती आणि तिच्या पाठीतही थोडासा तणाव जाणवत होता. तिचा कोणीतरी पाठलाग करत होते का?

दुसरा दिवस

ऑफिसला जाण्याच्या रस्त्यावर ती दक्षतेने निघाली होती. आदल्या दिवशी वाटलेली अस्वस्थता तिला आठवत होती. तिने हवेत जवळजवळ हुंगल्यासारखे करून वास घेतला. पण कशासाठी? ती काय शोधत होती, ते तिला माहिती नव्हते. परंतु तो प्रश्न तिच्या मनात चांगलाच ठाण मांडून बसला होता आणि काहीही कळण्याआधीच ती ऑफिसमध्ये पोहचली होती.

संध्याकाळी ती ऑफिसमधून बाहेर पडल्यानंतर पुन्हा एकदा तिला त्याच अस्वस्थतेने घेरून टाकले. तिने आपला दुपट्टा अगदी जवळ ओढून घेतला. एका दुकानात लावलेल्या आरशासमोर मुद्दाम थांबून तिने आपल्या मागून येणारी गर्दी न्याहाळली. तिची चिंताग्रस्त नजर रहस्यमय होती का?

'सध्या मी गुन्हेगारीवरच्या बऱ्याच मालिका बघतेय,' तिने स्वतःचेच विश्लेषण केले. मात्र घरी परत येईपर्यंत ती टोचल्यासारखी जाणवणारी भावना आणि पाठीत जाणवणारा थोडासा तणाव या गोष्टी तिला जाणवतच राहिल्या होत्या.

तिसरा दिवस

ती घरातून बाहेर पडली; परंतु बस स्टॉपपर्यंत पोहचेपर्यंत मधुला आपल्या खांद्यात पुन्हा एकदा तशीच टोचणी लागल्यासारखी वेदना जाणवली. तिने टोपीसह असलेले जाकीट आपल्या कुडत्यावर घातले होते.

'आता काय करायचं?' तिने विचार केला आणि अस्वस्थपणे ती कॉलेजला आणि ऑफिसला निघालेल्या लोकांची गर्दी न्याहाळू लागली. ऑफिसमधून बाहेर पडण्याआधी ती स्वतःवरच मनातल्या मनात डाफरली, 'आता पुन्हा पॅरानोईयाच्या आहारी जायचं नाही.' परंतु पुन्हा एकदा तीच परिचित टोचणीची संवेदना तिच्या मानेजवळ जाणवू लागली आणि पाठीतही वेदना होऊ लागल्या. ती भराभरा बस स्टॉपजवळ पोहचली. 'मला नक्कीच वेड लागलंय,' तिने स्वतःशीच विचार केला. परंतु घरी पोहचेपर्यंत ती वेदना होत राहिल्यामुळे तिला थोडासा दिलासा मिळाला. आता तर तिला चांगलीच त्या वेदनेची जाणीव होऊ लागली होती. शर्लीच्या शेरेबाजीनंतर तर ती कशी काय दुर्लक्ष करू शकणार होती? त्या दोघीही एकाच कॉलेजमधून उत्तीर्ण झाल्या होत्या. त्यांनी पदवी मिळवली होती. त्यानंतर आपल्या पहिल्या नोकऱ्या पटकावल्या होत्या आणि एकाच वेळी त्यांची लग्नेही झाली होती. दुपारच्या जेवणाच्या वेळी तिने मधुला खुणेनेच कँटीनमध्ये बोलावले.

''तो जुना विश्वासू माणूस कोण आहे?''

''कोण जुना विश्वासू माणूस?''

''तो मुलगा सतत तुझा पाठलाग करत असतो तो.''

मधुने आजूबाजूला चिंताग्रस्ततेने पाहिले.

''इथे नव्हे मूर्ख, तू ऑफिसला येतेस आणि पुन्हा घरी जातेस त्यावेळी तुझ्यामागे येतो तो.''

मधुचा चेहरा पडला. ''तो कोण आहे?''

''तेच तर मी तुला विचारतेय,मम शर्लीने तिला आठवण करून दिली.

''शोधावं लागेल. मला सांग तो कसा दिसतो?''

''ते सांगता येणार नाही. तो नेहमीच कोट घालून असतो आणि आपलं तोंड त्याने मफलरने झाकून घेतलेलं असतं. शिवाय ते कमी पडतं म्हणून की काय; तो त्यावर हॅट घालून फिरतो. अशा प्रकारच्या नकली सीआयडी टाईप लोकांना आकर्षित करण्यासाठी तू काय करतेस?''

संपूर्ण दुपारभर मधु विचार करत होती. तिने ऑफिसच्या बाहेर पाऊल टाकल्याबरोबर तिच्या चेहऱ्यावर तणाव निर्माण झाला. परंतु तिला आपल्या अवतीभवती कुठेही तो नकली सीआयडी टाईप माणूस दिसला नाही. तिने जाणीवपूर्वक बसमधील मागची सीट निवडली आणि स्टॉपवर सर्वात शेवटी ती उतरली. परंतु तिथेही कुठेच त्या नकली सीआयडी टाईप व्यक्तीचा मागमूसही नव्हता. मात्र ती घरी निघाली असताना तिच्या मानेत ती परिचित वेदना जाणवत होती.

ती समोरच्या दरवाजाजवळ पोहचल्यावर तिने गर्रकन मागे वळून पाहिले. कित्येक यार्ड दूरवर तिला हॅट झळकताना दिसली. मधु एकदम विव्हळ होत सरळ धाड्कन घरात घुसली. तिचा श्वासोच्छ्वास जड झाला होता. सुदैवाने कोणाच्याही ते लक्षात आले नव्हते, कारण ती सरळ आपल्या खोलीतच जाऊन धडकली होती. त्या रात्री तिला चांगली झोप लागली नाही.

चौथा दिवस

फारसा प्रयत्न न करताही तिची बस चुकली होती. ती आपल्या भावाबरोबर गाडीवरून निघाली होती. तिने रस्त्यातून जाताना बस स्टॉपवरील गर्दीकडे निरखून पाहिले. बसमध्ये

ती सगळ्यात मागच्या सीटवर बसली होती आणि आत येणाऱ्या प्रवाशांकडे रोखून पहात होती. आपल्या बसच्या मागून येणाऱ्या वाहतुकीकडे ती पहात असताना तिची बस जंगपुरा येथे पोहचल्यावर तिला स्कूटरवर बसलेले तीन हॅटवाले दिसले. परंतु ते सगळे खूपच दूरवर होते आणि त्यांचे चेहरे त्यामुळे स्पष्टपणे दिसत नव्हते.

ऑफिसमधून बाहेर पडल्यावर मधुला तिच्या शेजारीच राहणारी मैत्रीण भेटली. तिच्याबरोबर गप्पा मारत ती घरी पोहचली. तिने दोनदा मागे वळून पाहिले होते परंतु तिच्याबरोबर गप्पा मारत निघालेल्या मैत्रिणीचे लक्ष तिच्याकडे असल्यामुळे तिलाही तिच्याकडे लक्ष देऊन बोलत राहणे भाग पडले. तिला त्यावेळीही ओझरती का होईना; परंतु हॅट दिसलीच होती. ती थरारून उठली होती आणि तिला झोप लागली नव्हती. आता काय करावे या काळजीत ती होती. आपल्या भावाला हे सांगावे का? 'त्यामुळे फक्त आईला काळजी तेवढी वाटत राहील,' असा विचार करून तिने दुसऱ्या दिवशी पुन्हा लक्ष ठेवून काय होते ते पहायचे असे ठरवले.

पाचवा दिवस

त्या दिवशी वाट पाहण्याची आणि निरीक्षण करत राहण्याची गरजच नव्हती. मफलर गुंडाळलेला आणि हॅट व कोट घातलेला तो माणूस सकाळी बस स्टॉपजवळच उभा होता. ती बसमध्ये चढत असताना त्याने तिच्याकडे एक कटाक्ष टाकला. परंतु संध्याकाळी ती निघाल्यावर तर तो अधिकच धिटाईने आणि अगदी बहिरी ससाण्यासारखा तिच्या दिशेने बस स्टॉपजवळ आला.

मधु आश्चर्यचकीत झाली आणि पांढरीफटक पडली. ती रस्त्यातच एवढी झटकन तशीच थबकली की तिच्या मागची व्यक्ती तिच्यावर आदळली. त्यामुळे ती धडपडली. रोहन या तिच्या सहकाऱ्याने तिला पकडले म्हणून ती कशीबशी उभी राहू शकली. ''जरा इकडे तिकडे लक्ष ठेवत जा मधु, काय झालं?'' त्याने तिचा हात थरथरत असल्याचे पाहिले. ''काय झालंय तरी काय? तुला बरं नसल्यासारखं वाटतंय.''

''रोहन, माझ्यावर एक उपकार कर. माझ्याबरोबर चल,'' ती आवंढा गिळत म्हणाली.

''कुठे?''

प्रतिसाद म्हणून मधुने त्याचा हात धरला आणि ती तशीच बसमध्ये शिरली. त्यानंतर तिचा स्टॉप येईपर्यंत तिने तसाच त्याचा हात घट्ट धरून ठेवला होता. सुदैवाने, ऑफिसमधील लोक कोणत्या तरी चर्चेत गढलेले होते. त्याचा हात तसाच धरून जवळजवळ त्याला ओढतच ती आपल्या घराच्या दरवाजापर्यंत घेऊन गेली. उतावळेपणाने तिने बेल दाबली. पुनःपुन्हा ती बेल दाबत राहिली. ती सारखी मागे वळून पहात होती. तिच्या डोळ्यांत प्रचंड दहशत होती.

''एवढी कसली गडबड आहे? मी येतेय,'' तिची आई म्हणाली आणि तिने दरवाजा उघडला.

मधु झटकन आत शिरली आणि तिने एक दीर्घ श्वास घेतला. त्यानंतर ती भयचकितपणे हुंदके देऊ लागली. रोहन, तिची आई, तिची भावजय नीता आणि भाऊ अनिल या सगळ्यांनाच आश्चर्याचा धक्का बसला होता. तिच्या भावाने रोहनकडे पाहिले.

रोहनने आपले खांदे आणि हात उडवून आपल्याला काहीच माहिती नसल्याचे दर्शवले.

''मला काहीच माहिती नाही. मधुने ज्या प्रकारे आपल्या आयुष्याशी तडजोड करून आपला मार्ग निवडला आहे, त्यामुळे ती अत्यंत शांत डोक्याने विचार करणारी आहे असं मला वाटतं. बस स्टॉपवर उभी असताना ती थोडीशी आजारी असल्यासाररखी दिसत होती. त्यानंतर तिने मला घरी सोडण्यास सांगितलं. मला वाटलं की तुम्हाला माहिती असेल. परंतु हे सगळं....'' रोहनने त्या रडणाऱ्या स्त्रीकडे हात दाखवून म्हटले. तिची भयावह कथा त्याला माहिती होती. तिने त्या सगळ्याला कसे तोंड दिले तेही त्याला माहिती होते. त्यामुळे आता ती पूर्णपणे कोलमडून पडल्याचे पाहून तो आश्चर्यचकित झाला होता.

नीताने पाण्याचा ग्लास आणला आणि मधुच्या खांद्याभोवती हात टाकले. ''हे घे. पाणी पी आणि काय झालंय ते आम्हाला सांग मधु.''

थंड पाणी पोटात गेल्यावर मधु थोडी शांत झाली आणि बोलू लागली.

''तो माणूस तिथे होता. गेले काही दिवस तो माझा पाठलाग करतो आहे.....''

''कोण? कुठे?'' अनिलने दरवाजा उघडला आणि बाहेर डोकावून पाहिले. परंतु तिथे तर कोणीच नव्हते.

मग हळूहळू सगळी कहाणी तिने सांगितली. ती अस्वस्थता, मानेत आणि पाठीत जाणवणारी वेदना, शर्लीचे निरीक्षण आणि तिनेही गेले काही दिवस केलेले निरीक्षण या सगळ्या गोष्टी तिने एकापाठोपाठ सांगून टाकल्या. नंतर ती एकदम म्हणाली,

''तो कोण असू शकेल?''

तो प्रश्न तसाच हवेत तरंगत राहिला.

सहावा दिवस

दुसऱ्या दिवशी मधु घरीच राहिली आणि तिची आई खिडकीच्या पडद्यांआडून पहात आपल्या घरावर कोणी नजर ठेवून आहे का याचा अंदाज घेत राहिली. ती सारखी बाहेर टेहळणी करत होती. परंतु तिला कोणीही दिसले नाही. तिचा जीव भांड्यात पडला.

सातवा दिवस

दुसऱ्या दिवशीही मधुने आपल्याला हॅट आणि कोट दिसल्याचे सांगितले. अनिलने आता पोलिसांना कळवावे असे ठरवले. त्याने आपल्या मित्राला फोन केला. स्थानिक पोलीस ठाण्यातील कोणीतरी त्या मित्राच्या ओळखीचे होते.

तिच्यासाठी ते घराजवळच्या स्टॉपवर वाट बघत थांबले. तिचा भाऊ, त्याचा मित्र आणि तो पोलीस असे तिघे जण ती बसमध्ये चढताना तिच्यावर नजर ठेवून होते. शिवाय आजूबाजूलाही त्यांनी सगळीकडे पाहिले. त्यानंतर ते घरी गेले. आपली दुरुस्तीला टाकलेली चप्पल चांभाराकडून घेण्यासाठी ती थांबली आणि त्याच वेळी तिने गर्रकन वळून पाहिले. परंतु फार झटकन ती वळली नव्हती. पण तरीही तिला तिचा तो शिकारी दिसला होता.

मधु घरी गेली आणि तिने घराच्या पायऱ्या चढताना मागे पाहिले. तिला हॅट आणि कोट दिसला. तिने दरवाजा तसाच उघडा टाकला आणि आपल्या आईला झटकन बाहेर खेचले. ती लगेच तिला घेऊन बाहेर निघाली. परंतु तोपर्यंत तिथे एक नाट्य घडून गेले

होते. मधुला ते दिसले नव्हते, परंतु तिथे थांबलेल्या साध्या कपड्यातील पोलिसाने आणि अनिलने त्या माणसावर झडप घालून त्याची गठडी वळली होती आणि त्याला तिथेच थांबलेल्या जीपमध्ये टाकले होते. त्यांनी त्याच्या तोंडावरची मफलर आणि हॅट काढली.

''तू?'' अनिल जोरात ओरडला. ''तू तुरुंगातून बाहेर कधी आलास?'' अनिलने त्याच्या तोंडावर एक ठोसा मारला आणि पोलिसांनी त्याला पकडले.

''तो कशासाठी तुरुंगात गेला होता?'' पोलिसांनी अनिलला विचारले.

''पत्नीला जाळून तिचा खून करण्याचा प्रयत्न केल्याबद्दल,'' अनिक तुच्छतेने बोलला.

त्या माणसाला पोलीस ठाण्यात आणल्याबरोबर लगेच तो ठाम पावले टाकत तुरुंगात गेला. जणू त्याची काहीच चूक नव्हती! दरम्यानच्या काळात पोलीस ठाण्याच्या प्रमुखाशी बोलण्यासाठी अनिलने आपल्या वकिलाला बोलावले. त्यानंतर त्याने ते सगळे प्रकरण त्याला सांगितले. पोलीस प्रमुखाच्या सारे काही लक्षात आले होते.

प्राथमिक चौकशीनंतर तो आरोपी एकच ओळ सांगत राहिला,

''मी तिला आता स्पर्शही केलेला नाही. ती माझी पत्नी आहे. तिने परत यावं असं मला वाटतंय.''

अखेरीस वरिष्ठ अधिकाऱ्याला बोलावण्यात आले.

''तू त्या स्त्रीचा पाठलाग का करत होतास?''

''ती माझी पत्नी आहे. मला तिने परत यावं असं वाटतं.''

''तू तिला ठार मारण्याचा प्रयत्न केला होतास.''

''ते खोटं आहे. मी तिचे आयुष्य वाचवलं.''

''तू अपराधी असल्याचं सिद्ध झाल्यामुळे तुला जन्मठेप झाली होती, असं नोंदींवरून स्पष्टपणे दिसतंय.''

''माझ्या वकिलानेही मला तसं सांगितलं. माझ्या पालकांना वाचवण्यासाठी मी ते केलं.''

''का?''

''माझ्या पालकांना मला वाचवायचं होतं.''

''तुझ्या बायकोला पेटवून देण्यासाठी त्यांनी तुला मदत केली नव्हती का?''

''परंतु मी त्यांना तुरुंगात पाठवू शकत नव्हतो.''

''म्हणून तू अपराध मान्य केलास?''

''होय. आता मी बाहेर आलोय. माझी पत्नी मला परत हवी आहे.''

''आता ती तुझ्याबरोबर का येईल? तू तर तिचा खून करण्याचा प्रयत्न केला होतास. आपल्या खुन्याबरोबर राहण्यास कोणती सूज्ञ व्यक्ती तयार होईल?''

''मी तिला ठार मारलं नाही. खरं तर त्यांनी तिला पेटवून दिल्यावर मी तिला वाचवण्याचा प्रयत्न केला. माझ्या हातावरही भाजल्याच्या खुणा आहेत. ह्या बघा.''

''भाजल्यामुळे तिला किती गंभीर जखमा झाल्या होत्या याची तुला काही कल्पना आहे का?''

''मूर्ख कुठले! मी तिच्या शरीराभोवती ब्लँकेट गुंडाळून लगेच आग आटोक्यात आणली होती. शिवाय तिला जमिनीवर लोळायलाही लावलं होतं.''

हे सगळे होत असताना अनिलला मध्ये बोलू दिले गेले नाही. तपासकामाची सूत्रे असलेली व्यक्ती सगळ्या गोष्टी शांतपणाने हाताळत होती.

''तू म्हणालास की तुला तुझ्या बायकोने परत यावं असं वाटतं. जर ती तुझी बायको आहे, तर तू सरळ तिला आणि तिच्या कुटुंबीयांना भेटून हे सगळं का बोलला नाहीस? तिचा पाठलाग कशासाठी करत राहिलास? तिला घाबरवावं किंवा तिचं अपहरण करावं असा तुझा डाव होता का? मला तर तसंच दिसतंय.''

''तुमची दिशाभूल होतेय. मला प्रथम तिला भेटायचं होतं. तिचं दुसऱ्या कोणाशी लग्न झालंय का ते मला पहायचं होतं.''

''आणि जर तिचं दुसऱ्याशी लग्न झालं असतं तर ?''

त्या पाठलाग करणाऱ्याचा चेहरा ताठर, कठोर बनला. परंतु त्याने कोणतेच उत्तर दिले नाही.

''जर तिचं लग्न झालेलं असतं तर तू काय केलं असतंस ? तिला पुन्हा जाळली असतीस की तिच्या नवऱ्याचा खून केला असतास ?''

''तुम्हाला मी काय व्यावसायिक, भाडोत्री मारेकरी आहे, असं वाटतंय का ?''

''होय. तू तिच्या बाबतीत जे काही केलंयस, त्यावरून आम्हाला खरंच तसं वाटतंय.''

''मी तिला काय केलंय ? तिची साडी पेटली, त्यावेळी मीच तिला वाचवलं होतं.''

''तिला तू मुद्दाम सिंथेटिक साडी नेसायला लावलीस. त्यानंतर स्वयंपाकघरातून तिला चहा करून आणायला सांगितलास. तिथेच तिला पेटवून दिलंस आणि दरवाजा लावून घेतलास. त्यानंतर ब्लँकेट घेऊन तिला वाचवायला गेल्याचं नाटकही तू वठवलंस. बरोबर ?''

''तुम्ही मूर्ख आहात का ? मी तिला का जाळेन ? ती माझी पत्नी होती.''

''ठीक आहे. काही वेळापुरता मी तुझा दृष्टिकोन मान्य करतो. ती तुझी पत्नी होती. मग तुझ्या पालकांनी तरी तिला का पेटवून दिलं ? तुझं तिच्यावर प्रेम आहे, हे त्यांना माहिती नव्हतं का ?''

''तिच्या आणि आईच्या सतत कशावरून ना कशावरून तरी कटकटी, भांडणं होत असत.''

''कसल्या गोष्टींवरून कसली भांडणं ? कसल्या कटकटी ?''

''तिने आपल्यासोबत काहीही आणलं नव्हतं. त्यामुळे आम्हाला तिच्यासाठी प्रत्येक गोष्ट आणावी लागत होती. माझे पालक म्हातारे आणि थकलेले आहेत.''

''म्हणून त्यांनी तिला ठार मारायचं असं ठरवलं आणि स्वतःबरोबर भरपूर वस्तू घेऊन येणारी एक नवीकोरी बायको तुला आणून द्यायचा निर्णय घेतला.''

''मला तुमचं तर्कशास्त्रच समजत नाही. मी तुम्हाला सांगितलं ना, की माझी बायको मला परत हवी आहे आणि तिचा जीव वाचवताना माझे हात भाजले आहेत.''

''पण मुळातच तू त्यांना तिला पेटवू का दिलंस ?''

''मी त्यांना कसा काय रोखू शकणार होतो ? मी तसं केलं असतं तर माझ्या आईने जीव द्यायची धमकी दिली होती.''

''म्हणून तू आपल्या बायकोला त्यांना ठार मारू दिलंस ?''

''तिला वाचवण्यासाठी मी त्यांना दूर ढकलून दिलं....''

''हं. पण आधी तिला पेटवून दिल्यावर. तू असं का केलंस ?''

''मी तुम्हाला आधीच सांगितलंय की मी ते केलेलं नाही.''

''अरे हो, हो. तुझ्या पालकांनी ते केलं. तू त्यांना आतापर्यंत फोन का केला नाहीस ?''

''त्यांना या सगळ्यापासून दूर ठेवा.''

''मग तुझा काय विचार आहे ? आता तू तिला आपली बायको म्हणून पुन्हा त्यांच्याकडे परत घेऊन जाणार आहेस का ? म्हणजे पुन्हा एकदा ते तिला पेटवून देतील, कारण आता एवढ्या सगळ्या गोष्टी केल्यामुळे आणि शस्त्रक्रियेवर पैसा खर्च केल्यामुळे तिच्या पालकांकडे पुन्हा तिला द्यायला काहीच नाही.''

''कसल्या शस्त्रक्रिया ?''

''तुम्ही तिला केलेल्या दुखापती दूर करण्यासाठी तिच्यावर शस्त्रक्रिया कराव्या लागल्या हे तुला माहिती नाही का ? तिच्या कानांवरही शस्त्रक्रिया करावी लागली. कारण तिला पेटवलं गेलं होतं त्यावेळी तिच्या कानात त्या स्वस्त रिंग होत्या.''

''ती तर चांगली दिसतेय की!''

''कदाचित ती मनाने अधिक खंबीर आहे. तिच्याकडे अधिक मनःशक्ती आहे आणि अधिक चांगली कौटुंबीक मूल्यंही आहेत.''

१८१

''म्हणजे माझ्या पालकांना मी तुरुंगात पाठवायला पाहिजे होतं असं तुम्हाला वाटतं का?''

ते सगळे मध्यरात्रीनंतरपर्यंत तसेच सुरू होते. अधिकारी तिथून निघून गेले आणि त्यांनी अनिललाही घरी जायला सांगितले. मधुचा पाठलाग करणारा माणूस हा सुधीर म्हणजे मधुचा नवरा होता, हे सांगितल्यानंतर घरात सगळ्यांचे चेहरे पडले.

''त्याची हिंमतच कशी झाली? मला ठार मारण्याचा प्रयत्न केल्यानंतर पुन्हा तो असं कसं काय करू शकतो? आता हे सगळे चट्टे बघत जगण्याची हिंमत त्याच्यात आहे? त्याला म्हणावं आता आपल्या आई-बापासोबत जग किंवा एकटाच जग.''

मधुच्या नजरेसमोर पुन्हा एकदा भूतकाळातील ती दृश्ये सरकू लागली. पेटत्या साडीतच तिला गुंडाळले गेले होते आणि तिला रुग्णालयात शुद्ध आली होती. तिच्यावर कित्येक उपचार, शस्त्रक्रिया इ. इ. करावे लागले होते. त्यानंतर हळूहळू तिच्यात सुधारणा होत गेल्या. तिला नॉर्मल जीवन जगता यावे यासाठी तिच्या माहेरच्या लोकांनी घर बदलले होते आणि तिने आपल्या व्यक्तिमत्त्वात आणि कामातही बदल घडवून आणला होता. आपल्या कानांवर केलेली प्लास्टिक सर्जरी दिसू नये म्हणून तिने केस वाढवले होते. शिवाय भाजलेल्या जखमांच्या खुणा दिसू नयेत म्हणून ती नेहमीच लांब कुडते वापरू लागली होती. सुमारे तीन वर्षे ती लांब गाऊन घालून घरातच रहात होती आणि फक्त डॉक्टरकडे जाण्याखेरीज अजिबात बाहेर पडली नव्हती.

''तो त्यांच्याबरोबर तसाच राहील किंवा एकटाच राहील असं कोणी सांगितलंय? तुला काय वाटलं की आम्ही तुला पुन्हा तिकडे जाऊ देऊ?'' नीताचा आवाज स्पष्ट आणि मोठा होता. मधुने आश्चर्याने वर पाहिले.

''मधु आता झालं ते पुरे झालं. आम्ही आता त्या चुका पुन्हा एकदा करणार नाही.'' नीताने सौम्यपणे सांगितले. ''तू घरी येऊन त्यांच्याकडून होणाऱ्या छळाच्या गोष्टी सांगत होतीस तेव्हा मी त्यांवर विश्वास ठेवला नव्हता. कारण त्यावर विश्वास ठेवणं कठीण होतं. कारण मला जेवढं मिळालं होतं, तेवढंच तुलाही आम्ही दिलं होतं. माझ्या वडलांनी तर माझ्या सगळ्याच बहिणींना तेवढंच दिलं होतं आणि त्याबद्दल कोणाचीही कसलीही तक्रार नव्हती. अगदी तूही कधी मला मिळालेल्या गोष्टींबद्दल तक्रार केली नव्हतीस.''

''मग तुझ्या हुंड्याबद्दल कोणीही का तक्रार करेल, असं मला वाटायचं. शिवाय तू कामही करत होतीस. शिकवण्या करून तू किती मिळवत होतीस याचा विचार कर ना,'' शरमिंदेपणाने ती पुढे बोलू लागली ''आणि माझ्या मनात स्वार्थीपणाही होता. मला वाटायचं की तू परत घरी येशील आणि मला माझं घर हवं होतं. कदाचित त्यामुळेच मी तुझ्यावर थोडा जास्तच अविश्वास दाखवला होता. परंतु त्यानंतर त्यांनी जे काही तुझ्या बाबतीत केलं आणि तू ज्या धाडसाने त्या सगळ्याला तोंड दिलंस त्यामुळे मला खूपच अपराधीपणा जाणवतो आहे. कदाचित त्यांच्याकडून तुझा जो छळ झाला, त्याला मीच कारणीभूत होते असं मला वाटू लागलं. मला माफ कर. खरंच मला माफ कर.''

नीताने मधुचे हात धरले. तिच्या डोळ्यांतून अश्रूंचा महापूर सुरू होता.

आईने त्या सगळ्यावर झटकन पडदा टाकण्याचा प्रयत्न केला. ती म्हणाली, ''आता खूपच उशीर झालाय. उद्या आपल्याला बरीच कामं करायची आहेत. तेव्हा आता सगळ्यांनीच जाऊन झोपा. हवं तर झोपेच्या गोळ्या घ्या आणि झोपा. चला.''

सकाळी अनिल हळुवारपणे म्हणाला, ''मधु, मी शक्य असेल, तर ते सगळं टाळण्याचा प्रयत्न करतो. परंतु तुला कधी ना कधी सुधीरला तोंड द्यावंच लागेल. अजूनही त्याचे नेमके हेतू काय आहेत, ते त्यांना शोधता आलेलं नाही.''

ते एक गूढच होते. त्या पाठलाग करणाऱ्याने उर्फ सुधीरने आपल्याला जामीन मिळावा यासाठी आपल्या आई-वडलांना फोन केला नव्हता. तसेच आपली बायको आपल्याला परत हवी आहे हा आपला हेकाही त्याने कायम ठेवला होता.

सुधीरने तसे म्हटल्यावर अनिलला आतूनच काहीतरी टोचल्यासारखे वाटू लागले. तो तसाच पोलीस ठाण्याच्या प्रमुखाकडे गेला.

''सर, मला सल्ला हवा आहे. गेल्या वेळी त्या माणसाला ३०७ खाली शिक्षा झाली होती. खुनाच्या प्रयत्नाबद्दल त्याला जन्मठेपही झाली होती. मग तो बाहेर कसा काय पडला? आता माझ्या बहिणीच्या आयुष्यापासून त्याला दूर ठेवण्यासाठी मी काय करू?''

''जन्मठेप ही सहसा १४ वर्षांची असते. परंतु जर तुरुंगातील वागणं चांगलं असेल, तर काही जण लवकर बाहेर पडतात. कसा कोण जाणे; परंतु तुरुंगात कोणत्याही त्रासदायक

प्रकरणात तो कधीच अडकलेला नाही. त्याची वर्तणूकही चांगली होती. तुम्ही जो दुसरा प्रश्न विचारला आहे, त्यासाठी तुम्हाला वकिलाशी बोलावं लागेल. ते अधिक चांगलं ठरेल.''

लवकरच ती सगळी कहाणी वृत्तपत्रांच्या पहिल्या पानांवर मुख्य बातमीच्या स्वरूपात झळकली. स्वयंसेवी संघटनेकडून मधुला साहाय्य मिळाले. त्याच संघटनेत ती काम करत होती. नाहीतरी भाजल्याच्या एवढ्या भयावह खुणा असलेल्या स्त्रीला दुसरे कोण काम देणार होते? त्याच क्षेत्रात काम करणारी संस्थाच तिला काम देऊ शकत होती. व्यावसायिक असल्यामुळे त्यांनी समाजकल्याण आणि महिला विभागांच्या संबंधित अधिकाऱ्यांशी चर्चा केली. ते तिच्या कुटुंबीयांना भेटले.

सगळे प्राथमिक प्रश्न तिथे चर्चिले गेले. ''मधु, तू इतक्या सगळ्या वर्षांत घटस्फोट का घेतला नाहीस?'' तिच्या बॉसने – मिस सोमैय्याने विचारले.

मधुने आवंढा गिळला. या प्रश्नामुळे ती सुन्न झाली होती.

''मी...मी याचा कधीच विचार केला नाही, मॅम आणि कोणीही मला याविषयी काहीही सांगितलं नाही. माझ्यावर जे मानसोपचार करण्यात आले त्यावेळीही कोणी मला त्याविषयी सांगितलं नाही. याशिवाय मला सारखं वैद्यकीय उपचारांसाठी जावं लागत होतं आणि न्यायालयात फेऱ्याही माराव्या लागत होत्या. माझ्या भावाने न्यायालयीन प्रकरण हाताळलं आणि त्यावेळी मी रुग्णालयात होते. वैद्यकीय उपचारांमुळे मी खूपच वैतागून गेले होते. भाजल्याच्या जखमांवर त्वचारोपण करणं आणि तशाच सगळ्या इतर गोष्टींत मी अडकून पडले होते. माझ्या शरीराच्या बऱ्याच अवयवांचं आगीत होरपळल्यामुळे नुकसान झालं होतं. त्यानंतर मी थकून गेले होते आणि त्यात सगळ्या गोष्टी तशाच राहून गेल्या. साडी नेसायचं तर मी सोडूनच दिलं आणि कुडतेच वापरू लागले.''

'आपल्या पायांवर उभं राहणं हेच माझं प्राथमिक उद्दिष्ट होतं. आम्ही नवीन ठिकाणी रहायला गेलो असलो तरी माझ्या हातावरच्या भाजल्याच्या ताज्या खुणांमुळे मी समाजातून बाजूला फेकली गेले होते. कोणीही पालक माझ्याकडे आपल्या मुलांना शिकवणीसाठी पाठवत नव्हते. त्याच वेळी मी तुमच्याकडे आले आणि ऑफिसचे काम करू लागले. आम्ही – मी स्वप्नातही कधी कल्पना केली नव्हती; की तो एवढ्या लवकर

तुरुंगातून बाहेर पडेल. नंतर तो माझा पाठलाग करेल, असं तर मला कधीच वाटलं नव्हतं. आता त्याला काय हवंय? एखादी व्यक्ती एवढी निर्लज्ज कशी काय असू शकते?''

''मधु, तुझं एक वेळ ठीक आहे. परंतु तुझ्या बाकीच्या कुटुंबीयांचं काय? त्यांनी तरी घटस्फोटाची प्रक्रिया सुरू करायला हवी होती. तुरुंगातही त्यासाठी आपण नोटीस पाठवू शकतो हे तुला माहिती नाही का? अशा प्रकारच्या परिस्थितींमध्ये कायदेशीर घटस्फोट होण्यात फारशा अडचणीच नसतात. हा सगळा भयानक ताणतणाव तू वाचवू शकली असतीस.''

नीता बोलू लागली, ''तो तिला कशासाठी परत बोलावत असेल, हे आपल्यापैकी कोणी आम्हाला सांगू शकेल का? आता एवढं सगळं रामायण घडल्यावर तिला परत बोलावण्यात काहीच अर्थ नाही.''

त्या सगळ्या पेचप्रसंगाची तीच तर खरी मेख होती. त्याची कोणालाच माहिती नव्हती. पोलीसही त्याचा हेतू जाणून घेऊ शकले नव्हते.

त्यानंतर तिथे एका गोष्टीवर एकमत झाले. ते म्हणजे त्याने जामिनासाठी अर्ज केलाच; तर त्याला मधुच्या वकिलाने विरोध करावा आणि त्याने परस्पर संमतीने घटस्फोट घेण्याच्या कागदपत्रांवर सही केल्याखेरीज त्याचा तो अर्ज मंजूर केला जाऊ नये असा पवित्रा घ्यावा. शक्य तितक्या जलद गतीने ही प्रक्रिया पार पाडावी असेही ठरवण्यात आले.

परंतु 'श्री. पाठलागकर्ते' उर्फ सुधीर यांनी आपल्याला मधुबरोबर बोलायचे आहे, असा आग्रह धरला. तिने त्याच्यासोबत परत घरी यावे यासाठी तिचे मन वळवण्याचा प्रयत्न तो करू इच्छित होता.

तो तुरुंगात असला तरीही आपला पाठलाग केला जाईल, या भीतीने पछाडलेल्या मधुच्या दृष्टीने ही गोष्ट मोठीच दिलासादायक होती. अनिल यांमुळे संतप्त झाला असला तरीही मिस सोमैय्या आणि नीता तिच्यासोबत पोलीस ठाण्यात गेल्या. त्यांच्यासोबत शिपाईही होते. त्यांनी बोलणी केली. 'ती माझी पत्नी आहे,' हा त्याचा हेकटपणा खोडून काढण्याचे प्रयत्न त्यांनी केले.

''एकदा तू तिला जाळल्यानंतर आता पुन्हा ती तुला का हवी आहे?''

"माझे पालक आता वृद्ध झाले आहेत आणि ते स्वतःची काळजी घेऊ शकत नाहीत. त्यांची देखभाल करण्यासाठी तिने परत यावं असं मला वाटतं. मला दोन्ही गोष्टी करता येत नाहीत....'' तो पुटपुटला. त्याची मान खाली झुकलेली होती.

नीता जोरात ओरडली, ''तू तिला पाहिलं तरी आहेस का?''

''तिचा चेहरा तर चांगला दिसतोय,'' त्याने उत्तर दिले.

''पण तिचं शरीर? तिचे कान...तुला काय वाटतं...?''

''तिला बोलू दे,'' त्याने नीताचे बोलणे मध्येच थांबवले. ती त्यासाठी तयारी करूनच आली होती. तिने टेबलावर कित्येक फोटो टाकले. उपचार सुरू करण्यापूर्वी घेतलेले तिच्या जळलेल्या धडाचे, कानांचे आणि हातांचे ते फोटो होते. ते काय होते ते लक्षात आल्याखेरीज सुधीरने काहीच प्रतिक्रिया व्यक्त केली नाही. ते लक्षात आल्यानंतर तो गप्प बसला. त्याला ते फोटो फेकून देण्याची ऊर्मी आली होती; परंतु त्याने ती दाबून टाकली.

मधु उठून उभी राहिली. टेबलावर पुढे झुकून ती त्याच्या तोंडावर थुंकली. ''मला फक्त तुला एवढंच सांगायचं होतं,'' ती म्हणाली आणि भराभरा उठून निघून गेली. त्या दोघीही तिच्या पाठोपाठ बाहेर गेल्या.

मिस सोमैय्याने सावधगिरीची सूचना दिली आणि असे प्रकार न करण्याचा सल्ला मधुला दिला.

''मधु, अशा प्रकारांनी समस्या सुटणार नाही. त्याला कायमच तुरुंगात डांबून ठेवता येणं शक्य नाही. तुला तक्रार दाखल करून न्यायालयात त्याला सामोरं जावं लागेल. काय होईल? त्याला किती शिक्षा होईल? ते आपल्याला सांगता येणार नाही. शिवाय घटस्फोटाची प्रक्रियाही सुरू राहणार आहे. तो कसा विचार करतो ते पहावं लागेल. तो जर खुनशीपणाने वागणारा असेल, तर अशा वागण्याने तो तुला अधिक हानी पोहचवू शकेल.'' त्यानंतर तिच्या कुटुंबीयांकडे वळून ती म्हणाली, ''आपल्याला तिला वाचवावंच लागेल.''

''आतापर्यंत ती खूपच धैर्याने वागलेय. आता?''

''आपण तिला परदेशी पाठवूया,'' तिच्या आईने मुद्दा मांडला. ''माझे भाऊ कॅनडात आहेत.''

''त्यासाठी थोडा वेळ लागेल,'' अनिलने तिचा मुद्दा खोडून काढला, ''जर घटस्फोट होण्याआधीच ती कॅनडात गेली, तर घटस्फोटाची टांगती तलवार तिच्या डोक्यावर तशीच राहील. ती जर कॅनडाला जाऊ शकली, तर तोही कॅनडाला जाऊ शकतो, हे आपण लक्षात घेतलं पाहिजे.''

''परंतु तो तर खुनाच्या प्रयत्नाच्या गुन्ह्यात अडकलेला आहे. त्यासाठी त्याला शिक्षाही झालेली आहे. मग त्याला पासपोर्ट मिळू शकेल का?''

''किंवा आपल्याला त्याला रोखण्याचा आदेश मिळू शकेल का?''

''तिने स्वसंरक्षणाचं काही कौशल्य शिकून घेतलं पाहिजे. नाही का? कराटे किंवा ज्युदो किंवा तसंच काहीतरी?''

प्रत्येकाला काही ना काही सांगायचे होते. मधु सगळ्यांचे म्हणणे शांतपणाने ऐकून घेत होती. मात्र बराच वेळ ते ऐकून घेतल्यावर ती बोलू लागली,

''मी काही बोलू का? तो तुरुंगात असतानाच त्याच्या पासपोर्टची मुदत संपलेली आहे हे मला माहिती आहे. त्याच दरम्यान माझ्याही पासपोर्टची मुदत संपली आहे. आम्ही एकदमच पासपोर्ट काढून घेतले होते, हे लक्षात आहे का? त्याने त्यासाठी काही बेकायदेशीर, उलटसुलट कोलांट्या मारल्याखेरीज त्याच्या पासपोर्टचं नूतनीकरण होणार नाही. मलाही परदेशात जायला आवडेल, परंतु ते पळून गेल्यासारखं होणार नाही का? मी काहीच वाईट केलेलं नसताना आणि इथे राहू शकत असताना मी परदेशी का जावं? होय. स्वसंरक्षण हे महत्त्वाचं आहेच. त्या दृष्टीने माझ्या दुर्बल झालेल्या पाठीचा विचार करता कोणतं प्रशिक्षण मी घेऊ शकेन हे माझ्या डॉक्टरांना मला विचारावं लागेल. याशिवाय मी पेप्पर स्प्रेही विकत घेते. परंतु प्रथम मला घटस्फोट घेण्याची आवश्यकता आहे. मी 'त्याची' बायको आहे, हे मला त्याच्या तोंडून पुनःपुन्हा ऐकत रहायचं नाही.''

''मॅडम,'' मधु एनजीओच्या प्रमुख महिलेकडे वळली, ''मला तुमची मदत आणि पाठबळ हवं आहे. आपली गरज भासावी अशा प्रकारे वकील या सगळ्या प्रकरणात टिकून

राहण्यासाठी आवश्यक असलेल्या सगळ्या गोष्टी करेल. परंतु त्याला जर परस्पर संमतीनं घटस्फोट द्यायचा नसेल, तर त्याला कोणीतरी सांगितलं पाहिजे की आपण घटस्फोटासाठी अर्ज करू आणि मी प्रसार माध्यमांसमोर जाईन. त्याने आणि त्याच्या पालकांनी जे जे केलं ते ते सारं मी त्यांना सांगेन.''

आता एकदम सगळ्यांनीच आवंढे गिळले. एवढ्या सगळ्या भयावह, क्रूर प्रकारानंतर आणि भाजल्यामुळे झालेल्या हानीनंतरही तिने प्रसारमाध्यमांसमोर जाण्याचे टाळले होते. मग आता ?

''मी कुडता घालून येणार नाही, साडी नेसेन,'' आपल्याभोवती असलेल्या लोकांच्या आश्चर्यचकीत नजरांचा वेध घेत ठाम आवाजात ती पुढे म्हणाली, ''त्यामुळे माझ्या शरीरावरच्या जखमांचे चट्टे दिसतील. मेकअपच्या साहाय्याने ते अधिक ठळकपणे दिसतील असं आपण करू शकू. आता मी एकदाच त्याला सामोरी गेलेय. न्यायालयात मी पुन:पुन्हा त्याच्या समोर जाईन. त्यानंतर जेव्हा तो निर्लज्जपणाने माझ्या आई-वडलांची काळजी घ्यायला मी जावं असं म्हणेल, त्यावेळी मी न्यायालयात थेट त्याच्याकडे रोखून पहात जोरात ओरडून सांगेन की याचे आई-वडील खुनी आहेत. मॅडम, आपला माध्यमांशी संपर्क आहे. त्यांना कृपा करून 'शिकारीसाठी पाठलाग करणाऱ्याचं' प्रकरण सुरू करायला सांगा. कदाचित आपण त्याच्या पालकांना न्यायालयात खेचू शकलो, तर त्यामुळे तो मोडून पडेल.''

श्वास घेण्यासाठी मधु थांबली. त्यावेळी मिस सोमैय्या म्हणाली, ''पण 'शिकारीसाठी पाठलाग करणाराच' कशाला ? त्याऐवजी जिचा पाठलाग झालाय तिला का प्रसिद्धी देऊ नये ? आपली मान अभिमानाने ताठ ठेवून चालणाऱ्या या स्त्रीला का प्रसिद्धी दिली जाऊ नये ?''

१५. महाभारतकालीन अनैतिक प्रथा

''किती मूर्ख स्त्री आहे. मला तिच्याशी काहीही कर्तव्य नाही आणि तुलाही नसावं,'' तो स्वर सहानुभूतीपूर्ण होता. तो हुकूमशहाचा स्वर नव्हता.

''ती कोण आहे, ते तुला माहिती आहे का?''

''त्याने काय फरक पडतो? ती एक दुष्ट, हलकट स्त्री आहे.''

''मूर्खासारखा बोलू नकोस. ती बॉसची बायको आहे.''

''मग? ती तुझ्या बॉसची बायको आहे, म्हणजे तिचं सगळं बरोबर आहे?''

''बरोबर किंवा चूक काहीही असेल. परंतु जरा विनम्रपणे वाग. तुला जर ती आवडत नसेल, तर तिच्यापासून अलिप्त रहा.''

''मग सुट्टीत परदेशात जाणं विसरून जा. मी बॉसशी तुझ्या संदर्भात बोलल्याखेरीज तू परदेशी जाऊ शकशील असं तुला कसं काय वाटतं?''

''गरीब पुरुषच सहसा तिला कंटाळतात, मी यावर पैज लावू शकते.''

''त्यालाही प्रत्येक गोष्टीचा कंटाळा आलाय. त्याच्याबरोबर झोपणाऱ्या स्मार्ट स्त्रिया त्याला आवडतात.''

''अंऽ होय. आपल्यापेक्षा हुशार, स्मार्ट स्त्रियांविषयी पुरुष नेहमी अशाच प्रकारे बोलतात.'' तिचा आवाज तिखट, विखारी बनला होता.

''स्मिता, ऐक. तू विश्वास ठेव अगर ठेवू नकोस. हे सगळं लोक वर चढण्यासाठी करतात. काही वेळा ते शारीरिक असतं, काही वेळा मानसिक आणि काही वेळा दोन्ही. आपापल्या बायकांच्या मागण्यांना कंटाळलेले वृद्ध पुरुष उतावळे असतात आणि इतर पुरुषांना खूश करण्यासाठी आतुर असतात. किंवा काही वेळा ते पुरुष इतरत्र फिरत असताना त्यांच्या बायकांची सेवा करण्यात मश्गूल असतात किंवा अगदी पूर्णपणे निरुत्साही आणि कंटाळलेले असतात. सेक्रेटरी किंवा एखादी कार्यकारी अधिकारी वर चढण्यासाठी उत्सुक असते. कोणाचंही मूल्यमापन करणारी तू कोण?''

''मी कोणीही नाही. परंतु तू..होय. मला सांग तू साहाय्यक विभागीय व्यवस्थापक कसा काय बनलास?''

''हां. बरोब्बर. आता ही खरी स्मिता बोलली.''

त्याच्या चेहऱ्यावरच्या स्मितामुळे तिला राग आला. परंतु तिने तो आटोक्यात ठेवला. तिचा चेहरा ताणल्यासारखा झाला आणि तिने कर्कशपणे विचारले, ''कोण? ती का तो?''

''मी जर दोन्ही, असं म्हटलं तर तू काय करशील?'' त्याने तिला गंमतीने चिडवले. तिने हाताने त्याला फटका दिला. परंतु त्याने तो चुकवला आणि त्याच वेळी रस्त्यावर कार नीट रहावी यासाठी त्याने प्रयत्न केले.

''स्मिता मूर्खासारखी वागू नकोस. त्या दिवशी सँडल्स आणि कार की गेम्स बदलण्याच्या जोडप्यांच्या खेळावर तुम्ही मैत्रिणी खिदळत होतात. पुढे व्हा आणि त्याचा स्वीकार करा. तुम्ही तो करणार नाही का?''

''पण आम्ही असं गॉसिप करत असलो, तर त्यात काय एवढं?''

''हे बघ आग लागल्याखेरीज धूर पसरत नाही. जर त्या फक्त कारची चावी असलेल्या मालकाबरोबर रंग उधळू शकतात, तर नवऱ्याच्या बढतीसाठी त्याच्या बॉसबरोबर का नाही? तुझे पांडू, विदुर आणि धृतराष्ट्र यांचे जन्म कसे झाले होते असं तुला वाटतं? फक्त

वेद व्यासाने त्यांच्या आयांच्या डोळ्यांत प्रेमाने पाहिल्यामुळे? तू एवढी मूर्ख आहेस का?''

''मला ते सगळं व्याख्यान देऊ नकोस. मला तुझ्या बढतीविषयी माहिती हवी आहे.''

''तुला फक्त गोष्ट ऐकायची आहे. बरोबर? ठीक आहे. ऐक तर मग. हॉलिडे रिझॉर्टमध्ये आम्ही दोन पुरुष आणि दोन जोडपी होतो. ब्रह्मचारी बॉसला इन्सेन्टिव्ह बोनस. त्यांच्यापैकी एक बायको संकोची स्वभावाची आणि लाजाळू होती. त्याला आसामला पाठवण्यात आलं. उर्वरित तीन पुरुषांपैकी एकाची बायको मादक डोळ्यांची होती. तो विभागीय व्यवस्थापक बनला आणि उरलेले दोघे साहाय्यक विभागीय व्यवस्थापक. मग तुला काय करायचं आहे? तळागाळात जाऊन पडायचं आहे की त्याच्याशी लैंगिक संबंध ठेवायचे आहेत? त्या तिघांची नशीबं तुला माहिती आहेत ना?''

''कोणाची?''

''पांडू, विदुर आणि धृतराष्ट्र. त्यांच्या आयांनी त्या सगळ्याचा कसा स्वीकार केला, त्यावरून त्यांची नियती, त्यांची नशीबं ठरली होती. बरोबर?''

१६. सहीसलामत सुटका

'त्याची सहीसलामत सुटका कशी काय झाली? त्याने माझं आयुष्य उध्वस्त केलं. माझं छोटंसं जग त्याने विस्कटून टाकलं. मला तो पुन्हा माझ्या आयुष्यात नको आहे. मी आता जशी आहे, तशी खूप आनंदात आहे. मला हवं तशी मी जगू शकते. त्याला किंवा त्याच्या नातेवाईकांना जसं हवं असेल, तसं जगण्याची मला आवश्यकता नाही.'

त्या दिवशी संध्याकाळी आपल्या मोडलेल्या लग्नाविषयी नीलिमा विचार करत होती. 'त्या कष्टाच्या, रडतरखडत चालेल्या दिवसांत मी केवढ्या मोठ्या प्रमाणात पंकजला पाठिंबा दिला होता आणि चांगले दिवस आल्यावर तो सरळ निघून गेला. मला तशीच कोरडी ठेवून. आता या किशोरवयीन प्रकारच्या कुढण्यातून माझी मलाच बाहेर पडायला त्याने मला सोडलंय.' ती जोरजोरात रडली. विव्हळली आणि नंतर कुढत राहिली. 'हे सगळं इथपर्यंत कधी येऊन ठेपलं?'

त्या वर्षीचा उन्हाळा जरा वेगळाच होता. धुळीने भरलेल्या उष्णतेच्याखाली एक प्रकारची थंडी भरून राहिली होती. सहसा, उन्हाळ्यात सकाळी भरपूर ऊन असते आणि रात्री उशीरा गार, प्रसन्न हवा असते. परंतु त्या वर्षी मात्र दिवसासुद्धा थंड हवा होती. त्या दिवसांच्या आडही अशुभसूचक थंडगार हवा होती. ती संकटाची चाहूल होती का? एखाद्या आपत्तीसूचक घटनेची ती नांदी होती का की आणखी काही होते?

त्याने टीव्हीच्या क्षेत्रात प्रवेश केला होता. तो प्रसंग त्यांनी साजरा केला होता. कारण नाटकापेक्षा त्या क्षेत्रात बराच अधिक पैसा होता. अजूनही परदेशात सुट्टी घालवण्याला

अवकाश होता. परंतु नवीन घर आणि कार मात्र आता आटोक्यात आली होती. शिवाय आणखीही बऱ्याच चांगल्या गोष्टी ते घेऊ शकणार होते.

आणि अचानकच ती अशुभसूचक नोटीस आली. आणि नंतर....

लग्न मोडले होते. जवळजवळ अर्धे आयुष्य एकत्र घालवल्यानंतर.

त्याला आता काही महिने उलटून गेले होते आणि तरीही नीलिमा अद्याप अस्वस्थच होती.

''आता तुला नेमकं काय हवं आहे?'' प्रिया या तिच्या मैत्रिणीने तिला सावधपणे विचारले.

''तो लोकांसाठी एक उदाहरण बनला आहे. त्याच्या कुटुंबीयांनी 'मला घटस्फोट हवा आहे,' ही त्याची मागणी काहीही न विचारता, नेमकी समस्या काय आहे, ते जाणूनही न घेता मान्य केली. कोणत्याही प्रकारे त्याला काहीही सांगण्याची, समजावण्याची गरज त्यांना भासली नाही. त्यांनी तसं का केलं नाही?''

''पण तुला तरी असला नवरा आवडेल का? प्रेमामुळे किंवा तुझ्याविषयीच्या आणि तुझ्या मुलांविषयीच्या काळजीमुळे नव्हे; तर कौटुंबीक दबावामुळे आपल्या इच्छेविरुद्ध एखाद्या कैद्यासारखा तुमच्याकडे आलेला नवरा तुला चालेल? तुझ्या पालकांच्या, काका-काकूंच्या आणि भावा-बहिणींच्या दबावाखाली तुझ्याकडे आलेला नवरा तुला हवा आहे का?''

ती गोष्ट दुःखदायक होती; परंतु खरी होती. त्यांच्या कुठल्याही कुटुंबीयांपैकी कोणीही त्यांच्यामध्ये समेट व्हावा म्हणून प्रयत्न केला नव्हता. वीस वर्षांचा त्यांचा संसार फक्त समेटाच्या प्रयत्नांच्या अभावामुळे अक्षरशः धुळीला मिळाला होता का? आणि त्या दोघांचीही आपापला अहम् कमी करण्याची तयारी नसल्यामुळे ते घडले होते का?

''देव तुझं भलं करो! अशा प्रकारचा समेट किती काळ टिकू शकेल असं तुला वाटतं? वास्तववादीपणे बोलायचं झालं तर तरुणपणी असं काही घडलं आणि कौटुंबीक दबावामुळे लग्न टिकून राहिलं तर फक्त निव्वळ उदासिनता किंवा सवयी विकसित झाल्यामुळे ते कदाचित टिकतं.''

''परंतु आयुष्यात एवढ्या उशीरा? ज्यावेळी एखाद्या पुरुषाचं व्यक्तिमत्त्व त्याच्या मते अगदी व्यवस्थित विकसित झालेलं असतं आणि कुटुंबाच्या भावनिक ब्लॅकमेलिंगला बळी पडण्याचं किंवा त्यांवर अवलंबून राहण्याचं त्याला काहीही कारण नसतं, त्यावेळी जर त्याने स्वेच्छेने जायचं ठरवलं तर तो नक्कीच निघून जातो आणि जगातील कोणत्याही प्रकारच्या तिखट जिभेच्या मावशा-काकू त्याला रोखून धरू शकत नाहीत. त्याला कोणीही थांबवू शकत नाही. तू जर अशाच प्रकारे पिसाळल्यासारखी आरडाओरड करू लागलीस, त्याला दूषणं देत फिरलीस, अति कांगावा करत, आक्रस्ताळेपणे वागू लागलीस, तर सगळ्यांची सहानुभूती त्याला मिळेल. सध्याचं पारडं फिरेल. तुझ्याऐवजी त्याच्याकडे सगळ्यांची सहानुभूती जाईल.''

''पण माझ्याविषयी काय, माझ्या गरजा, माझ्या इच्छा? माझा अभिमान? या सगळ्याला काहीच किंमत नाही का?''

तिच्या मैत्रिणीने दुःखाने दुसरीकडे पाहिले. या त्रस्त आत्म्याला ती आता कोणते औषध देणार होती? एखाद्या असमाधानी व्यक्तीची वास्तवाशी ओळख करून देणे आणि तिला स्वतःच्या कृतींकडे आणि बोलण्याकडे 'त्याच्या दृष्टिकोनातून पहा' असे सांगणे ही गोष्ट किती अवघड होती!

प्रिया आणि तिचा नवरा हे दोघेही नुकतेच नीलिमाच्या दुरावलेल्या नवऱ्याला भेटून परतले होते. नीलिमानंतरच्या बायकोशी म्हणजेच त्याच्या विद्या या नवीन बायकोशी मालमत्तेसंदर्भात लढा द्यावा लागणार असल्यामुळे त्याचे दुःख कित्येक पटींनी वाढले होते.

''मी अतिशय प्रतिकूल परिस्थितीत सापडलोय. एकदा लग्न मोडल्याचं सगळं खापर त्या स्त्रीने माझ्यावर फोडलंय. आता विद्याही बाहेर पडली तर मला दोन्ही लग्नं मोडल्याचा दोष स्वतःवरच घ्यावा लागेल.''

''म्हणजे? तू कशाविषयी बोलतो आहेस?''

ते एका नीटनेटक्या लॉनमध्ये बसले होते. एका आदिवासी जमातीकडून आणलेली एक लाकडी वनदेवता पंकजने एका छोट्याशा कृत्रिम चरामध्ये बसवली होती. आताही भरपूर

सावली असलेल्या त्या लॉनवर त्या वनदेवतेजवळ ते बसले होते. ती वनदेवता नीलिमाला खूपच आवडत होती.

''या बगीचाविषयी कित्येक लोकांना असूया वाटते आणि तो तर मी मरून जावं असं वाटत असल्याप्रमाणेच माझ्याकडे रोखून पाहतो,'' ती अनिष्टसूचक स्वरात सांगत असे.

''आता बाजी उलटली आहे,'' पंकज म्हणाला. ''नेहमी काहीही झालं तरी घटस्फोटासाठी स्त्रियांनाच दोष दिला जातो. प्रत्येक जण तिलाच थोडी तडजोड करण्यास शिकण्याचा सल्ला देतो. परंतु विद्याच्या बाबतीत मात्र माझ्यावरच हा डाव उलटला आहे.''

''कसा काय?''

''तिने मला निर्वाणीचा इशारा दिलाय की एक तर ती सगळ्या मालमत्तेवर कब्जा करेल किंवा सरळ निघून जाईल.''

''मग तिला जाऊ दे ना! त्या भांडकुदळ, हलकट स्त्रीची तुला काही गरज नाही. दुसरी एखादी शोध.''

प्रियाने आपल्या नवऱ्याकडे रागाने पाहिले. 'तू असं बोलण्याचं धाडस तरी कसं करू शकतोस?' असा प्रश्न तिच्या नजरेतून स्पष्टपणे दृग्गोचर होत होता.

''तू वेडा आहेस का? या वयात? तू त्यांचं म्हणणं फक्त ऐकून घेऊ शकत नाहीस का?'' तिने त्याला विचारले.

'केसाळ हलकट म्हातारा. आधी सगळ्यांबरोबर फिरला, हिंडला, झोपला आणि ज्यावेळी सापडला, त्यावेळी दुसऱ्या बाईबरोबर लग्न करण्यासाठी आपल्या बायकोला लग्नाच्या रौप्यमहोत्सवाच्या संध्याकाळीच हाकलून देऊन बसला. आता ही नवीन बायकोही याच्यापासून दूर जाऊ पाहतेय,' तिच्या मनात आलेला विचार तिने मोठ्या कष्टाने दूर सारला होता.

''लोक ज्यावेळी मुलांच्या लग्नांचा विचार करतात, त्यावेळी मला दुसऱ्या घटस्फोटाचा विचार करावा लागतोय. आता मला प्रत्येक जण म्हणजे अगदी प्रत्येक जणच विचारेल, ''की आता का?'' अर्ध्याहून अधिक गोवऱ्या आधीच स्मशानात गेल्या आहेत. तुला

माहिती आहे का, की नीलिमापासून विभक्त होण्याआधीही कित्येक वेळा मी हाच प्रश्न स्वतःला विचारला होता. आता का? आता इतकी वर्षं मी तिच्याबरोबर घालवलेत तर मग आताच का? त्यामुळे असा काय फरक पडणार आहे? म्हणजे मी जर नीलिमाशिवाय हे सारं करू शकलो.. म्हणजे तिच्या पाठबळाशिवाय हे सारं करू शकलो तर हे सगळं केल्यावर आता माझं आयुष्य मी उध्वस्त का करू?''

''परंतु मला स्पष्टपणे समजतंय की नीलिमाला घटस्म ोट दिल्यामुळे फरक पडलाय. खूप, खूप फरक पडलाय. आता माझ्या मनाला शांतता आहे. भांडणतंटे नाहीत, शिव्यागाळी नाही. माझ्या कलेवर, मित्रांबरोबर मौजमजा करण्यावर आणि सुसंस्कृतपणे राहण्यावर मी आता लक्ष केंद्रित करू शकतोय.''

''यातली वाईट गोष्ट म्हणजे माझं कुटुंब, माझी मुलं मी गमावून बसलोय. होय. माझ्या कुटुंबात मुलं होती. माझ्या बहिणीची, भावाची आणि पुतणे वगैरै होते. माझ्या नाही; परंतु या मुलांची मला आठवण होते. त्यांचा आरडाओरडा, त्यांच्या तक्रारी आणि त्यांच्या छोट्या छोट्या गंमतीजमती आणि विनोद या सगळ्या गोष्टी मला आठवतात. सुरुवातीला मला संताप आला होता. माझ्या मुलांनी वर्षानुवर्षं आपल्या आईचं प्रचंड अव्यवहार्य वागणं पाहूनही माझ्याऐवजी तिलाच प्राधान्य दिलं आणि तिचीच बाजू घेतली त्यावेळी मला प्रचंड संताप आला होता. माझा अहम् दुखावला गेला होता. तिने आपल्या घराकडे आणि मुलांकडेही दुर्लक्ष केलं होतं. ती सतत पिसाळल्यासारखी प्रत्येक गोष्टीवर बंदी घालत रहात असे.''

''तो सगळा वेडेपणा होता. माझा मुलगा १६ वर्षांचा झाला होता. खरे तर तो रात्री दहापर्यंत बाहेर राहू शकण्याच्या वयाचा झाला होता. परंतु त्याने रात्री आठ वाजताच घरी यावं असा आग्रह तिने धरला होता. असा कोणता किशोरवयीन मुलगा तिच्या या आज्ञेचं पालन करू शकणार होता? कारण संध्याकाळची सुरुवातच मुळात सातच्या सुमारास होते. त्या दोघांमध्ये सातत्याने भांडणं होत आणि मला त्या मध्यस्थाची भूमिका बजावणं भाग असे. तरीही मुलं तिच्याच बाजूला राहिली आणि मीही त्यांचा नाद सोडून दिला. कारण ती त्यांच्यावर अवलंबून राहू शकत होती. परंतु नीलिमाने त्यांना दूर पाठवून दिलं. स्वतःचा अहंभाव वगळता तिला कशाचीच गरज नव्हती. आता मला विद्याशी व्यवहार करावाच लागणार आहे. तिला बाकी काहीच नको आहे. तिला फक्त काही कौटुंबीक

मालमत्तेला स्वतःचं नाव लावून हवं आहे. त्यामुळे आपल्याला कदाचित पुढे मागे नीलिमाप्रमाणे हातात काहीच नसलेल्या स्थितीत, वाऱ्यावर सोडून दिलेल्या स्थितीत जगावं लागू नये, अशी तिची इच्छा आहे. खरं तर मी नीलिमाला तसंच वाऱ्यावर सोडलेलं नाही. मात्र विद्याच्या मनात या भीतीने मोठंच घर केलेलं दिसतंय.''

''नीलिमाने खरंच असं म्हटलं होतं का की माझी तिच्या तावडीतून सहीसलामत सुटका झाली होती?''

१७. अखेरचे क्षण

जुही संतप्त झाली होती.

त्या भल्या मोठ्या टीव्हीच्या पडद्यावर रुग्णालयात सचिनच्या पलंगाजवळ स्टायलिश लैला बसल्याचे दाखवले जात होते. सचिन आजारी असल्याचे प्रसारमाध्यमांनी जाहीर केल्यावर ती अचानकच तिथे उगवली होती. बहुधा प्रसारमाध्यमांच्या व्हॅनची फौज घेऊनच ती आली होती का? पांढऱ्या केसांच्या आणि अत्यंत अशक्त दिसणाऱ्या सचिनच्या गळ्यात तिने आपले हात टाकले आणि त्याच्या कपाळाचे चुंबन घेतले.

'ती स्वतःला समजते तरी कोण? खूप वर्षांपूर्वीच दुरावलेल्या आपल्या नवऱ्याकडे प्रसारमाध्यमांच्या व्हॅन घेऊन थेट अमेरिकेहून ही इथे धडकलीच कशी? हे लोक तरी काय तिच्याभोवती गोंडा घोळतायत! प्रेसला आधीच जाहिरातीसाठी कळवून ही बया इकडे पोहचली आहे की काय? प्रसारमाध्यमं 'स्टोरी' साठी काय वाटेल ते करतात हे जणू काही सगळ्यांना माहितीच नसावं!'

टीव्हीवर दाखवले जात असलेले कौटुंबीक नाट्य 'ओह, काय पण हृदयस्पर्शी' या प्रकारातील होते. लैला आणि सचिन यांनी एकमेकांचे हात हातात घेतले होते. दोघेही एकमेकांच्या डोळ्यांत थेट पहात होते आणि त्यांच्या डोळ्यांतून अश्रू वहात होते. लैलाने आपल्या दोन्ही मुलींना त्याच्यासमोर आणले आणि त्यांना बघून सचिन रडला.

आपला मोबाईल उचलून जुहीने पक्षाच्या सचिवाला फोन केला. ताबडतोब जोरदार संतप्त

१९८

संभाषण झाले आणि लगेच टीव्हीच्या पडद्यावर 'हाय हाय लैला' प्रकारच्या बातम्या प्रसारित होऊ लागल्या. कॅमेऱ्यासमोर उभे राहून पक्षाचे कार्यकर्ते त्यांच्या निषेधाच्या घोषणा देत होते. आता तिथे राजकारण सुरू झाले होते.

रुग्णालयाच्या आतल्या बाजूलाही हालचाली सुरू होत्या. रुग्णालयाच्या अधिकाऱ्यांनी लैलाला बोलावून घेतले. लैला स्वतःही प्रसारमाध्यमातील एक दिग्गज व्यक्ती होती. त्यामुळे तिला प्रसारमाध्यमांची निकड चांगलीच माहिती होती. साहजिकच मागच्या दरवाजाने बाहेर पडण्यास तिने शांतपणे मान्यता दिली.

''आता त्यांना रुग्णालयात ठेवून करण्यासारखं फारसं काही उरलेलं नाही. ते सगळं परिचारिकांच्या मदतीने घरच्या घरीही करता येईल. त्यांना किंवा इतर रुग्णांना कोणत्याही बेशिस्त प्रकारांमुळे त्रास होऊ न देणं अधिक चांगलं आहे,'' त्यांनी सांगितले. रुग्णालयाच्या अधीक्षकांनी जुहीबरोबर चर्चा केली आणि सचिनला घरी घेऊन जाण्यास सांगितले. त्यामुळे रुग्णालयाला शांततेने काम करता आले असते आणि त्यांच्या इतर सर्वसामान्य, प्रसिद्ध नसलेल्या रुग्णांकडे लक्ष पुरवता आले असते.

प्रसारमाध्यमांच्या व्हॅन्स गेल्यानंतर थोड्याच वेळात एका रुग्णवाहिकेतून सचिनला घरी नेण्यात आले. मात्र त्यामुळे शांतता प्रस्थापित झाली नाही. खोचक प्रश्नांची सरबत्ती सुरू झाली. लैला शांत बसली नव्हती. संध्याकाळच्या बातम्यांमध्ये तिच्या एके काळच्या सहकाऱ्यासमवेत तिची मुलाखत प्रसारीत करण्यात आली.

''आमचं लग्न झालेलं आहे. होय. अजूनही आम्ही विवाहितच आहोत. आम्हाला दोन मुली आहेत आणि गेली कित्येक वर्षं आम्ही विभक्त रहात असलो तरीही मुली हा आमच्यातील कधीच न तुटणारा दुवा आहे. कर्करोगाच्या अखेरच्या टप्प्यात तो असल्याचं मी ऐकल्यावर मला इकडे यावंच लागलं. त्याच्या मुलींनाही त्याला भेटायचंच होतं.''

''का? तुम्हाला जर तुमच्यातील बंध तोडायचेच नव्हते तर तुम्ही इतकी वर्षं दूर का राहिलात?''

''प्रत्येक व्यक्ती उत्क्रांत होत जाते. कदाचित आमची ही उत्क्रांती भिन्न दिशांना होत गेली. म्हणून आम्ही विभक्त झालो. परंतु आपल्या मुलांच्या वडलांविषयी कोणी वाईट चिंतू शकतं का?''

कॅमेरा पुन्हा टीव्ही केंद्राकडे वळला. त्यानंतर सकाळी दाखवलेली त्या जोडप्याची तीच चित्रफीत पुन्हा एकदा दाखवली जाऊ लागली. अम्माजी ते सगळे पहात होत्या. त्यांनी स्वतःचे अश्रू पुसून टाकले. जुहीच्या नाटकीपणाचा त्यांच्यावर कसलाच परिणाम झाला नव्हता. जुही सचिनच्या आईला – अम्माजींना भेटायला आली होती, त्यावेळी परिस्थिती अधिकच वाईट बनली.

''आता तुमच्या अश्रूंची फिकीर मी कशाला करू? दुःखी चेहरा करून इथे बसल्यामुळे इतरांनाही रडू येतं. सहानुभूती दाखवण्याचा हा मार्ग नाही. अजूनही तुमचा मुलगा जिवंत आहे. तो अद्याप मेलेला नाहीत. परंतु तुम्हाला सतत रडताना त्याने पाहिलं तर तो उद्याच मरेल. तुम्ही घरी जाऊन आपल्या स्नेही–सोबत्यांना भेटत का नाही? पत्ते खेळा. भजन करा. असं काहीतरी करत रहा. पण मला हा अश्रूंनी भरलेला चेहरा दाखवत राहू नका, प्लीज,'' ती म्हणाली.

हे बोलत असताना जुहीचा आवाज हळूहळू चढत गेला आणि त्यामुळे कठोर चेहऱ्याची परिचारिका तिथे आली. ''तुम्ही कृपा करून हळू आवाजात बोला. तुमचा आवाज आम्हाला आतही ऐकू येतोय आणि सचिन सर जागे आहेत.''

अम्माजींनी फक्त कोऱ्या चेहऱ्याने जुहीकडे पाहिले. अचानक त्या उठून उभ्या राहिल्या आणि दरवाजातून बाहेर पडल्या. त्या सरळ पहात पुढे निघाल्या होत्या. त्यांनी आजूबाजूला त्यांच्याकडे पाहून स्मित करणाऱ्या किंवा त्यांच्याकडे पाहणाऱ्या कोणाकडेही पाहिले नाही. घरी पोहचल्यावर त्यांनी दरवाजा उघडला आणि त्या जड अंतःकरणाने व्हरांड्यातच बसल्या. हळूहळू त्यांनी आपले अवसान गोळा केले.

अम्माजी आत आल्या आणि त्यांनी टी.व्ही. सुरू केला. त्यानंतर पुन्हा त्यांनी वाहिनी बदलली. तिथे लैलाची मुलाखत सुरू होती. त्यांनी टी. व्ही. बंद केला आणि रेडिओ सुरू केला आणि नंतर तोही लगेच बंद करून टाकला. त्यांनी आपल्या लिव्हिंग रूमवर नजर फिरवली. त्या काहीतरी शोधत होत्या. त्यांना पुस्तकांच्या शेल्फवर काही डायऱ्या दिसल्या. त्यांनी काळजीपूर्वक त्या बाहेर काढल्या आणि आपल्या छोट्याशा जेवणाच्या टेबलावर त्या पसरल्या. स्वयंपाकघरात जाऊन त्यांनी स्वतःसाठी कॉफी बनवली आणि थोडी बिस्किटे घेऊन त्या तिथे बसल्या. बिस्किटे खात त्या हळूहळू डायरीची पाने चाळू लागल्या.

सचिनचा जन्म, त्याचे बालपण, शाळा, कॉलेज आणि नंतर त्याने लैलाला प्रथम घरी आणले होते तो दिवस.

''ती मुस्लीम आहे?''

''मग काय झालं? ती माणूस नाही का?''

''तुझे वडील काय म्हणतील?''

''त्यांनी याआधी कधीही 'नाही' म्हणण्याखेरीज आणखी काही म्हटलं आहे का? त्यांनी आणलेल्या त्यांच्या नवीन स्त्रीबरोबर ते एवढे मश्गूल आहेत की त्यांच्याकडे आपल्यासाठी थोडा तरी वेळ आहे का?''

''ते काही का असेना; ते तुझे वडील आहेत. तुला त्यांची परवानगी घ्यावीच लागेल.''

''त्यांच्या परवानगीला कोण विचारतोय? तुला ती आवडली का तेवढं सांग.''

''तुझ्याबरोबर ती ठीक वाटते. तिचे पालक कोण आहेत?''

''त्याचा काय संबंध?''

''मग माझा तरी काय संबंध?'' अम्माजींनी कडकपणे त्याला विचारले. रात्रभर त्यांचा वाद सुरू होता. दोन दिवसांनी सचिनने पुन्हा एकदा लैलाला आणले. यावेळी दोघांच्याही गळ्यात हार होते आणि तिने भांगात कुंकू भरले होते.

''मी नोंदणी पद्धतीने लग्न केलंय.''

लैला त्यांच्या घरगुती कामकाजात चांगलीच रुळून गेली होती. तिची आई एक नावाजलेली पत्रकार होती. तरुण वयातच ती विधवा झाली होती आणि आपल्या मुलीला तिने एक स्वतंत्र व्यक्ती म्हणूनच वाढवले होते. सचिन आणि लैला हे सामाजिक आणि पत्रकारितेच्या क्षेत्रात ठळकपणे वावरत होते. आपापल्या करिअर्समध्ये ती दोघेही गढून गेली होती; तर अम्माजी त्यांच्या मुलींना वाढवण्यात दंग होत्या. मात्र त्यांची आयुष्ये बदलत चालल्याचे न दिसण्याएवढ्याही त्या आपल्या कामात गढलेल्या नव्हत्या.

सचिनवर दीर्घ काळ प्रेम करणाऱ्या नजरेला त्याच्या वागण्यातील सूक्ष्म बदल जाणवत होता. सत्ता कैफ चढवते. रोजच्या रोजच तडजोडी केल्या जात होत्या. आदर्शवाद खड्ड्यात चालला होता. त्या सगळ्या खेळाचे नाव पैसा होते.

मुली मोठ्या झाल्यावर सचिनचा बदलता आदर्शवाद नजरेत भरण्याजोगा होता. विशेषतः त्याच्या मित्रांच्या लक्षात ते आले होते. त्यामुळे लैला त्रस्त बनली होती. एके रात्री तो उशीरा घरी आला आणि त्याने सांगितले, ''मला घरात असलेले सगळे पैसे दे.''

''या घरात कधी जास्त पैसे होते?''

''गप्प बैस. पोलीस माझ्याच मागे येत आहेत,'' तो म्हणाला. त्यानंतर त्याने कापडी पिशवीत आपले दोन कपडे कोंबले. लैलाच्या गळ्यातील चेन आणि बांगड्या काढून घेतल्या आणि दोनशे रुपये घेऊन तो बाहेर पडला. निराश, हताश झालेल्या लैलाने आपल्या आईला फोन केला. ती धावतच आली आणि तिने अम्माजी, लैला आणि दोन्ही मुलींना आपल्या घरी नेले.

आई आणि मुलगी रात्री उशीरापर्यंत एकमेकींशी वाद घालत बसल्या होत्या. अखेरीस लैलाच्या आईने अम्माजींना आत बोलावले आणि ती म्हणाली, ''अम्माजी, हिच्याशी बोला. आणीबाणी जाहीर करण्यात आली आहे आणि सचिन कुंपणाच्या चुकीच्या बाजूला आहे. आज मी लैलाला अमेरिकेत चांगली नोकरी मिळवून देईन. परंतु कदाचित मी तसं उद्या करू शकणार नाही. समाजवादाने मुलींची पोटं भरणार आहेत का की त्यांना त्यामुळे शिक्षण मिळणार आहे? तुम्हीच सांगा.''

आठवडाभरातच भरपूर तणावग्रस्तता निर्माण झाली होती आणि लैला पाश्चात्य देशात निघून गेली होती. अम्माजी आणि मुली तिथे त्याच घरात राहिल्या. जोपर्यंत लैला त्यांचा उदरनिर्वाह चालवू शकत नव्हती, तोपर्यंत त्या तिथे राहणार होत्या. लवकरच लैलाला संयुक्त राष्ट्रसंघाच्या प्रसारमाध्यम विभागात काम मिळाले. फक्त अम्माजींनी तिकडे जाण्यास नकार दिला.

''मी इथेच आनंदात आहे. आम्ही दोघी वृद्ध स्त्रिया एकमेकींना आधार देऊ. मला एवढ्या मोठ्या बदलाशी जुळवून घेणं झेपणार नाही,'' त्यांनी सांगितले.

सचिन त्यावेळी दुसऱ्याच एका प्रवासात होता. त्याच्याबरोबर त्याचे उच्चस्तरीय मित्र होते आणि विशेषतः एक खास मैत्रीण होती ; जुही. त्याचे व्यवसाय जेवढ्या भराभरा कोसळत होते, तेवढ्या वेळा ती त्याला आर्थिक निधी पुरवून मदत करत होती. जुहीचे अत्यंत उत्तम प्रकारचे बुटिक आणि ब्युटी पार्लर होते. शिवाय राजकारण आणि उद्योग क्षेत्रातही तिची चांगलीच उठ–बस होती. ''माझ्या पुढच्या व्यवसायासाठी जुहीने पैसा पुरवेपर्यंत मी तिच्याच पैशावर जगतोय,'' असे सचिनने अगदी निर्लज्जपणे सांगून टाकले होते.

त्यामुळे त्याने आईला आपल्या घरी बोलावले, त्यावेळी अम्माजींनी त्याला नकार दिला.

लैलाच्या आईचा नुकताच मृत्यू झाला होता आणि त्या दुःखातून बाहेर पडल्यावर सचिनने त्यांना सांगितले, ''तू आता माझ्याबरोबर ये. एखाद्या अनोळखी व्यक्तीच्या घरी कशाला रहायचं ?''

त्यावर अम्माजींनी उत्तर दिले होते, ''बेटा, हे कोणा अनोळखी व्यक्तीचं घर नाही. ते आता लैलाचं घर आहे.''

''ती कुठे आहे ? एवढ्या सगळ्या वर्षांत तिला माझी आठवण झाली नाही ?''

''तुला झाली का ? निदान मुलींची तरी तुला आठवण झाली का ?''

''चल, भूतकाळ विसरून जाऊया. निदान एकदा येऊन माझं घर तरी बघ.''

एकाकी आणि दुःखी अम्माजी त्याच्या घरी पोहचल्या. जुही आणि तिची मुलगी मोनिका यांच्या दृष्टीने एखाद्या धुराड्यासारखे धूम्रपान करणे आणि पाण्यासारखी दारू ढोसणे यात काहीच वावगे नसल्याचे लक्षात यायला अम्माजींना वेळ लागला नाही. त्या दोघींचा तोच जीवनमार्ग होता, हे त्यांना जाणवले.

लैलाने लिहिले होते, 'अम्माजी, आपण आईचं घर विकून टाकूया. सचिनजवळच एखादं छोटंसं घर शोधा म्हणजे तुम्ही त्याच्याजवळ रहाल आणि तरीही स्वतःच्या घरी असाल. तुमचा खासगीपणा जपला जाईल आणि त्या दोघींच्या मार्गात न येता मुली तुम्हाला भेटायला येऊ शकतील.''

''उगाच दोन घरं कशाला ? त्यामुळे खर्च वाढेल,'' जुही म्हणाली.

अम्माजी संतप्तपणे म्हणाल्या, ''काहीही काळजी करू नकोस, जुही. माझ्याकडे पुरेसे पैसे आहेत आणि मला आणखी हवे असतील तर मी लैलाला फोन करेन.'' 'आपल्या सगळ्या नातेवाईकांना सांभाळून घेऊन त्यांचा उदरनिर्वाह चालवणारी श्रीमंत स्त्री' असा बुरखा घेतलेल्या जुहीला असे बोलल्यामुळे राग येईल, हे माहिती असल्यामुळे अम्माजींनी तसे जाणीवपूर्वकच म्हटले होते. सचिननेही भरपूर वाद घातला होता; परंतु अम्माजी आपल्या भूमिकेवर ठाम राहिल्या.

त्यांनी स्वतःसाठी लहानसे घर शोधले. घराच्या खरेदी आणि विक्रीच्या कामासाठी लैला अमेरिकेहून आली होती. तिने अम्माजींच्या बँकेच्या खात्यात काही पैसे ठेवले आणि शेजाऱ्यांना विनंती केली, की ''माझ्या आईकडे लक्ष ठेवा आणि कोणतीही गरज भासलीच तर मला तातडीने फोन करा.'' त्यानंतर ती पुन्हा निघून गेली.

या विनंतीविषयी लोकांनी आश्चर्य व्यक्त केल्यावर तिने स्पष्टपणे सांगितले होते की माझ्या नवऱ्याचा म्हणजेच माझ्या या आईच्या मुलाचा या सगळ्या प्रकरणात काहीही उपयोग होणार नाही.

भिंतीलाही कान असतात. लैलाने मारलेला हा शेरा जुहीपर्यंत पोहचल्यावर तिने त्याला ते सगळे मीठ–मसाला लावून सांगितले. त्यानंतर सुमारे सहा महिने तरी सचिन अम्माजींना साधा भेटायलासुद्धा आला नव्हता.

अम्माजी डायरीची पाने उलटत होत्या. आता सचिन आपल्या व्यवसायाचे निर्णय जुहीवर सोपवू लागला आणि व्यावसायिक व्यवहारांसाठी सरकारी वर्तुळात त्याचा वाढता वावर सुरू झाला. जुहीच्या पक्षातही त्याचा प्रवेश झाला. तिची मुलाखत घेतली जाणार होती आणि त्यासाठी तिला 'आनंदी कुटुंबाचा' मुखवटा धारण करायचा होता.

सचिन आणि जुही अम्माजींच्या घरी पोहचले. त्यांनी त्यांच्या पायांना हात लावून नमस्कार केले. त्यानंतर त्यांनी नक्राश्रू ढाळत माफीही मागितली. गरीब बिचाऱ्या अम्माजी! त्या एकट्याच होत्या. लैला खूप दूर होती आणि सचिनने तिथे त्यांच्या पायांवर लोटांगण घातले होते. तो माफी मागत होता. निदान एकदा तरी त्याच्या घरी येण्याची गळ त्यांना घालत होता.

कोणत्याही वृद्ध स्त्रीने अशा वेळी काय केले असते? अम्माजी त्याच्या घरी गेल्या.

प्रेस फोटोग्राफर घरी आल्यावर अम्माजी बसलेल्या खुर्चीच्या हातावर मोनिका त्यांना खेटून बसली. आता आपला पूर्णपणे वापर करून घेतल्याचे अम्माजींच्या लक्षात आले होते. परंतु तोपर्यंत खूपच उशीर झाला होता. कॅमेऱ्याकडे पाहून त्यांनी रुबाबदारपणे स्मित केले; परंतु तो गेल्याबरोबर त्यांनी खंबीरपणे निर्णय जाहीर केला.

''आता माझ्या घरी मला गेलंच पाहिजे. तुम्हा लोकांना तुमचा खासगीपणा जेवढा महत्त्वाचा वाटतो, तेवढीच माझी शांतता मला महत्त्वाची वाटते. तुम्हाला ज्यावेळी वाटेल, त्यावेळी येऊन तुम्ही मला भेटू शकता. तुमची इच्छाच असेल, तर कदाचित रविवारी आपण दुपारचं जेवण एकत्रच करू.....''

अम्माजी आपल्या निर्णयावर ठाम होत्या. खरे म्हणजे मनातल्या मनात जुहीला आणि तिच्या मुलीला; मोनिकाला त्यामुळे उकळ्याच फुटल्या होता. त्या रोमहर्षित झाल्या होत्या. परंतु नंतर मात्र अफवांना ऊत येऊ लागला. अम्माजी नियमितपणे अमेरिकेला जाऊन लैलाकडे आठवडेच्या आठवडे मुक्काम करू लागल्या; परंतु सचिनकडे एखादी रात्रही त्या रहात नव्हत्या. विशेषतः त्यामुळेच जोरदार अफवा पसरल्या. सचिन आठवड्यातून एकदा अम्माजींना भेटायला येत असे.

अम्माजींनी पेन उचलले आणि लिहायला सुरुवात केली.

''सचिनच्या आजारपणामुळेच नाईलाजाने मला त्याच्या घरी रहावं लागलं. जर त्यावेळी मी स्वतःला आवर घातला असता तर जुहीला कधीच संधी मिळाली नसती...''

पुढे काय लिहावे ते न कळल्यामुळे अम्माजींनी आपले डोके खिन्नपणे टेबलावर टेकवले.... ते कायमचेच. त्यानंतर त्यांनी डोके वर उचलले नाही की बाजूला घेतले नाही.

सकाळी दूधवाल्याने बेल वाजवली. त्यांच्या मोबाईलची रिंग वाजत होती. परंतु कोणीही तो उचलला नाही. थोड्या वेळाने कामवाली बाई आली. परंतु तिच्यासाठीही कोणीच दरवाजा उघडला नाही. ती तशीच आनंदाने सुरक्षा रक्षकाशी गप्पा मारत परत गेली.

''त्यांचा मुलगा आजारी आहे ना, त्यामुळे अम्माजी तिकडे गेल्या असतील. तुम्हाला त्या भेटल्या तर त्यांना सांगा, की तीन दिवस मी गावाला चाललेय. खरं तर आता त्या बहुतेक वेळ तिकडेच असतात. त्यामुळे त्यांना माझी गरजही नसावी असं मला वाटतंय,'' तिने सांगितले.

कोणीही त्याचा फारसा विचारच केला नाही. अगदी गवळ्यानेसुद्धा नाही. प्रत्येकाला असेच वाटत राहिले की अम्माजी आपल्या मुलाकडे आहेत. त्यानंतर कामवाली बाई परत आली आणि तिने बेल वाजवली. त्यावेळी तिला कसली तरी दुर्गंधी आली. तिने शेजाऱ्यांना विचारले, ''तुम्ही अम्माजींना पाहिलं का?''

''त्या नक्कीच सचिनजींकडे असतील.''

दुसऱ्या दिवशी कामवाली बाई सचिनच्या घरी गेली; परंतु जुही बेफिकीर होती.

''त्याच्या आजारपणामुळे मी त्याचं करण्यातच व्यस्त आहे. त्यांना रागाचा झटका आला आणि त्यांचे पाय धरण्याची माझी इच्छाच नव्हती. त्यांना जर आपल्या आजारी मुलाला भेटण्याची इच्छा नसेल, तर मी तरी काय करू शकणार आहे?''

कामवाली बाई सुन्न झाली.

''परंतु अम्माजी घरीही नाहीत. गवळी, सुरक्षारक्षक आणि शेजाऱ्यांनी तरी मला तसंच सांगितलं.''

''इथे गळा काढू नकोस. कृपा करून जा. ती लैलाकडे गेली असेल. नक्कीच.''

दुसऱ्या दिवशी कामवाली बाई पुन्हा तिकडे गेली त्यावेळी तिला अम्माजींच्या घराच्या दरवाजाजवळ लोक जमल्याचे दिसले. आता तर तीव्र दुर्गंधी येत होती. अम्माजींचा ठावठिकाणाच समजत नसल्यामुळे पोलिसांना बोलावण्यात आले होते. थोड्या उशीरानेच एक स्वतःला अत्यंत महत्त्वाची व्यक्ती समजणारा पोलीस सब इन्स्पेक्टर तिथे आला.

''आम्हाला दरवाजा फोडावा लागेल,'' त्याने सांगितले.

''त्यांचा मुलगा जवळच राहतो.''

''हे तुम्ही पहिल्यांदाच का सांगितलं नाही? त्याला फोन करूया.''

जुही तावातावानेच तिथे आली. ''तुम्ही आम्हाला का फोन केलाय? सचिनची स्थिती गंभीर आहे, हे तुम्हाला माहिती नाही का?''

सब इन्स्पेक्टरने मध्यस्थी करत तिला दरवाजा फोडून घरात प्रवेश करावा लागेल असे सांगितले. नंतर चोरीच्या किंवा दरवाजा फोडल्याच्या तक्रारी केल्या जाऊ नयेत यासाठी कुटुंबीयांपैकी कोणीतरी तिथे असले पाहिजे, असे त्याने स्पष्ट केले. परंतु दरवाजा उघडता क्षणीच एकदम दुर्गंधीचा भपकारा आला. शेजारच्या झुडपांमध्ये कित्येक महिलांनी उलट्या केल्या. इन्स्पेक्टर आणि त्याच्या माणसांनी आत प्रवेश करण्यापूर्वी आपल्या नाकांभोवती आणि चेहऱ्यांभोवती रुमाल बांधून घेतले.

अम्माजी टेबलावर झुकलेल्या स्थितीत होत्या. त्यांच्या हातात पेन होते आणि समोरच उघडी डायरी पडलेली होती. आपले अखेरचे विचार त्यांनी त्यावर लिहिलेले होते.

ती डायरी तातडीने ताब्यात घेण्याएवढा इन्स्पेक्टर हुशार होता. त्याने आपल्या वरिष्ठ अधिकाऱ्याला बोलावून घेतले आणि मृतदेह शवविच्छेदनासाठी पाठवून दिला. जुही दूर उभी असल्यामुळे तिला डायरीविषयी कसलीच माहिती नव्हती. पोलीस तिच्या घरात शिरले, तेव्हा जुहीचा आवाज मोठा आणि कर्कश होता. नर्स बाहेर आली आणि तिने तिच्या खांद्यावर थोपटले.

''मॅडम, सर काय झालं असं विचारत आहेत.''

''त्याने काळजी करण्यासारखं काहीच नाही.''

नर्स आत गेली. परंतु तिचा चौकसपणा स्पष्टपणे जाणवत होता. तिथे काय चालले होते ते समजावे यासाठी तिने दरवाजा तसाच उघडा ठेवला होता. पोलीसांशी सुरू असलेली तिची प्रश्नोत्तरे ती ऐकत होती.

''मॅडम, तुमच्या पतीच्या आजारीपणामुळे आम्ही तुम्हाला पोलीस ठाण्यात नेत नाही. म्हणून कृपा करून आमच्याशी सहकार्य करा आणि योग्य प्रकारे उत्तरं द्या. अम्माजींना तुम्ही अखेरच्या कधी भेटला होतात?''

''तीन किंवा चार दिवसांपूर्वी. ते नेमकं कधी ते कोण लक्षात ठेवतंय? आम्ही एवढे आमच्या व्यापात गर्क आहोत की इथे वेळेची किंवा दिवसांची नोंद ठेवायला कोणाला फुरसत आहे? सचिनच्या वाचण्याची काहीच शक्यता नसल्याचं डॉक्टरांनी सांगितलंय. त्यामुळे आम्ही एकेक दिवस मोजतो आहोत. त्यातच आता हे?''

''अम्माजी इथे अखेरच्या आल्या होत्या, त्यावेळी नेमकं काय झालं होतं?''

''काहीच नाही.''

''काहीतरी नक्कीच घडलं असणार. टीव्हीवरची ती मुलाखत?''

''तो आमचा वैयक्तिक कौटुबीक प्रश्न आहे.''

आतला मोबाईल वाजला. नर्सने तो घेतला आणि नंतर तो तिने सचिनकडे दिला. ''लैला मॅडम!'' ती म्हणाली.

''परंतु आपल्या आजारी मुलाला भेटायला त्याची आई चार-पाच दिवस का आली नाही, असा संशय तुम्हाला आला नाही?''

''त्या सगळ्या गोष्टींसाठी कोणाला वेळ होता? मी खूपच कामात होते आणि त्या म्हातारपणामुळे अशक्त बनल्या होत्या.''

कॉन्स्टेबल आत आला आणि आपल्या वरिष्ठाच्या कानांत काहीतरी कुजबुजला.

''मॅडम, शेजारी म्हणतात, की तुमचं त्यांच्याशी भांडण झालं होतं.''

''असल्या गावगप्पांची कोणाला पर्वा आहे?'' जुहीचा आवाज आता पुन्हा चढू लागला होता.

''त्यांनी आपल्या डायरीत लिहिलेल्या अखेरच्या वाक्यावरून असं वाटतं की तुम्ही नक्कीच काहीतरी केलं असावं.''

''मूर्ख!''

''या डायरीतील हस्ताक्षर आणि आधीच्या त्यांच्या डायऱ्यांमधील हस्ताक्षरं एकमेकांशी जुळतायत. हे अक्षर त्यांचंच आहे.''

जुहीने मोठ्याने अत्यंत घृणास्पद आणि लज्जास्पद अशा शिव्या दिल्या. त्यामुळे इन्स्पेक्टरला जेवढा जोरदार धक्का बसला होता, तेवढाच जोरदार धक्का खिडकीजवळ आणि व्हरांड्यात जमलेल्या लोकांनाही बसला.

नर्सने वळून आपल्या ताब्यातील रुग्णाकडे पाहिले. तो उठून बसत होता आणि श्वास घेण्यासाठी तडफडत होता. त्याच्या हातातून मोबाईल गळून पडला होता आणि तो घेण्यासाठी तो धडपडत होता. ती त्याच्याजवळ पोहचण्याआधीच त्याने एक जोरदार निःश्वास सोडला आणि अखेरचा श्वास घेतला.

नर्सने त्याचे उघडे डोळे बंद केले आणि त्याच्या तोंडावर वरपर्यंत चादर ओढून घेतली. तिच्या मनात विचार आला –

''अखेरच्या क्षणी त्याने जुहीचं बोलणं ऐकलं होतं का? आपण कर्करोगाच्या अगदी शेवटच्या पायरीवर असतानाही आपली आई आपल्या आधीच मृत्यूच्या जबड्यात गेली, हे त्याला समजलं होतं का?''

१८. सलाम मेमसाब!

पापाजींनी आपल्या छोट्याशा कुटुंबाकडे आनंदाने पाहिले.

देवाच्या कृपेने सगळं काही सुरळीतपणे पार पडले होते. त्यांचे सगळे आयुष्यच सुरळीतपणे गेले होते.

यासाठी आपल्या अत्यंत थंड डोक्याच्या पत्नीला आणि तिच्या संघटनकौशल्याला किती धन्यवाद द्यावेत ते त्यांना नेहमीच समजत नसे.

त्यांचे लग्न खूपच लवकर झाले होते आणि अर्थातच त्यामुळे त्यांच्या आयुष्यात खूपच लवकर पत्नी आली होती. तिने त्यांचे आयुष्य व्यापून टाकले होते आणि आता अगदी रुबाबदारपणे ती वृद्ध झाली होती. तिने आपल्या मुलींसाठी उदाहरण घालून दिले होते. खऱ्याखुऱ्या पंजाबी गृहिणीप्रमाणे ती आयुष्यभर जगली होती. काहीही न बोलता दुसऱ्यांसाठी करत राहिली होती. जगाला दाखवण्यासाठी चेहऱ्यावर आनंदी, सुखी भाव ठेवून ती जगत आली होती. तिचा चेहरा करारी आणि धाडसी दिसत होता आणि तिच्या ओठांवर सदैव लाल लिपस्टिक होती.

आता लवकरच तिच्या दोन्ही नातवांची लग्ने होणार होती आणि त्यांची स्वतःची आयुष्ये सुरू होणार होती. पापाजींनी मोठ्या अभिमानाने आपल्या दोन्ही मुलींकडे पाहिले. त्या किती एकसारख्या दिसत होत्या. जणू काही जुळ्या मुलीच असाव्यात! त्यांनी कौतुकाने विचार केला.

ते आठवणीत रंगून गेले. रंजना आणि सोनाली या दोघीही तरुणपणी उंच, रुबाबदार स्त्रिया होत्या. दोघींमध्ये फक्त दोनच वर्षांचे अंतर होते. त्यांच्या आईने त्यांच्या सगळ्याच गोष्टींत तेवढेच अंतर राखले होते. दोघीही एकाच नर्सरी स्कूलमध्ये गेल्या होत्या. नंतर एकाच कॉन्व्हेंट स्कूलमध्ये त्यांचे शिक्षण झाले. आपल्या आईकडूनही त्यांनी तसेच शिस्तीचे एकसारखे धडे गिरवले. ती आपल्या हातात छोटाशी छडी घेऊन बसत असे आणि दोन्ही मुलींना शिकवत असे. दोघींनी एकत्रितपणेच शिवणकाम, विणकाम शिकून घेतले. शाली आणि स्वेटरही त्या कुशलतेने विणू लागल्या. शिवाय लोणची घालायलाही शिकल्या. दोघींची लग्ने फक्त एका वर्षांच्या अंतराने झाली. मात्र दोघींनाही काही दिवसांच्या अंतराने मुलगे झाले.

त्यांनी दोघींनीही दुसऱ्या मुलासाठी काहीच प्रयत्न केले नाहीत. कारण कदाचित दुसऱ्या वेळी मुलगी होण्याचीही शक्यता होती. त्यापेक्षा 'धन' बाजूच सांभाळा असा सल्ला त्यांच्या आईने त्यांना दिला होता आणि त्यांनी तो मानलाही होता.

दोघेही जावई सैन्यात होते. एक हवाई दलात आणि दुसरा लष्करात. एकाला लवकरच निवृत्ती घ्यावी लागली होती, परंतु दुसऱ्याने मात्र पूर्ण वेळ सेवा केली होती आणि आता तो निवृत्त होणार होता. त्यामुळे पुन्हा एकदा दोघींच्या बाबतीत असलेली ही भिन्नताही लवकरच दूर होणार होती.

त्यांची घरेसुद्धा अगदी एकसारखी होती. देशातील बहुतेक लष्करी अधिकाऱ्यांच्या घरांसारखीच त्यांची घरे होती. बहुतेक निवृत्त लष्करी अधिकारी एक तर अत्याधुनिक फ्लॅट्समध्ये किंवा जुन्या बंगल्यांसारख्या पद्धतीच्या घरांत राहतात. आतील देखावा जवळजवळ सारखाच असतो. कुंड्यांमध्ये लावलेली झाडे आणि प्रवेशद्वाराजवळ छोट्याशा कापडी बाहुल्या. त्यांच्या हातात छोट्या चिठ्ठ्या. आपण आल्याची खूण म्हणून आलेल्या लोकांनी त्यांवर सह्या करून आत यायचे असते. पॅकिंग बॉक्स सीटर्ससह असलेले फर्निचर, मध्ये मोकळी जागा. बहुतेक ठिकाणी त्यांच्या पत्नींनी केलेली पेंटिंग्ज किंवा बाटिक किंवा एम्ब्रॉयडरी. चकाकती पितळी भांडी, काम केलेल्या प्रत्येक तळावरून मिळालेल्या स्मृतिचिन्हांचा संग्रह आणि समुद्रकिनाऱ्यावर पोस्टिंग झाल्याची खूण म्हणून एखादी वहात आलेल्या ओंडकासदृश लाकडी वस्तू किंवा भूतान अगर वायव्य भागातील तात्पुरत्या मुक्कामाची एखादी खूण.

रंजना ही मोठी मुलगी. ती उंच, आकारबद्ध शरीरयष्टीची आणि अत्यंत नीटनेटकी राहणारी. वरचेवर पार्लरमध्ये ती जात होती. त्यामुळे तिला ती विशिष्ट उकडलेल्या कोबीसारखी दिसणारी त्वचा लाभली होती. अत्यंत उत्तम प्रकारे केलेली केशरचना आणि मॅनिक्युअर केलेले हात अशी ती एकदम प्रतिष्ठित, खानदानी दिसत होती.

ती अगदी लष्करी अधिकाऱ्याची पत्नी शोभत होती. तिच्या घरात कडक शिस्तीचे वातावरण होते. महिला कल्याणाचे व्यवस्थापन ती करत होती आणि सरावाने सहजगत्या समित्यांवर काम करत होती. तळावरच्या कनिष्ठ अधिकाऱ्यांच्या पत्नींसाठी एक आदर्श म्हणून तिचे उदाहरण दिले जात होते.

दुसरीकडे सोनालीचे आयुष्य, व्यक्तिमत्त्व आणि सामाजिक जीवन हे गडबड, गोंधळ, गोंगाट यांनी भरलेले होते. निदान तिच्या वडलांनाही तरी तसे वाटत होते.

रंजनाला करड्या, हिरव्या किंवा काळ्या आणि पांढऱ्या रंगसंगतींचे कपडे आवडत होते. त्यावर नजरेत भरणारे दागिने आणि अत्यंत खानदानी पद्धतीचा साधा मेकअप अशी तिची राहणी होती. सोनालीला मात्र भडक रंग आवडत. भडक किरमिजी, गुलाबी आणि केशरी रंग तिला आवडत. तिची केशरचनाही सहज असे, सहसा केस मोकळे सोडलेले असत आणि मेकअप वगैरे ती करत नसे. शिवाय कोणत्याही मॅचिंग दागदागिन्यांच्या निवडीसाठीही तिच्याकडे फारसा वेळ नसे. त्याऐवजी ती भरपूर सोने वापरत असे.

याशिवाय वरवर पूर्णपणे एकसारख्या दिसणाऱ्या त्या दोघींमधील जो फरक पापाजींना माहिती नव्हता तो त्यांच्या लैंगिक जीवनातील फरक होता.

त्यांची मोठी मुलगी रंजना हिने आपल्या नवऱ्यावर 'फक्त बुधवार, शनिवार' असे बंधन घातलेले होते. आपली ऊर्जा त्याने बढतीच्या प्रयत्नांसाठी वापरावी याकडे तिने आपले लक्ष पुरवले होते. प्रगतीच्या शिडीच्या पायऱ्या तोही भराभरा चढून गेला होता. त्याची लहान मुलगी सोनाली ही तिच्या नवऱ्याच्या हातातील बाहुली होती किंवा खरे तर त्याची प्रत्येक मागणी ती पूर्ण करत होती. त्याच्या प्रत्येक आज्ञेचे पालन करत होती. त्याची खिदळत राहणारी मुलगी फक्त दोनदाच शांत होत असे. दुपारी आणि रात्री... अन्यथा तो अत्यंत त्रस्त बनत असे.

त्या रात्री 'एकसारख्या दिसणाऱ्या जुळ्या' मुलींच्या आपल्या कल्पनेविषयी पापाजी

कौतुकाने भरभरून बोलत होते. त्यावेळी त्यांच्या पत्नीने क्षुब्धपणे त्यांना उत्तर दिले,

''देवाने आपल्या हाताची पाच बोटंही सारखी बनवलेली नाहीत. मग दोन बहिणी अगदी एकसारख्या कशा असू शकतील? काहीतरी मूर्खासारखं बोलू नका. शिवाय त्या खरोखरच्या जुळ्याही माहीत. खरे म्हणजे त्या दोघींमध्ये कितीतरी फरक आहे. कदाचित तुम्ही त्यांच्याकडे बारकाईने पाहिलं नसेल.''

तिच्या म्हणण्यावर त्यांनी रागारागाने वाद घातला. ''का? त्यांच्यात एकही फरक नसताना तू त्यांच्यात फरक दाखवण्याचा प्रयत्न का करतेस? रंजुच्या आक्रमक आणि काही वेळा थंड भासणाऱ्या आणि सोनालीच्या बडबड्या, खिदळण्याच्या स्वभावात मूलतः काय फरक आहे? दोघीही तेवढ्याच तीक्ष्ण बुद्धीच्या आणि अगदी हुशार मुली आहेत. तुझ्या मुली आहेत, म्हणून तुला त्यांची किंमत नाही, बरोबर?'' त्यांनी झटकन शेरा मारला.

बीजीने आता ठरवले की त्यांचे डोळे उघडण्याची तीच वेळ होती.

''मग मुलींनो, आता कुठपर्यंत तयारी आलेय? सगळ्या भेटवस्तू वगैरेंची तयारी झालेय. आता आणखी काय काय विकत घ्यायचं किंवा पॅक करायचं राहिलंय?'' तिने विचारले.

''तू कसल्या भेटवस्तूंविषयी बोलते आहेस? आपण कधीपासून हुंडा घ्यायला लागलोय?'' तो वृद्ध माणूस गुरकावल्यासारखा बोलला.

रंजनाने पुढे होऊन त्यांचा संताप शांत करण्याचा प्रयत्न केला. ''आपण हुंडा वगैरे काहीही घेत नाही. परंतु तरीही लग्नासाठी बऱ्याच गोष्टी कराव्या लागतात आणि इथे तर आता दोन लग्नं आहेत. त्यामुळे पाहुण्यांची व्यवस्था वगैरेसाठी अतिरिक्त तयारी करावी लागेल. कोणाला कुठे झोपायला द्यायचं त्याची व्यवस्था बघावी लागेल. सगळ्या सुविधा, जेवणाचे पदार्थ ठरवणे इ. बघावं लागेल. राहुल आपल्या हनिमूनसाठी लगेच निघणार आहे. परंतु तो अगदी छोटासा हनिमून असेल. त्यामुळे मीही लगेच जोधपूरला जायला निघणार आहे....''

''तुमचं जोधपूरला कधी पोस्टिंग झालं?''

''माझं नाही. राहुलचं. आता त्याचं लग्न होतंय. आम्ही त्यांच्यासाठी तिथे राहण्याची व्यवस्था केलेय. त्यामुळे हनिमूनवरून ते परत येण्याआधी मला तिथल्या घराची सगळी व्यवस्था लावून द्यायची आहे. तसं झालं की त्याला नोकरीत रुजू होण्याआधी सारखं सारखं दिल्लीला आमच्या घरी यावं लागणार नाही. शिवाय तिथे आलेले सगळे बॉक्स न उघडता तसेच पडलेले असताना वधूने तिथे जावं आणि तिला ते सगळं करावं लागावं असंही मला वाटत नाही. बरोबर आहे ना? त्यांची सगळी व्यवस्था योग्य प्रकारे लागलीच पाहिजे. युनिफॉर्म किट्स आणि सर्व्हिस किचन्सविषयी सर्वसामान्य नागरिकांना कशी काय माहिती असणार? राहुलच्या बायकोलाही त्यामुळे त्याविषयी माहिती नाही. ते तिला मी सगळं लावून देणार आहे. त्यांचं सगळं व्यवस्थित मार्गी लावून मी लगेच दुसऱ्या दिवशी तिथून निघणार आहे. त्यानंतर ते आमच्याकडे बरेच दिवस रहायला येतील.''

''तिच्या इतर गोष्टींचं काय? म्हणजे तिचे दागिने, वधुवेश, सोफा सेट, बेड आणि इतर वस्तूंचं काय?'' सोनालीने विचारले.

''कसल्या वस्तू? तिच्या वैयक्तिक वस्तूंखेरीज आम्ही कोणत्याही वस्तू आणायला तिला सांगितलेलं नाही. त्या वस्तू तिच्यासोबतच असतील. त्याचं पोस्टिंग होईल, त्या प्रत्येक ठिकाणी सोफा सेट्स आणि बेड्स घेऊन ते कुठे फिरत बसतील? निदान दहा वर्षं तरी ते अगदी गरजेपुरतंच लागणारं फर्निचर वापरतील. त्याहून अधिक नाही. मी तिथे गेल्यावर किचनसकट घरात सर्वत्र लागणाऱ्या सगळ्या गोष्टी आणून त्यांचं घर तयार करून देईन. तू एवढं सगळं सामान तुझ्या सुनेला आणायला सांगितलंयस, की काय?''

''आम्ही त्यांना एवढंच सांगितलंय की परंपरा जपल्या गेल्याच पाहिजेत...''

''परंतु'' रंजना मध्येच म्हणाली, ''परंपरा आपणच तयार करतो. परंपरा म्हणून उशी आणि एक चादर मिळाली तरी चालू शकतं किंवा परंपरा म्हणून आपण ब्लँकेट घेऊ शकतो किंवा मग सरळ पन्नास हजारांचा कलाकुसरीचा काश्मिरी पलंगही परंपरा म्हणून आपण मागू शकतो. परंपरा म्हणजे काय ते आपल्यावरच असतं.''

''अशा प्रकारचं आम्ही काहीही मागितलेलं नाही. आम्ही संजयला वचन दिलं होतं की आम्ही त्यांच्याकडे काहीही मागणार नाही आणि त्याप्रमाणे आम्ही काहीही मागितलेलं नाही. ते आम्हाला भेटायला आले त्यावेळी आम्ही त्यांना आमच्या नवीन फार्म हाऊसवर

घेऊन गेलो. त्यावेळी त्याचं बांधकाम सुरू होतं. आम्ही त्यांना तिथे सगळीकडे फिरून परिसर दाखवला. त्यानंतर त्यांनी स्वतःच सगळ्या गोष्टी बघतिल्या. तिथे काय काय आहे आणि अजूनही कोणत्या गोष्टी तिथे लागतील त्याचा अंदाज त्यांनी घेतला. अर्थातच लग्नानंतर...'' त्यानंतर तिथे कोणकोणत्या अद्ययावत गोष्टी आणि अत्यंत सुरेख फर्निचर घ्यावं लागेल त्याविषयी तिने रसभरीत वर्णन केले. आपल्या बहिणीच्या आणि वडलांच्या चेहऱ्यावर उमटलेल्या तीक्ष्ण, संतप्त भावांकडे आणि आपल्या आईच्या चेहऱ्यावरच्या मौज वाटल्यासारख्या भावाकडेही तिने हेतुपुरस्सर दुर्लक्ष केले होते.

पापाजींनी आपल्या पत्नीच्या नजरेकडे पाहिले आणि त्यांनी तिला अभिवादन केले.

'सलाम मेमसाब!'

१९. पांढऱ्या साड्या : विधवांचा पोशाख

''सासुमाँ, मला वाटलं की तुमच्याकडे कदाचित एकही पांढरी साडी नसेल. म्हणून मी तुमच्यासाठी प्लेन पांढरी साडी आणली आहे.''

त्याच्या पसरलेल्या हातांवर नव्या कोऱ्या पांढऱ्या साड्यांच्या घड्या होत्या. जणू त्या साड्या निरागसपणे तिच्याकडे पहात होत्या! सहजगत्या पाहणाऱ्याला एखाद्या मुलाला आपल्या आईवडलांबद्दल वाटणाऱ्या निष्ठेमुळे ते सगळे चालले असल्यासारखे वाटले असते. परंतु तिच्या जावयाच्या नजरेत त्याहून वेगळा भाव होता. तिच्याकडे तो तीक्ष्ण नजरेने पहात होता आणि त्याच्या नजरेत अभद्र विजयी भाव होते आणि त्यापाठोपाठ तिथे उपहासात्मक, कुचेष्टेचे भावही होते.

तिचा सहज, खानदानी वावर, रंगीत साड्या आणि प्रतिष्ठितपणाला साजेसा एखादाच दागिना याचे तिचा जावई नेहमीच कौतुक करत असे. कसलेही अजागळ कपडे घालून वावरणाऱ्या त्याच्या आईच्या अगदी भकास कपड्यांच्या तुलनेत तिचे व्यक्तिमत्त्व आणि राहणी अगदी विरुद्ध भासत असे. त्याच्या नजरेत प्रश्न होता.

'तुझा सिंह तुझं रक्षण करण्यासाठी आता उरलेला नाही. आता तू काय करणार आहेस?'

तिने तो प्रश्न ओळखला, परंतु तिच्या मनाने त्याचे उत्तर शोधण्याचा प्रयत्न सोडून दिला. आपल्या पतीच्या निधनामुळे निर्माण झालेल्या शोकातून ती अद्यापही बाहेर पडली नव्हती. तिच्या डोळ्यांतून शांतपणे ओघळणारे अश्रू तिच्या गालांवरून खाली घसरले.

तिचे डोळे आणि मेंदू अजूनही एकाच प्रश्नाभोवती घुटमळत होता, 'तो मरण पावला आहे का? मरण पावला आहे का?'

नेहमीप्रमाणे ती टुरवर गेली होती. दूरवर पसरलेल्या खेड्यांमध्ये ती जात होती. रस्ता घाटांतून जात होता. मुंबईला मीटिंग होती आणि परत येत असताना एका म्हाताऱ्या आंटीच्या घरी ती कर्जतला थांबली. थोड्याशा गप्पाटप्पा झाल्या आणि तिथून ती निघाली.

कर्जतवरून ती निघाली, तेव्हा 'घरी लवकर ये' असा निरोप तिला मिळाला. परंतु घाटात वाहतुकीची कोंडी झालेली असल्यामुळे तिला उशीर झाला आणि ती उशीरा पोहचली. अखेरच्या क्षणी त्याचा हात हातात घेण्याची संधीही तिला मिळाली नाही. त्याऐवजी २५ वर्षे तिच्या आयुष्यावर वर्चस्व गाजवणाऱ्या त्या निष्प्राण चेहऱ्याकडे भकास नजरेने एकटक पाहण्याचे दुर्भाग्य तिला प्राप्त झाले होते.

सगळी मुले आणि नातवंडेही तिथे होती. ती सगळी त्याच्या मृत्युसमयी तिथेच होती.

'निदान अखेरच्या क्षणी ती सगळी तरी जवळ होती,' कोणीतरी गुळमुळीतपणे म्हटले. खरे तर त्यात आरोप केल्याचा स्वर होता.

त्याची काहीच गरज नव्हती. पुष्पाला नक्कीच माहिती होते की मुले आणि नातवंडे असली तरीही पुष्पा त्याच्याजवळ नसल्यामुळे अखेरच्या क्षणी त्याला खूपच एकाकी वाटले असणार.

''काय झालं?'' अखेरीस तिच्या तोंडातून कसेबसे शब्द बाहेर पडले. तिचे ओठ दगडासारखे घट्ट झाले होते.

''काहीच नाही. मुलं खेळत होती. त्यांच्याकडे पहात ते बसले होते. दुपारच्या जेवणाआधी जतिनबाबूंची कार गेटमधून आत आली, तेव्हा चेंडूच्या मागे धावणारा छोटू त्या कारखाली सापडणारच होता; परंतु कसाबसा वाचला. साहेब उठून उभे राहिले आणि नेहमी ते ओरडत; तसेच ओरडू लागले. त्यानंतर त्यांना खोकला येऊ लागला. भराभरा घाम आला आणि ते खाली कोसळले. आम्ही त्यांना आत आणलं आणि डॉक्टरांना बोलावलं आणि छोटा साहब...'' त्या नोकराचा आवाज थरथरत होता. ''मेमसाब मी तरी काय करू शकणार होतो? तुम्ही घरात नव्हतात.....''

आणखी एक अपराधीपणाची थप्पड? अशा प्रकारे तो मरण पावेल अशी कोणी कल्पना तरी केली होती का? त्या दिवशी सकाळी त्याने तिला निरोप दिला होता, त्यावेळी तो अगदी आनंदात आणि मजेत होता.

''सासुमाँ, या प्लेन पांढऱ्या साड्या मी तुमच्यासाठी आणल्या आहेत. आता तुम्हाला त्यांची गरज आहे.''

पुष्पाच्या भटकणाऱ्या विचारांना त्या शब्दांनी पुन्हा एकदा आवर घातला. तिने डोळे मिटले आणि नंतर आपल्या जावयाकडे पाहिले. त्या पांढऱ्या साड्या त्याने तिच्यासमोर धरल्या होत्या. त्याच्या चेहऱ्यावर तेच उपरोधिक स्मित होते. किरकोळ सांसारिक गोष्टींमध्ये अडकून भव्य आयुष्याची चित्रे पाहू न शकणाऱ्या स्त्रियांविषयी तो नेहमीच वाद घालत असे.

'तो आताच या पांढऱ्या साड्यांचा मुद्दा एवढा लावून का धरत होता?' तिच्या भकास मनात हा विचार वादळासारखा शिरला. त्यापाठोपाठ आणखी प्रश्न तिच्या मनात आला. 'मी आता विधवा आहे आणि विधवा पांढऱ्या साड्या वापरतात, म्हणून हा या साड्या घेऊन आला आहे.'

तिने मनातल्या मनात या शब्दांचा उच्चार केला असला तरी त्याच्या हातातील नव्याकोऱ्या पांढऱ्याशुभ्र साड्या घेण्यासाठी तिने हात मात्र पुढे केले नाहीत. जावई आणि सासू समोरासमोर उभे होते. तो पुन्हा काही बोलेपर्यंत एकमेकांच्या भावना त्यांना नेमकेपणाने ओळखता आल्या नव्हत्या.

''काळजी करू नका. तुम्ही या साड्यांचे पैसे मला नंतर द्या. किमान आता त्यापैकी एक नेसा. लोक आता येऊ लागतील,'' त्याला तिथे एकही पैसा खर्च करण्याची कधीच मुभा नव्हती, हे तो जाणून होता.

त्या स्त्रीच्या डोळ्यांत संतापाची ठिणगी पेटल्यासारखी दिसली. तिचे हात तसेच शांत होते. ती काहीच बोलली नव्हती आणि तिने हातही पुढे केला नाही.

''आई इकडे ये. सध्या तुला या साड्यांची काहीच गरज नाही. तुझ्या जुन्या साड्यांपैकी एखादी साडी तू नेसू शकशील,'' तिच्या मुलाने तिच्या खांद्याला धरून ठामपणे तिला

तिच्या बेडरूममध्ये नेले. ते दरवाजातच थांबले आणि आपल्या थंड खोलीतील परिचित शांतता तिने अनुभवली. तिच्या खोलीच्या भिंतींवरील चित्रे, आरामदायक जुन्या प्रकारच्या खुर्च्या..सगळे काही तसेच होते. परंतु अचानकच सगळे रिते, रिते भासत होते. कोणालाही कधीच उसंत घेऊ न देणारा तो भारदस्त आवाज फक्त आता तिथे नव्हता.

तिच्या पाठीच्या कण्यातून ताठरल्यासारखी भावना आता निसटून चालली होती. आपल्या मुलाच्या खांद्यावर डोके टेकलेली पुष्पा जवळजवळ कोसळलीच होती.

तिच्या मिटलेल्या पापण्यांमधून भराभरा अश्रू बाहेर पडत होते. मोडून पडल्यासारखी ती कशीबशी म्हणाली, ''मला तशीच्या तशी उभी राहून कंटाळा आलाय. मला तुझ्या खांद्यांवर जरा डोकं टेकू दे. संपूर्ण आयुष्यभर ते माझ्या खांद्यावर डोकं टेकूनच जगले. सदा सर्वकाळ. दर वेळीच. काही वेळा हलकेच ; तर काही वेळा जड झालेलं डोकं त्यांनी टेकवलं होतं. त्या वजनाखाली मी कधीच आरामात राहू शकले नाही. त्यामुळे सतत ताठ उभी राहून मी थकून गेलेय.''

आपल्या पुटपुटणाऱ्या आईच्या शरीराभोवती तिच्या मुलाने आपले दणकट हात टाकले आणि तिला जवळ घेतले. त्याने तिला पोटभर रडू दिले. त्यांचे संभाषण चोरून ऐकण्यासाठी पुढे झेपावणाऱ्या आपल्या मेव्हण्याच्या कावळ्यासारख्या नजरेची त्याला जाणीव होती.

अखेरीस त्याची आई म्हणाली, ''मला झोपू दे. आता आणखी काही काळ मी उभी राहू शकत नाही.''

त्याने हळुवारपणे तिला पलंगावर झोपवले. ''माझ्या अंगावर चादर टाक,'' ती म्हणाली. त्याने तिथली चादर तिच्या अंगावर पांघरली. तिने त्याचा हात पकडला आणि ती म्हणाली, ''थोडा वेळ माझ्या जवळ बस.'' तिच्या डोळ्यांत विनवणीचा भाव होता.

मागच्या बाजूला आपल्या मेव्हण्याच्या किंचितशा हसण्याचा आवाज त्याला ऐकू आला. आपल्या आईच्या ताण आलेल्या पाठीला आणि खांद्यांना चोळून तो तिला आराम देऊ पहात होता.

तेवढ्यात एक चक्रीवादळ घोंघावल्यासारखा आवाज आला, ''भैय्या, छान. आईला

थोडी विश्रांती घेऊ दे. तिला नंतर आपली सगळी ताकद गोळा करून बाहेर यावं लागणार आहे. आणि हे काय? या चकाकत्या, पांढऱ्या साड्या कोणी आणल्या? अशा वेळी असल्या नव्या चकाकत्या साड्या कोणी वापरत नाही, हे तुम्हाला माहिती नाही का? हा तर शुद्ध चीड आणणारा वेडेपणा आहे. मी त्या मोलकरणींना देऊन टाकेन. या साड्या त्या धुऊन इस्त्री करून वापरतील....''

आपल्या नवऱ्याच्या हातातून तिने त्या साड्या घेतल्या आणि ती गर्रकन वळली. त्याच्या नजरेतील हिंसक भाव तिच्या लक्षात आला होता. परंतु त्याकडे तिने दुर्लक्ष केले.

म्हातारा सिंह गेला होता. परंतु त्याचे तरुण छावे तिथे होते. दोन्ही छावे अगदी ठीक होते. स्वस्थ, निरोगी. त्यामुळे सिंहाच्या जोडीदारणीची चिरफाड ते कोणालाही करू देणार नव्हते.

२०. अव्हेर : एका स्त्रीचा

''लेखिकेच्या निरुत्साही आणि मनाची पकड न घेणाऱ्या भाषेमुळे मध्यवर्ती कल्पना वाया गेल्या आहेत. त्यामुळे कथेतील पात्रांच्या भावभावनांचा अपमान होतो आणि वाचकांच्या बुद्धिमत्तेवर हिंस्त्र हल्ला होतो...'' समीक्षकेने लिहिले होते.

''ही कोण नालायक बाई आहे? साहित्यिक समीक्षा म्हणून अशा प्रकारे मूर्ख लेखन करण्याची तिची हिंमतच कशी झाली? आई, तू तिला प्रत्युत्तर दिलंच पाहिजेस.''

''साहित्यिक समीक्षकांना प्रशंसा करण्याचा किंवा टीका करण्याचा हक्क असतो. ती तिचं काम करतेय. पण बाकीच्या सगळ्यांनी अनुकूल समीक्षा केली आहे.''

''मग ती वेगळीच असली पाहिजे.''

''आई, हा वैयक्तिक हल्ला आहे. तुम्ही दोघी एकमेकींना ओळखता का? तसं असेल तर पुस्तकाचं वाचन करताना तिला विरोध कर,'' रियाने आग्रह धरला.

''मी अशा प्रकारच्या गोष्टी करत नाही. सरैय्या मत व्यक्त करण्याचा आपला हक्क बजावते आहे. कोणत्याही प्रकारे मी सार्वजनिक क्षोभ किंवा खळबळ माजवली, तर माझ्या लेखनाविषयीची सकारात्मक समीक्षाही मी गमावून बसेन आणि खप वाढवण्यासाठी वाद निर्माण केल्याच्या आरोपांना मला तोंड द्यावं लागेल.''

''ही एक छान कल्पना आहे. जर हे पुस्तक विकलं गेलं, तर ते सगळे पुन्हा आपल्याकडे

येतील. आपल्याला हे पुस्तक विकलं जाणं महत्त्वाचं आहे. जर वाद झाल्यामुळे तसं होणार असेल, तर तो निर्माण करायला काय हरकत आहे? तसं का करायचं नाही?''

''वाद घालण्यासारखं काय आहे?'' तिच्या आईने तिला नापसंतीदर्शक स्वरात विचारले.

''हा तिरस्करणीय, वैयक्तिक हल्ला. त्यामागे काहीतरी कारण असलंच पाहिजे. आपली मनःस्थिती बिघडलेली असल्यामुळे किंवा आपण लिहिण्यापूर्वी भांडण झालेलं असल्यामुळे कोणीही समीक्षक काहीही वाईट लिहू शकत नाही.''

''कदाचित त्या कथेमुळे तिच्या वर्मावर आघात झाला असण्याची शक्यता आहे. कदाचित तिच्या वैयक्तिक अनुभवावर त्याचा आघात झाला असेल. आई, तू सरैय्याला कितपत ओळखतेस? तिला ओळखणारं कोणी तुझ्या ओळखीचं आहे का? त्यांच्याशी आपण संपर्क साधू शकू आणि मग नेमकं काय कारण आहे ते शोधता येईल. मग आपण तिला पद्धतशीर उघडी पाडू.''

''हे सगळं थांबव. तुम्ही सगळ्यांनीच ते थांबवा. मी सरैय्याला ओळखते. कदाचित मी तिला जास्त ओळखत नसेन; परंतु आता जेवढं बोललात तेवढं पुरेसं आहे. ठीक आहे.''

''मग?''

''मग काहीच नाही. तिने माझ्या कामावर का शिंतोडे उडवले ते मला माहिती आहे. हे दुसरं तिसरं काहीच नसून उशीरा उगवलेला सूड आहे.''

''सूड? कोणावर?''

''सोडून दे तो विषय. मला यावर वाद घालायचा नाही. चर्चाही करायची नाही. या एका समीक्षेमुळे माझं पुस्तक खपलं नाही, तर माझं कुटुंब, माझा नवरा आणि माझी मुलं मला सावरण्यासाठी; मला नैराश्यातून बाहेर काढण्यासाठी आहेत. ती अगदीच एकटी आहे. ना नवरा, ना मुलं; शिवाय कित्येक संबंधांमधून ती गेलेली आहे. लोकापवाद..म्हणजे तिचं लफडं सार्वजनिक झालं तर ती मोडून पडेल.''

''कसला लोकापवाद? कसलं लफडं? म्हणजे आपलं वैयक्तिक जीवन तिने आपल्या व्यावसायिक जीवनात आणलं आहे का?''

नंदिता तिथून उठून सरळ आपल्या स्टडी रूममध्ये निघून गेली. 'सरैय्या' ती विचार करत होती. 'तू हे काय केलंस?' आता तिच्या नावाशी तिचा चेहरा ताडून पाहणेही कठीण होते. मनातल्या मनात तिचा चेहरा नजरेसमोर उभा करणेही अवघड होते. कारण त्या सगळ्याला आता कित्येक वर्षे लोटली होती.

तिचा नवरा अलोक आत आला. ''हे सगळं काय आहे, ते मला सांग.''

''ते सगळं बऱ्याच वर्षांपूर्वी घडून गेलं होतं. मी तर तो प्रसंगही विसरून गेले होते. सरैय्याने अजूनही ती जखम तशीच उराशी बाळगलेली दिसते आणि आपली वेळ येईल त्यावेळी सूड घ्यायचा असं तिने ठरवलेलं असावं. माझ्याकडून ते सगळं निर्हेतुकपणे आणि अजाणतेपणी घडलं होतं.'' नंदिता खिडकीतून बाहेर पहात होती. क्षणभर आपल्या स्मृती गोळा करण्यासाठी ती तशीच थांबली.

''कॉलेजच्या महोत्सवात ते कित्येक वर्षांपूर्वी घडलं होतं. सरैय्या आता सुसंस्कृत बनलेय. त्या काळी ती फटकळ आणि आक्रमक होती. तिच्या मनात सतत सर्वांवर वर्चस्व गाजवण्याची भावना असे. तिने मुलांच्यासारखे केस कापलेले होते. ती पँट आणि पठाणी सूट वापरत असे. तिने कधीच सलवार-कुडता वापरला नाही.''

''आज ती क्वचितच पेज ३ वर झळकताना लक्षवेधक कपडे घालते. परंतु सार्वजनिक ठिकाणी ती कधीच साडी वापरत नाही. फक्त तिची आजी पूजा करायची, त्यावेळीच ती साडी वापरायची.''

आता तिथे घरातील बरेच जण ऐकायला जमले होते. परंतु नंदिताला त्याचे भान नव्हते. ती आपल्या स्मृतीत हरवून गेली होती. ''मी तिला ओळखते तेव्हापासून सरैय्या नेहमीच पुरुषांप्रमाणे वागत होती. तशीच चालत होती. प्रत्येकावरच ती हुकूम सोडत असे. स्त्रियांबरोबरही पुरुषांसारखीच बोलत असे. त्यांना तशीच वागवतही असे. तिच्या शर्टाच्या कॉलरमध्ये अडकलेल्या तिच्या घशातून बाहेर पडणारा आवाज बदलणं मात्र तिच्या हातात नव्हतं. तो स्त्रीचाच होता. कॉलेजमध्ये होणाऱ्या नाटकांमध्ये काम करताना पुरुषी भूमिका करण्यासाठी मुद्दाम घोगऱ्या आवाजात बोलण्याचा सराव तिला करावा लागत असे. ती खोडकरपणे काहीतरी बोलत, गात असे.

''त्या खोडकर गाण्यांखेरीज मला तिच्याविषयी कधीही कसलाच संशय आला नव्हता.

अगदी काही वर्षांपूर्वीपर्यंत तिला माझ्याकडून काय हवं होतं ते मला माहिती नव्हतं. मी किती मूर्ख होते. तिला काय हवं होतं त्याचा मला अंदाजच आला नव्हता आणि तिला पूर्णपणे समजून न घेताच तिला मी साफ झिडकारून टाकलं होतं. तिचा अव्हेर केला होता. ती नक्कीच दुखावली गेली असणार, मी ते समजू शकते. म्हणूनच तिने उशीरा माझ्यावर हा सूड घेतला आहे. तिला त्याआधी कधीच अशी संधी मिळाली नव्हती.''

''आई, कसला सूड, कसला अव्हेर? तू कोड्यात बोलते आहेस.''

नंदिता एकदम मागे वळली. आपले सगळे कुटुंबच आपल्यामागे जमलेले आहे, हे तिने पाहिले. तिचा नवरा आपल्या दोन विवाहित मुली आणि मुलासमवेत उभा होता.

''तुम्ही कधी आलात?''

''बराच वेळ झाला. त्याने काहीच फरक पडत नाही. तू काय केलंस?''

नंदिताच्या ओठांवर पश्चात्तापदग्ध स्मित खेळत होते.

''सांग ना आई. आता आम्ही आधीचं सगळं ऐकलंय. आम्हाला बाकीचंही सगळं सांग. तू काय केलंस?''

''काहीही नाही.''

''आई....''

''खरंच सांगते. तीच तर खरी समस्या आहे. मी त्यावेळी काहीच केलं नव्हतं आणि मी आता त्याचीच किंमत चुकती करत आहे आणि मी काहीही न करण्याचा माझा पवित्रा पुढेही तसाच सुरू ठेवणार आहे. कारण मी जर बोलले तर तिच्या टीकेला मी सूडबुद्धीनं दिलेलं ते उत्तर ठरेल.''

''पापा, काहीतरी करा ना, आई अजूनही कोड्यातच बोलतेय.''

त्या दोघांनी एकमेकांकडे दीर्घ काळ पाहिले आणि नंतर त्या पुरुषाच्या डोळ्यांत समजल्याचे भाव चमकले. ''अं..हं?''

त्याच्या बायकोने मान डोलावली. ''मला ते समजायला बराच वेळ लागला,'' ती म्हणाली. तिच्या स्वरात पश्चात्ताप भरला होता. ''मी तरी काय करू शकत होते?'' तिच्या स्वरातून कडवटपणा डोकावत होता. ''बस्स! आपली गुपितं आपल्याजवळच ठेवण्याचा हक्क या वृद्ध स्त्रीला आहे,'' तिने मुलांना सांगितले.

''नाही,'' रिया थेट म्हणाली. ''कुटुंबामध्ये कसलंही गुपित नसतं. तूच ते आम्हाला शिकवलंयस आई आणि आता आमच्यापासून तुला हे गुपित लपवून ठेवायचं आहे? आणि तेही आता? आता प्रत्येक जणच बोट दाखवू लागलाय आणि प्रश्न विचारू लागलाय तेव्हा?''

त्यानंतर ती आणखी शांतपणे बोलू लागली.

''आई, आमच्यावर विश्वास ठेव. अप्रसन्न गोष्टी आम्ही अकारणच सार्वजनिक बनवणार नाही. परंतु हे सगळं काय चाललंय हे आम्हाला समजण्याची गरज आहे. एवढ्या सगळ्या वर्षांत तू आम्हाला दिलेल्या संस्कारांवर विश्वास ठेव.''

त्या वृद्ध जोडप्याने पुन्हा एकदा एकमेकांकडे तसेच पाहिले आणि त्यांच्या ओठांच्या कोपऱ्यांतून स्मित बाहेर पडले. तिने नखाने डोके खाजवल्यासारखे केले.

''ऐका तर मग. सरैय्या आणि मी कॉलेजमधील एका उत्सवाच्या निमित्ताने बसवलेल्या नाटकात भेटलो होतो. मी कपडे विभागाची प्रमुख होते,'' नंदिता थबकली आणि आपल्या स्मृती गोळा करू लागली. ''सरैय्याचे काढलेले कपडे बाहेरच राहिले होते. तिला कदाचित तशीच बाहेर यायला लाजल्यासारखे वाटेल म्हणून मी तिचे कपडे तिच्या खोलीत नेऊन ठेवले. ती एकटीच होती. तिने मला दरवाजाला कडी लावायला सांगितली. ''इकडे ये. आपण तर अगदी एकसारख्याच आहोत,'' ती म्हणाली. तिने मला तिच्या कपड्यांची चेन काढायला सांगितली. मी तसे केले आणि तिच्याकडे वळले तर ती अगदी पूर्ण नग्नावस्थेत उभी होती. आपल्या कपड्यांचा ढीग पायाखाली टाकून त्यावर ती उभी होती. नंदितासमोर बसलेल्या तिच्या प्रेक्षकांमध्ये अगदी पूर्ण मौन पसरलेले होते. तिने अंतर्वस्त्रे घातलीच नव्हती. मला किती लाज वाटली असेल याची तुम्हाला कल्पना तरी येईल का? मला कुठे बघावं तेच समजेनासं झालं होतं. भले मोठे जाडजूड पठाणी ड्रेस ती घालत असली तरी तिचं शरीर अगदी बांधेसूद होतं. लांबसडक पाय..सडपातळ शरीर...तिने हात पुढे केले आणि मी......''

२२५

''मग तू काय केलंस आई?'' तिच्या सूज्ञ मुलींच्या तोंडातून एकाच वेळी प्रश्न बाहेर पडला.

''मी तिच्या डोक्यावरून तिचे कपडे तिला घातले आणि ते तिला व्यवस्थित बसताहेत की नाही ते बघितलं.''

''आँ...आँ...सांग ना आई...''

''अगं, तीच तर खरी समस्या आहे ना, मी एवढी भाबडी होते की त्या सगळ्याचा काय अर्थ होता तेच मला माहिती नव्हतं. आणि समजा जरी मला ते सगळं माहिती असतं तरी मी ते सगळं कसं काय हाताळणार होते?'' त्या वृद्ध स्त्रीने स्वतःलाच प्रश्न विचारला.

''सरैय्याच्या अमर्याद प्रदर्शनीय वृत्तीचा तो भाग आहे, असं मला वाटलं होतं. मी तिला झटपट कपडे घातले आणि नंतर बाहेर पडले. खरं तर मी एवढी सुन्न झाले होते की मी तिच्या नजरेला नजर देऊ शकत नव्हते. मी तिच्याकडे नीटसं पाहिलंही नाही. जर मी तिच्याकडे पाहिलं असतं तर कदाचित मी वेगळ्या पद्धतीने तिच्याशी वागले असते. तिला अत्यंत अव्हेरल्यासारखं आणि अवमानित झाल्यासारखं वाटलं असणार. कारण अगदी तोपर्यंत आम्ही दोघीही एकमेकींशी व्यवस्थित मिळून मिसळून वागत होतो. तिच्या माझ्या मनाच्या तारा जुळत होत्या.''

''मग?''

''मग काय? काहीही नाही. मी ते तसंच मनात ठेवलं असणार. काहीतरी झालं असेल. परंतु नंतर काय झालं ते मला आठवत नाही. सरैय्या माझ्यापासून दूरच राहिली होती. तुम्ही तर मला ओळखताच. मला अशी प्रदर्शनं वगैरे मांडलेली आवडत नाहीत. सरैय्या ही एक निर्लज्ज प्रदर्शनकर्ती होती असं मी ठरवून टाकलं. तिने माझ्यासमोर असं प्रदर्शन का मांडलं होतं ते मला कधीच समजू शकलं नव्हतं.''

''ते मला खूपच नंतर समजलं. मधल्या काळात आमचा एकमेकींशी संपर्क उरला नव्हता. तिचं लग्न झालं आणि श्रीला या तिच्या 'जवळच्या मैत्रिणी' वरून ते झटपट मोडलंही. त्या दोघीही सतत एकत्र असत आणि श्रीलाने कधीच लग्न का केलं नाही वगैरे गोष्टींविषयी लोक बोलू लागले. काही वेळा कदाचित श्रीलाशी थोडंफार भांडण झाल्यावर असेल; परंतु सरैय्या एखाद्या रुबाबदार पुरुषाबरोबर दिसायचीही. परंतु तिने कधीच लग्न केलं नाही. ती

अधिकाधिक बोथट आणि पुरुषी बनत गेली आणि मला वाटतं वेडपट हास्य तोंडावर झळकवत फिरणाऱ्या आणि आपली वैवाहिक जीवनं हुशारीनं लपवणाऱ्या किंवा न लपवणाऱ्या उच्चभ्रू स्त्रियांपेक्षा तिच्यापासून आपण अधिक सुरक्षित आहोत, असं पुरुषांनाही वाटू लागलं.''

''फक्त अगदी अलीकडेच माझ्यावर वीज कोसळली. अखेरीस माझ्या लक्षात आलं की माझ्याकडून सरैय्या त्या दुपारी अव्हेरली गेली होती. परंतु पुलाखालून बरंच पाणी वाहून गेलं होतं. आता ते सगळं उकरून काढण्यात काय अर्थ होता? एक अनुभव म्हणून मी तो सोडून दिला होता आणि तिनेही तसंच केलं असावं असं मी समजत होते. परंतु ती भरपूर दुखावली गेली असावी. त्यामुळे तिने तो सगळा राग, सूडाच्या रूपाने अशा प्रकारे काढला. ती असं काही करेल याचा मात्र मी कधीच, अगदी स्वप्नातही विचार केला नव्हता.''

नंदिताने असाहाय्यपणे खांदे उडवले आणि आपल्या मुलांकडे पाहिले. त्यांनी आपल्याला समजून घ्यावे असे तिला वाटत होते.

रिया मोठी होती. तिने विचारले, ''उद्या पुस्तकाच्या प्रकाशन समारंभाला ती येणार आहे का?''

''देवाला माहिती!'' नंदिताने उत्तर दिले. तिच्या चेहऱ्यावर प्रश्नचिन्ह होते.

तिच्या नवऱ्याने काळजीने विचारले, ''नंदू, ती आलीच तर तू काय करशील?''

नंदिताने त्याच्या डोळ्यांत पाहिले. तिच्या चेहऱ्यावर विनवणीची भावना होती.

प्रकाशन समारंभाला नंदिताच्या भोवती मित्र-मैत्रिणींचा आणि शुभचिंतकांचा गराडा पडला होता. परंतु ती थोडीशी अस्वस्थच होती. पुस्तकांवर सह्या करत असताना आणि सदिच्छांचा स्वीकार करताना ती आपल्या आजूबाजूला पहात होती; मागे वळून पहात होती.

सरैय्या हलकेच आत आली. तिने पठाणी ड्रेस आणि त्यावर फॅशनेबल जाकीट घातले होते. तिच्या बरोबर श्रीला होती. सरैय्याचे मन वळवून तिला भूतकाळ विसरायला लावण्यासाठी श्रीलाने जवळजवळ दोन तास प्रयत्न केले होते. त्यानंतर सरैय्या

प्रकाशनाला आली होती. कित्येक जणांनी पुढे होऊन तिला नमस्कार केला.

श्रीला एका व्यक्तीबरोबर बोलत होती. त्यावेळी तिने इकडेतिकडे पाहिले. तिला सरैय्या अगदी नंदिताच्या समोर असलेली दिसली.

सरैय्याने तिचे अभिनंदन केले. परंतु त्यात आढ्यता आणि कृत्रिमपणा होता. नंदिताने तिचे अगदी सहजगत्या आभार मानले. परंतु दोघींमधील तणाव दूर होण्याआधीच नंदिताची मुलगी आली आणि तिने नंदिताकडे मोबाईल दिला. रियाकडे पाहुण्यांच्या आतिथ्याचे काम होते. तिने सरैय्याला विचारले, ''तुम्ही कॉफी घेतली का?''

''थँक्स. पण नको. थँक्स,'' सरैय्याने पुन्हा तशाच कृत्रिमपणे सांगितले.

''तुम्ही आईची मैत्रीण आहात का?'' रियाने चौकसपणे विचारले.

''जुन्या कॉलेजपासूनच्या मैत्रिणी आहोत आम्ही. माझं नाव सरैय्या आहे.''

रिया जागच्या जागीच गोठल्यासारखी झाली. तिने तिच्याकडे एकदम एक औपचारिक कटाक्ष टाकला आणि चेहरा लांबट करून ती तिथून निघून गेली. तोपर्यंत तिथे नंदिता आली होती.

सरैय्याच्या चेहऱ्यावर प्रश्नचिन्ह होते.

''तुझ्या समीक्षेमुळे ती अस्वस्थ आहे,'' नंदिताने स्पष्टीकरण दिले. रिया आपल्या वडलांच्या कानांत काहीतरी कुजबुजत होती. तिच्याकडे नंदिताने कपाळाला आठ्या घालून पाहिले.

अलोक नंदिताकडे आला. त्याने सरैय्याकडे पाहिले आणि एकदम मोकळ्या आवाजात; परंतु थोड्याशा उपरोधाने तो म्हणाला, ''म्हणजे माझ्या पत्नीच्या लिखाणामुळे माझ्या बुद्धिमत्तेवर घाला घातला जाईल असं वाटणारी हीच ती स्त्री आहे तर!'' त्याने हस्तांदोलनासाठी आपला हात पुढे केला. ''हॅलो सरैय्या, मी अलोक, नंदिताचा नवरा.''

सरैय्याच्या तोंडातून शब्दही फुटत नव्हता. ते पाहून श्रीला पुढे झाली आणि तिने नंदिताकडे पाहून मान डोलावली. नंतर सरैय्याकडे वळून तिने विचारले, ''आपण निघायचं का सरैय्या? तुला वेळेवर विमानतळावर पोहचायचं आहे.''

सरैय्या नंदिताकडे वळली. ''मला माफ कर.''

''कशासाठी?'' नंदिताने विचारले.

''गेल्या आठवड्यात मी लिहिलेल्या लेखाबद्दल.''

आता नंदिताची पाळी होती.

''मलाही माफ कर.''

''कशाबद्दल?''

''खूप वर्षांपूर्वीच्या त्या घटनेबद्दल.''

दोघींच्याही डोळ्यांत अश्रू होते. एकमेकींकडे बघून त्यांनी स्मित केले. अलोकने आपल्या जाकिटाच्या खिशातून पुस्तकाची प्रत काढली आणि ती सरैय्याला दिली. तिने ते उघडले. तिची नजर आत कोरलेल्या शब्दांवर पडली.

'हळुवारपणे वाटचाल करा, कारण तुम्ही स्वप्नांवरून वाटचाल करत आहात.'

२१. कारगिलच्या विधवा

सरपंचाची बायको त्याच्याशी शांतपणे वाद घालत होती.

''तुम्ही त्या सगळ्यांना इथे का आणलं? अशा प्रकारे आपलं घर नासवायला त्यांना इथे आणायची काय गरज होती? आता मला प्रत्येक गोष्ट धुऊन काढावी लागेल. सगळं घरच धुवावं लागेल आणि महाराजजींना बोलावून सगळ्याची शुद्धी करून घ्यावी लागेल.''

'''ओह हो! कराई ले जे, मूर्ख बाई. तुला घर धुऊन काढायची काळजी वाटतेय. पण तुझ्या लक्षात कसं येत नाही? मंत्रीजी आता आपल्या घरी येतील....आपल्या घरी.''

''आणि त्यांनी आपल्याबरोबर ती रक्षा आणली, तर मग आपल्याला मृताचे सगळे विधी इथेच करावे लागणार नाहीत का? तुम्ही त्याविषयी महाराजजींचा सल्ला घेतला आहे का?''

काही क्षण काय बोलावे तेच सरपंचाला सुचेना. त्याने त्याचा विचारच केला नव्हता. मृताचे विधी. तेरा दिवसांचे विधी आणि जेवण. त्याने ती काळजी दूर सारली. ''ते असं सगळं करणार नाहीत. काहीही झालं तरी माधाकडून मी सगळा खर्च घेणारच आहे. एकूण हे सगळं त्याच्या मुलासाठीच तर चाललंय.''

''मग रक्षा त्याच्या घरी पाठवा.''

''तू पुनःपुन्हा तेच तेच का बोलते आहेस? जर रक्षा इथे आली तरच मंत्रीजीही इथे

येतील. इथे—माझ्या घरी. मी सरपंच आहे.''

''मग?''

''मग काय मग? म्हणजे तुला नेमकं म्हणायचं तरी काय आहे? आपल्या भोवतालच्या सगळ्या खेड्यांमध्ये असं दिसेल की मी सरपंच आहे आणि मंत्रीजी माझ्या घरी आले.''

''मूर्ख कुठले! ते तुम्हालाच खर्च करायला लावतील आणि आपल्या पुढच्या निवडणुकीसाठी देणगीही घेतील. त्या महिला डॉक्टरने आम्हाला सांगितलंय, की लवकरच पुढच्या निवडणुका होणार आहेत.''

''मग काय झालं? अगं बाई, तू समजून का घेत नाहीस? भंगी समाजाचा प्रमुख असलेला तो भोलाराम स्वतःच्या घरी रक्षा न्यायला निघाला होता. त्यांच्या गल्लीच्या टोकाला ते आहे. मी ते कसं काय सहन करू? आपल्याला सगळ्यांना तिथे किंवा त्या गल्लीच्या टोकाला असलेल्या माधाच्या खोपटात जावं लागलं असतं. अगदी मंत्रीजींनाही तिकडेच जावं लागलं असतं. ते तिथे कसे काय गेले असते? अगदी रक्षा घेऊन तरी..''

''त्यांना मतं गोळा करायची असतात, म्हणून ते तिथे स्वेच्छेनंच जातात. ही भेटही फक्त निवडणूक डोळ्यांसमोर ठेवूनच घेतली जातेय. तुम्हाला भेटण्यासाठी किंवा खेड्याला भेट देण्यासाठी किंवा माधाची समस्या सोडवण्यासाठी ही भेट नाही रे मूर्ख माणसा.''

खेड्यातील त्या उत्सवी वातावरणाला एक शोकाकुल परिस्थिती कारणीभूत होती. त्या उत्सवाचा संबंध एका मृत्यूशी होता. खेड्यातील चौकात एका देव्हाऱ्यासारख्या चौकटीत एक मोठा फोटो लावला गेला होता. त्याला हार घातलेले होते. बहुरंगी ध्वज आणि स्वागताच्या कमानी ...त्या सगळ्या एका मृतासाठी होत्या? त्याच्या श्रद्धांजलीसाठी?

जिवंत असलेल्या दोन हिरोंचे..दोन जवानांचे मात्र असे स्वागत झाले नव्हते. तेही युद्धावरून जखमी अवस्थेत घरी आले होते आणि तिथे त्यांची शुश्रूषा सुरू होती. एकाने आपला हात गमावला होता आणि दुसऱ्याच्या खांद्याला आणि पायाला गंभीर जखमा झाल्या होत्या. दोघेही खेड्यातील टेकडीवरच्या घरांमध्ये रहात होते.

तो जंगी उत्सव फक्त एका मृत जवानासाठी होता. संपूर्ण खेड्यात घोषणांना ऊत आला

होता. त्या दिवशी मंत्रीजी त्याची रक्षा घरी आणणार होते. सहा आठवड्यांपूर्वीच तो मरण पावला होता. एका दूरवरच्या डोंगराळ भागाच्या उतारावर शत्रूच्या बाँबहल्ल्यांमध्ये त्याने आपले प्राण गमावले होते. त्या रक्षापात्रातील किती रक्षा खरोखरचीच त्याची होती? कोणाच्याही मनात हा प्रश्न येत नव्हता का?

त्याची कथा पुनःपुन्हा सांगितली जात होती. शत्रूसमोर तो ज्या निधड्या छातीने लढला होता ती त्याची शौर्यकथा पुनःपुन्हा सांगितली जात होती. त्याचे मृतशरीर काही आठवड्यांनंतर सापडले होते. त्याच्या शरीराचे काही भाग त्याचे असावेत असे मानले जात होते. त्याच्या गालावर जन्मखूण होती आणि पायाला टाके पडले होते. त्यांवरून त्यांनी त्याला ओळखले होते असे त्यांनी सांगितले होते.

अपघातातून बाहेर पडण्यासाठी तो घरी आला होता आणि बरा होऊन परत गेला होता. मग तरीही त्याच्या पायावर टाके शिल्लक राहिले होते? त्यावेळीच तो अखेरचा घरी आला होता आणि बेलियाच्या हृदयात अजूनही त्याचे अखेरचे गुपित तसेच होते. तिने कोणालाच त्याचे बाळ आपल्या उदरात वाढत असल्याचे सांगितले नव्हते. तरीही घरच्यांना थोडीशी कुणकुण असावी.

नानावास येथील अगदी तळाच्या भागात हा मृत हिरो भीम रहात होता. ती अगदी नागमोडी गल्ली होती. उजवीकडे, डावीकडे आणि मध्येच स्वतःभोवतीही ती वळत होती! सांगण्याचा हेतू काय; तर तुम्ही गल्लीच्या अरुंद तोंडाशी उभे राहिलात तर तुम्हाला भीमाचे अखेरच्या टोकाचे घर दिसू शकत नव्हते. त्या नागमोडी वळणावळणाच्या गल्लीतून तुम्ही फक्त खालच्या बाजूला चालत गेलात तर आणि तरच तुम्ही त्या गल्लीत हरवून गेला नसतात.

भीमाचे घर त्याच्या शेजाऱ्यांच्या कच्च्या खोपटांच्या शेजारीच होते. काही जणांच्या घरांना एक किंवा दोन पक्क्या भिंती होत्या. काही जणांच्या घरांच्या अर्ध्या भिंतीच पक्क्या होत्या. परंतु भीमाच्या घराच्या चारही भिंती पक्क्या विटांच्या होत्या. खरे तर घराची जमीन तयार करण्यासाठी आणलेल्या दगडांची रास अंगणात पडलेली होती. तसेच छपरासाठी मंगलोरी कौलांची आणि सिमेंटची ऑर्डरही देण्यात आली होती. पुढच्या वर्षी सप्टेंबरमध्ये तो सुट्टीवर आला की ते सगळे काम तो पूर्ण करणार होता. तो जून महिना होता. पण...आता ते कोण करणार होते?

सरपंच आणि त्याच्या बायकोमधील वाद बराच काळ चालला होता, परंतु तेवढ्यात लोक येत असल्याची बातमी आली. बस आली होती. विधवा झालेल्या बेलियाचे दुःखीकष्टी वडील बसमधून खाली उतरले. त्यांनी धोतीवर जीर्ण झालेला कोट घातला होता. नुकतीच घासून पुसून गुळगुळीत करण्यात आलेली लष्करी पदके त्यांच्या छातीवर लटकत होती. खास लष्कराची खूण असलेल्या त्यांच्या भरदार मिशा आता पांढऱ्याशुभ्र झाल्या होत्या. कोणाच्याही नमस्काराला उत्तर देण्यासाठी तो वृद्ध सैनिक कुठेही थांबला नाही. आपल्या आजूबाजूला पसरलेला सगळा उत्सवी सरंजाम त्याने सहज पार केला. त्या कमानी, त्या पताका सारे ओलांडून तो चौकात आला होता – आपल्या विधवा मुलीच्या घरापासून तो खूपच दूर होता. 'गिधाडं..मृत शरीरावर जगणारी गिधाडं,' त्याच्या ओठांवर हे शब्द आले होते. परंतु त्याने ते तसेच परतवून टाकले होते. आपल्या फेट्याच्या टोकाने त्याने आपला चेहरा झाकून घेतला होता. बघणाऱ्यांना असे वाटत होते की कदाचित दुर्गंधीमुळे त्याने नाक झाकून घेतले होते किंवा आपले अश्रू पुसण्यासाठी त्याने तसे केले होते.

झपाट्याने चालता चालता नव्याने बांधलेल्या समाधिस्थळाच्या दरवाजाच्या पायऱ्यांजवळ तो थबकला. माधा त्याचीच वाट पहात होता. बसमधून सैनिक उतरल्याची बातमी 'भूमिगत टेलीग्राम' ने त्याला दिली होती. त्यांनी एकमेकांना नमस्कार केले. दोघांपैकी एकाच्याही चेहऱ्यावर स्मित नव्हते. एकाने मुलगा; तर दुसऱ्याने जावई गमावला होता. अचानकच त्या म्हाताऱ्या सैनिकावर दुःखाचा पहाड कोसळला. नाजुक हातांनी त्याच्याभोवती विळखा घातला होता. ''बाबा, बाबा मीच का? मीच का? सगळं काही सुरळीत आणि शांततेत पार पडेल, असं तुम्ही मला सांगितलं होतं. मी तुमच्यावर विश्वास ठेवला होता आणि आता बघा हे सारं काय होऊन बसलंय............''

क्षणभर थोडासा गोंधळ उडाला. परंतु त्या वृद्ध सैनिकाने आपले थरथरते हात आपल्या मुलीच्या शरीराभोवती टाकले. त्याने तिला घट्ट जवळ घेतले. तिचे हुंदके त्याच्या खांद्यांवर दाबले जात होते. परंतु तो आणखी काहीही बोलण्याआधीच रक्तपिपासु पिशाच्चांची तुकडीच्या तुकडी तिथे आली आणि आपल्या वडलांपासून त्या मुलीला त्यांनी हळुवारपणे दूर केले.

तिची सासू, बहिणी, नणंद आणि इतर सगळ्या महिला नातेवाईक काळ्या कपड्यांमध्ये;

तर पक्षाच्या कार्यकर्त्या पांढऱ्या साड्यांमध्ये आल्या होत्या. त्या सगळ्या जवळजवळ एकसारख्याच गोष्टी बोलत होत्या. 'बेटा तुला अभिमान वाटला पाहिजे. ते आपले हुतात्मा आहेत. आपल्या खेड्याला अभिमान वाटावा असं काम त्यांनी केलं आहे. त्यांनी देशासाठी आपलं बलिदान दिलं आहे.'

त्यांनी महत्प्रयासाने बेलियाला तिच्या वडलांपासून दूर केले आणि ताबडतोब तिच्यावर भडिमार केला जाऊ लागला.

''एकदम चूप बस. एकदम शांत रहा,' त्या स्त्रीने कठोरपणे आदेश दिला. ''हे सगळं लगेच थांबव. तू अशी कशी काय वागू शकतेस? आता कोणत्याही क्षणी इथे मंत्रीजी येतील आणि त्यांच्याबरोबरच टी.व्ही.चे कॅमेरेही येतील. तुला टी. व्ही. वर आपलं हे रडगाणं दाखवायचं आहे का?''

तिथल्या सगळ्या आया एकदम तिला गप्प करण्यासाठी पुढे सरसावल्या. हुतात्म्याची पत्नी ही विधवा नसते. ती तर 'सदा सुहागन' असते. कायमच सौभाग्यवती असते.

त्या पांढऱ्या साडीवाल्यांची नेता आता बाजूला उभी राहिली होती. तिने आपले ओठ मिटून घेतले होते. ती त्या घोळक्यात शिरली. तिने बेलियाच्या खांद्याला घट्ट पकडले. तिच्या आवाजात संताप होता आणि आवाजाला धार चढली होती. ''तू अशा प्रकारे शो बिघडवता कामा नये. तू अशीच रडत राहिलीस तर तुझे डोळे लाल होतील आणि सुजतील. याचा तू विचार केलायस का? आणि मी तुला पांढरी साडी नेसायला सांगितलं होतं ना?''

अचानक धक्का बसल्यामुळे बेलिया एकदम शांत झाली. ती आश्चर्यचकित झाल्यासारखी दिसत होती.

''पांढरी साडी?''

''टी.व्ही. वर हे सगळं कसं दिसेल? तू एक विधवा आहेस आणि पांढऱ्या साडीऐवजी अशा या...या..''

तिला नेमके काय म्हणावे ते शब्द सुचत नव्हते. थोडीशी ती चाचरली आणि नंतर तिच्या तोंडातून शब्द बाहेर फुटले. ''ही अशी काळी लक्तरं लावून तू उभी आहेस? कसं दिसतंय

हे?'' तिच्या काळ्या स्कर्ट आणि ब्लाऊजकडे आणि क्वचितच तेल लागलेल्या केसांकडे बोट दाखवत ती फुत्कारली. बेलियाच्या चेहऱ्यावर दुःखाचे गडद भाव होते. तिच्या शब्दांमुळे नव्हे; तर तिने जे म्हटले होते, त्यामुळे तिथे एकदम उत्स्फूर्त प्रतिसाद आला.

तिच्या सासूने पुढाकार घेतला. ''ती पांढरी साडी नेसणार नाही. आम्ही पांढऱ्या साड्या नेसत नाही. ती आमची पद्धत नाही.'' तिथे असलेल्या सगळ्या म्हाताऱ्यांनी तिच्या म्हणण्याला दुजोरा दिला.

''त्याची काळजी करू नका. तिला बरं वाटावं म्हणून आम्ही (आम्ही या शब्दावर तिने चांगलाच जोर दिला होता.) सगळ्या जणीही पांढऱ्या साड्या नेसलोच आहोत की.''

''पण पांढरी साडीच का? ती आमची पद्धत नाही.''

''तुमच्या लक्षात का येत नाही? ते टी.व्ही. वर वाईट दिसेल. विधवांना पांढऱ्या साडीतच बघायची सगळ्यांना सवय झालेय. ती त्याहून वेगळी दिसून कसं चालेल? ती सैनिकाची विधवा आहे.''

सासू त्यावर संतप्त झाली. शिवाय समाजातल्या सगळ्या बायका जोरजोरात ओरडू लागल्या, ''आमच्या समाजात आम्ही असेच कपडे घालतो. पांढऱ्या साड्या नाही. जर ते तुमच्या टी.व्ही. वर वाईट दिसत असेल तर इकडे टी.व्ही.वाल्यांना आणू नका. कोणत्याही फौजी साहेबाने पांढऱ्या साडीविषयी कधीच काही सांगितलेलं नाही.''

''परंतु टी.व्ही. वाल्यांना घेऊन मंत्रीजी येत आहेत.''

''आम्ही तुमच्या मंत्रीजीला किंवा टी.व्ही. वाल्यांना कधीच आमंत्रण देऊन इकडे बोलावलेलं नाही. आमच्या ताब्यात आमच्या गुलाची राख द्या. ती तुम्ही इकडे का आणली नाही? ती तिकडे का नेली?'' आता तिच्या चेहऱ्यावर निराशा आणि चिंता; तसेच रागही दिसू लागला. गल्लीतल्या त्या प्रमुख स्त्रीकडे त्या वृद्ध स्त्रीने उपहासाने पाहिले आणि ती म्हणाली, ''तुमच्या टी.व्ही. साठी किंवा मंत्रीजीसाठी आम्ही आमची चालरीत बदलणार नाही.''

तिचा नवरा माधा तिच्याकडे आला. ''अगं बाई, हे सगळं थांबव.'' त्याने तिला बाजूला घेऊन सांगितले. ''तू हे सगळं असंच सुरू ठेवलंस तर ते आपल्याला एकही पैसा देणार

नाहीत.'' आपल्या भयावह कुजबुजत्या आवाजात तो तिच्याशी बोलत असतानाच त्याने तिला गदागदा हलवले. ''तुझा मुलगा तर तू गमावलाच आहेस. आणि तुला पैसाही घालवायचा आहे का?'' त्याने विचारले. तो तिची खरडपट्टी काढत असतानाच गल्लीत धांदल उडाली. ''इकडे या लवकर. मंत्रीसाहेब आले आहेत. माधा कुठे आहे? माधा, इकडे ये. तू नंतर गप्पा मारत बस.'' कोणीतरी त्याला कठोरपणे तिथून खेचले आणि गेटपर्यंत ओढत नेले. ''भीमाची बायको. त्याची विधवा. कुठे आहे ती विधवा?'' बेलियाने आपल्या वडलांच्या खांद्यावर आपले डोके अधिक जोरात दाबून धरले होते. त्यामुळे ते आणखी विव्हळ बनले.

त्या बायका तिला तिथून ओढून काढण्याचा प्रयत्न करत होत्या. परंतु बेलिया त्यांना विरोध करत होती आणि अखेरीस त्या वृद्ध सैनिकाने त्यांना तसे करण्यापासून परावृत्त केले.

''चल बेटी, आपण जाऊया,'' त्याने आपल्या मुलीला समजावले. ''तू एका सैनिकाची मुलगी आणि दुसऱ्या सैनिकाची विधवा पत्नी आहेस. आम्हाला खाली पहायला लावू नकोस.''

पुन्हा एकदा तीच गडबड सुरू झाली.

तिच्या खांद्याला घट्ट धरून तो गर्दीतून वाट काढत पुढे जाऊ लागला. तो चौकात पोहचला. तिकडे जात असताना त्याने हळुवारपणे तिचा चेहरा पुसला आणि तिचे अस्ताव्यस्त केसही नीट केले.

''बाबा,'' बेलिया हळुवारपणे म्हणाली, ''तुम्ही मला या ...या लग्नात ढकललं. मला हे लग्न करायचं नव्हतं हे तुम्हाला माहिती आहे.'' तिचा आवाज हळुवार आणि हळू होता. फक्त तिच्या वडलांनाच तो ऐकू येत होता. बाजूच्या सगळ्या लोकांना वाटत होते की ती विधवा प्रार्थना करत होती. ''मला माझ्या उकाबरोबर लग्न करायचं होतं. परंतु त्याच्याकडे स्थैर्य नाही, तो मलाही स्थैर्य देऊ शकणार नाही, असं तुम्ही मला सांगितलं. कुठलंही काम तो स्थिरपणानं आणि दीर्घ काळपर्यंत करू शकत नाही, मग तो मला आपल्याबरोबर कसा काय सांभाळू शकेल असं तुम्ही म्हणालात. एक सैनिक खूपच प्रेमळ असतो आणि तो खात्रीने माझा आयुष्यभर सांभाळ करेल असं तुम्ही सांगितलं होतं.....'' या वाक्याच्या वेळी तिचा आवाज बहुधा चांगलाच मोठा झाला होता.

त्या वृद्ध सैनिकाने अंत:प्रेरणेनेच आपल्या मुलीभोवती टाकलेला हात तिला सूचना देण्यासाठी जोरात दाबला. त्याने तिला गप्प राहण्यास सुचवले. ''या सगळ्याविषयी आपण नंतर बोलू. या सगळ्या लोकांसमोर नको. मी तुला घरी घेऊन जाण्यासाठीच आलोय.'' तो म्हणाला.

एवढा मोठा जनसागर पाहून स्तब्ध झालेली बेलिया खरे तर एकदम आश्चर्यचकित होऊन स्तंभित झाली होती. आता तो जनसागर तिच्या चोहो बाजूंनी उसळत होता आणि त्यांच्याही नकळत त्या दोघांना योग्य दिशेने नेत होता. सरपंचाच्या घराकडे ते सगळे निघाले होते. तिथे गावातील सगळे प्रौढ लोक जमा झाले होते. मंत्रीसाहेब तिथेच अवघडल्यासारखे उभे होते. त्यांच्या हातात लाल कपड्यातला तो अस्थिकलश होता. त्यावरून किंचित सुकलेल्या शेवंतीच्या फुलांचा हार खाली लोंबकळत होता.

शेवंतीच्या हाराखालच्या अस्थिकलशाकडे बेलिया मोहित झाल्यासारखी पहात होती. 'माझं आयुष्य...माझं सगळं आयुष्यच..' ती विचार करत होती. 'या अस्थिकलशात हरवून गेलंय. पण नाही. आता असं होणार नाही. मी पुन्हा बाबाबरोबर घरी परत जाईन. माझ्या उकाकडे...'' तिचे विचार भरकटले होते. आपल्या बालपणीच्या प्रियकराभोवती ते घुटमळत होते.

खरे तर तिच्या चेहऱ्यावर स्मितही आले असते. परंतु तेवढ्यात तिला कोणीतरी कठोरपणे धक्का देऊन पुढे नेले. पांढऱ्या साड्यावाल्यांची ती कडक, पोलादी चेहऱ्याची प्रमुख तिथेच होती. तिने तिच्या खांद्यांभोवती पांढरी साडी लपेटली. त्यांचा पांढऱ्या साडीचा हेका तिने पूर्ण केला होता.

''आता रडू नकोस. अरे बापरे! डोळे केवढे लालसर दिसतायत. असे डोळे आता टी.व्ही.वर दिसणार.''

ती पुढे गेल्यावर पक्ष कार्यकर्त्यांनी मूकपणे एकमेकांकडे प्रश्नार्थक नजरा टाकल्या. अचानकच एक जण पुढे झाला आणि त्याने टी.व्ही. कॅमेऱ्याची स्पॉटलाईट बंद केली. कोणीही कसलाही विरोध करण्याआधीच बेलियाला तिच्या वडलांपासून आणि सासरच्या लोकांपासून दूर करण्यात आले. आता ती पक्ष कार्यकर्त्यांच्या कोंडाळ्यात होती. तो पक्ष कार्यकर्ता कॅमेऱ्यापासून दूर झाला होता.

सरपंच आणि मंत्रीजींनी आपले हात काळजीपूर्वक तिच्या डोक्यावर ठेवून तिला कॅमेऱ्यासमोर आशीर्वाद दिले. ज्या अधिकाऱ्यांनी भीमाची रक्षा त्याच्या घरापर्यंत पोहचवली होती; त्यांनासुद्धा पांढऱ्या गर्दीत 'अदृश्य' करण्यात आले.

'वंदे मातरम, बोलो वंदे....भीमराव अमर रहे.'

हवेत घोषणा दुमदुमत होत्या. टी. व्ही. कॅमेरे सुरू झाले होते. त्यांनी गोंधळलेल्या विधवेचे फोटो घेतले. पांढऱ्याशुभ्र साडीत लपेटली गेलेली आणि निष्ठावान 'ग्रामस्थां' च्या कोंडाळ्यातील विधवा त्यांनी टिपली. त्याबरोबरच मंत्रिमहोदय तिला मानाचा मुजरा करत असतानाचा फोटो घेण्यात आला.

बेलिया चिंताग्रस्तपणे गर्दीकडे पहात होती. आपले कुटुंबीय त्या गर्दीत कुठे दिसतात का त्याचा शोध ती घेऊ पहात होती. परंतु प्रकाशझोतामुळे तिला समोरचे काहीच दिसत नव्हते. तिने आपले डोळे चोळले. ते एक वेदनादायक दृश्य ठरले आणि हजारो लोकांच्या डोळ्यांत त्यामुळे अश्रू उभे राहिले.

परंतु बेलियाचं काय? आपण हरवलो आहोत अशा भीतीपोटी तिच्या मनात प्रचंड वेदना आणि दडपण निर्माण झाले होते. तिला त्या गर्दीत आपण असुरक्षित असल्यासारखे वाटत होते. गर्दीची प्रचंड भीती किंवा फोबिया, सर्वत्र दिसणारे झेंडे, कान बधीर करणारा ध्वनिवर्धकांचा आवाज, एकापाठोपाठ सुरू असलेली भाषणे या सगळ्यांमुळे ती अस्वस्थ बनली होती. तिचे मन भकास, रिते झाले होते. तिचे डोळे त्या प्रकाशाने दिपून गेले होते. जर तिला दोन्ही बाजूंनी धरलेल्या बायकांनी वेळेवर पकडले नसते तर ती खालीच कोसळली असती.

ती पुन्हा भानावर आली, त्यावेळी पुढचे भाषण सुरू होते. कोणीतरी आकडे वाचून दाखवत होते. ती तिकडे लक्ष देऊ लागली. ''जीवन भाई पाच हजार, पटेल समाज दहा हजार, वीणकर समाज दहा हजार...'' ती यादी लांबत चालल्याचे पाहून तिच्या वडलांचा चेहरा अधिकाधिक लांबट बनत चालल्याचे तिला दिसले. काही वेळाने त्यांच्या चेहऱ्यावर नेहमी उमटणारी तिरस्काराची भावना तिला पुन्हा एकदा उमटल्याचे दिसले. त्यानंतर त्यांनी पुन्हा एकदा फेट्याच्या टोकाने आपला चेहरा झाकून घेतला.

अखेरीस एकदाचा त्या लष्करी अधिकाऱ्याने आपल्याकडे माईक घेतला. तो हिंदीत

बोलला. बेलियाला त्यातले फारच थोडे समजले. अखेरच्या वेळी तो सुट्टीवर आला होता, त्यावेळी भीमाने तिला थोडेफार हिंदी शिकवले होते.

भीम कर्तव्यात किती तत्पर होता त्याच्या आठवणी साहेबांनी सांगितल्या. तसेच त्याच्या शौर्याविषयीही ते बोलले. त्याच्या विधवा पत्नीच्या गरजेच्या वेळी समाज तिला तत्परतेने मदत करतो आहे, याबद्दल त्यांनी समाधान व्यक्त केले. सरकारही तिला निवृत्तिवेतन आणि ग्रॅच्युईटी वगैरे देईल. त्याखेरीज ही मदतही तिला मिळावी अशी अपेक्षा त्यांनी व्यक्त केली.

अखेरीस ते सारे संपले. मंत्रीजी आणि टी.व्ही.वाल्यांनी हुतात्म्याच्या कुटुंबीयांना पुन्हा एकदा मनापासून वंदन केले आणि ते सारे तिथून निघून गेले.

कार्यक्रम संपल्यावर लगेच गर्दीचीही झपाट्याने पांगापांग झाली. भाड्याने घेतलेल्या आपापल्या ट्रकमधून 'अमर रहे' वगैरे घोषणा देणारे पक्ष कार्यकर्तेही निघून गेले. त्यांच्या नेत्यांनी आपापल्या गाड्यांचे दरवाजे पटापट आपटून लावले आणि तेही निघून गेले.

आता पुढे काय करावे ते माहिती नसलेले कुटुंबीय तसेच घराच्या दिशेने निघाले. अधिकाऱ्यांबरोबर अनौपचारिकपणे गप्पा मारत सरपंच उभा होता. त्याने माधाला हाक मारली, ''अरे माधा, थांब जरा. काही औपचारिकता पूर्ण करायच्या आहेत.''

माधाने त्याच्याकडे संशयाने पाहिले. आपल्या व्याह्याकडे त्याने पाहिले. त्याने विचार केला की काहीही झाले तरी तो माजी सैनिक होता. ते दोघेही खांद्याला खांदा लावून पुढे गेले. ''कसल्या औपचारिकता?'

अधिकारी म्हणाला, ''या फाईलवर आम्हाला भीमाच्या पत्नीची सही घेतलीच पाहिजे.''

''का?''

सरपंच मध्येच बोलू लागला. ''माधा, शहाणा हो. बेलियाचं बँकेत खातं उघडावं लागेल आणि निवृत्तिवेतनासाठी आणि ग्रॅच्युईटी, प्रॉव्हिडंट फंड, घर, मुलं.. यांच्यासाठी आपल्याला पैशाची मागणी करावी लागेल.'' त्याने मोठीच्या मोठी यादी वाचली. प्रत्येक गोष्टीसाठी तो माधाला एकेक बोट दाखवत होता. एक निवृत्तिवेतन, दोन ग्रॅच्युईटी वगैरे. त्याचे डोळे लोभीपणाने चमकत होते.

माधा मागे वळला. त्याने आपल्या हातातील शेवंतीच्या फुलांचा हार असलेला अस्थिकलश आपल्या बायकोच्या हातात दिला. तिथे उभ्या असलेल्या स्त्रियांकडे वळून तो म्हणाला, ''तुम्ही जायला लागा. मी हे सगळं संपवून येतोच.''

''नाही, नाही,'' सरपंचाने त्याला पुन्हा आठवण करून दिली. ''बेलियाला इथेच थांबव. तिलाच सही करावी लागेल.''

''का?''

''सरकार फक्त तिलाच पैसा देईल. तिच्या स्वतःच्याच खात्यात तो जमा होईल आणि फक्त तिच्याच सहीने तो काढता येईल. तुझ्या किंवा माझ्या नाही.''

ते ऐकून त्या वृद्ध गृहस्थाने दात ओठ खाल्ले. त्याच्या चेहऱ्यावर मोठी निराशा पसरली.

बेलिया आणि तिचे वडील मागे झाले. ते टेबलाजवळ पोहचले. त्यांनी हुतात्म्याचे सगळे साहित्य ताब्यात घेतले. त्यानंतर अधिकाऱ्याच्या हातातील कागदपत्रे आणि फाईल्सवर सह्या केल्या.

बेलियाच्या वडलांनी त्याला सॅल्युट ठोकला आणि ते बोलू लागले, ''याला किती दिवस लागतील? हे सगळं आपण द्रोल या माझ्या गावी करू शकणार नाही का? मी बेलियाला घरी घेऊन जायला आलोय आणि आता शेवटची बस सुटेलच.''

माधाच्या आणि सरपंचाच्या मनात त्याच्या शब्दांनी एकदम व्याकुळता निर्माण झाली. आधी ते दोघे व्याही एकत्र होऊन पुढे आले होते. आता सरपंच आणि माधा एकत्र झाले होते.

''का?'' प्रश्न एकदम धारदार होता.

परंतु अधिकारी सौम्यपणे बोलत होता. ''तुम्ही तिला का घेऊन जाऊ इच्छिता?''

त्या वृद्ध सैनिकाने त्या अधिकाऱ्याच्या प्रश्नाला उत्तर देण्यासच प्राधान्य दिले.

''सर, या बायका कशा असतात ते तुम्हाला माहितीच आहे!माझ्या मुलीने आपल्या नवऱ्याला खाल्लं वगैरे अफवा पसरायला आधीच सुरुवात झालेय. त्या बेलियाच्या

आयुष्याला नरक बनवतील आणि तिच्या रक्षणासाठी मला इथे राहता येणार नाही. मला परत जावंच लागेल.''

माधा आणि सरपंच मध्येच बोलू लागले, ''ती आमची मुलगी आहे. आम्ही तिची काळजी घेऊ.'' सरपंचाने तर अशीही भर घातली की ''ती आमच्या खेड्याचा अभिमान आहे. अशा प्रकारचं कसलंही विधान तिच्याविषयी कोण करू धजेल? मी त्यांच्या जिभा खेचून काढेन.''

साहेबाने सहजपणे विचारले, ''तुम्ही एक-दोन आठवडे इथे रहात का नाही? तेवढ्या वेळात इथे सगळं स्थिरस्थावर होऊन जाईल.''

''सर, कारगिलच्या युद्धात धारातीर्थी पडलेल्या जवानाची पत्नी असलेली बेलिया हीच माझी एकमेव मुलगी नाही,'' बेलियाने मान खाली घातली होती. ती अचानकच आपल्या वडलांकडे वर पाहू लागली. ''भीम गेला, परंतु परबतियाचा नवरा...माझा दुसरा जावईही जीवन-मृत्यूच्या सीमारेषेवर आहे. तिला माझी तिकडे गरज आहे. मी, तिची आई आणि बहीण यांची तिला गरज आहे. काय घडेल कोणास ठाऊक!'' त्याचा आवाज फाटल्यासारखा झाला.

अधिकाऱ्याचे ओठ शिवल्यासारखे झाले. तो यावर काहीच बोलू शकणार नव्हता. ''तुम्हाला गेलंच पाहिजे. मला ते स्पष्टच दिसतंय. त्यांची तब्येत कितपत गंभीर आहे?''

त्या दोघा सैनिकांनी एकमेकांच्या डोळ्यांत रोखून पाहिले आणि त्या तरुणाला योग्य तो संदेश मिळाला. जणू काही स्पष्टपणे तो त्याला कोणीतरी मोठ्याने सांगितला होता.

''तुमची मुलगी नंतर तुमच्याकडे येईल. तिने तिकडेच आलं पाहिजे. तिचं बँकेचं खातं उघडूया; नाही तर सगळ्या गोष्टींना अत्यंत दिरंगाई होईल.''

आता सगळ्या गोष्टी झटपट घडत गेल्या. सह्या घेतल्या गेल्या. माधा आणि सरपंचाने एकमेकांकडे सहेतुक पाहिले. सरपंचाने माधाच्या हातात एक चिठ्ठी सरकवली.

''आजच्या खर्चाचा हिशेब. आता तो देणं तुला परवडेल.''

त्याने त्याच्याकडे रितेपणाने पाहिले. ''काय?''

सैनिकाचे ओठ मुडपले गेले. भिंतीपलीकडून हे सारे पाहणारा पक्ष कार्यकर्ता ओरडला, ''सरपंचजी, हा सगळा कार्यक्रम पक्षाचा होता. तुमच्या विधवा मुलीकडून घेण्याऐवजी तो खर्च तुमही पक्षाकडून का घेत नाही?''

बेलियाने वडलांकडे पाहिले. ती रागाने म्हणाली, ''बाबा, ताईबद्दल तुम्ही मला काहीच सांगितलं नव्हतं.''

''या सगळ्यात त्यासाठी कुठे वेळ होता? हे सगळं नाटक त्या मृतासाठी केलं गेलं. मंत्रीजी, सरपंचजी, पक्षाचे कार्यकर्ते, सगळं गाव..हे सगळे, सगळे मरण पावलेल्यासाठी जमले होते. परंतु अजूनही जिवंत असलेल्यांना कोणीही ढुंकूनसुद्धा विचारत नाही.''

नेहमीप्रमाणेच माधाने सहानुभूतीपूर्ण आवाज काढले. त्याने त्याच्या दुसऱ्या जावयाची चौकशी केली.

''त्यांची तब्येत अत्यंत गंभीर आहे. म्हणूनच तो अजूनही कमांड हॉस्पिटलमध्येच आहे. तो वाचेल की नाही, तेही आम्हाला माहिती नाही. बेलियाची आई आधीच तिकडे गेलेय.''

ते घरी पोहचले आणि माधाने आपली खाट बाहेर अंगणात आणून ठेवली. बातमी आत गेल्याबरोबर महिलांचे घोळकेच्या घोळके सांत्वनासाठी येऊ लागले. प्रत्येकाच्या धक्का बसलेल्या आणि सहानुभूतीपूर्ण डोळ्यांसमोरच त्या वृद्धाचे खांदे थरथरू लागले. डोळ्यांतून पाण्याच्या धारा सुरू झाल्या आणि नंतर महापूरच लोटला. तो खरोखरच रुक्षपणे बोलत होता. परंतु त्यामुळे तिथे जमलेल्या प्रत्येकाचे हृदय हेलावून गेले. ते लक्षपूर्वक ऐकत होते. बेलिया प्रत्येक शब्दाने विव्हळ होत होती.

''मीच खरा दोषी आहे. मी अपराधी आहे. फक्त मी एकटाच. माझ्या दोन्ही मुलींची लग्नं मीच सैनिकांबरोबर करून दिली. बेलियाला खरं तर इच्छा नव्हती. तिने कित्येक दिवस विरोध केला होता. परंतु अखेरीस तिने माझं ऐकलं. मी म्हणालो, ...मी म्हणालो, की तो एक स्थैर्य प्राप्त झालेला माणूस आहे. लष्कर माणसाला आयुष्यात स्थैर्य मिळवून देते. सगळ्या गोष्टी नियमित असतात. खाणं, पिणं, काम करणं, खेळणं आणि अगदी वेतनसुद्धा. सगळं अगदी स्थिरपणानं आणि नियमितपणे सुरू असतं. तीच मग सवय बनून जाते. ती व्यक्ती कामावर असतानाच नव्हे; तर निवृत्तीनंतरही हे स्थैर्य त्याला आणि त्याच्यावर अवलंबून असलेल्या व्यक्तींना मिळतं. निवृत्तीनंतरही तो काम करत राहतो,

कारण काम करणं ही त्याची सवय बनून गेलेली असते. त्यामुळे तो पैसे मिळवून आणत राहतो.''

''उका हा दांडगट होता. तो तुला सतत एका कामावरून दुसऱ्या कामावर जात नाचवत राहील. तो काय मिळवेल ते तुला कळणारसुद्धा नाही, असं मी तिला सांगितलं. तिने माझं ऐकलं. माझी आज्ञा पाळली आणि आता तिचं काय झालंय ते बघा. भीम तर गेलाच. आता फक्त उका उरलाय. तो कदाचित अस्थिर असेलही ; परंतु तो आहे तरी....''

त्याचा आवाज विचारांत बुडून गेला होता. क्षणभर थांबल्यावर तो पुन्हा बोलू लागला, ''परबतियाच्या बाबतीत ही गोष्ट वेगळी होती. ती नेहमीच वेगळी होती. तिला नेहमीच सैनिकाबरोबर लग्न करायचं होतं. तिला संपत आवडत होता. त्यांचं एकमेकांशी अगदी चांगलं जमत होतं. थोडा काळ जरी ते एकत्र आले तरी एकमेकांची चेष्टा करत, हसत – खिदळत रहात होते. मी त्यांच्याकडे पहात असे आणि मनातल्या मनात प्रार्थना करत असे की एक दिवस माझ्या बेलियाचेही भीमाशी असेच चांगले संबंध जुळावेत.''

''संपतने परबतियाला आपल्या तळाविषयी काय सांगितलं कोणास ठाऊक ; परंतु तिने आपल्यालाही तळ पहायचाच आहे असा निश्चय केला. ती जाऊ शकणार नाही असं मी तिला सांगितलं होतं. कारण तिथे तिच्यासाठी जागा असणार नव्हती. कदाचित त्यामुळे त्याला कोर्ट मार्शलला तोंड द्यावं लागेल, कारण तोपर्यंत त्याला विवाहित जोडप्यांसाठी दिली जाणारी क्वार्टर मिळालेली नव्हती. परंतु.....''

''परबतियासाठी लष्करी ठाणं म्हणजे पऱ्यांचा देश होता. ती तिथली परी होती. मग एखादी परी आपल्या परीराज्यापासून दूर कशी काय राहू शकणार होती? ती मनातल्या मनात त्या सगळ्या गोष्टींचं चित्र उभं करत असे. परेडची मैदानं. तिथून तिचा संपत कसा रुबाबदारपणे परेड करत असेल, भरपूर अन्न मिळत असलेली जेवणाची खोली, मेसमध्ये त्याच्याबरोबर इतर जणांबरोबरचं दारू पिणं..सगळं सगळं ती मनातल्या मनात पहात होती. तिचा संपत चुकीची गोष्ट कशी काय सांगणार होता? तो 'तिचा' संपत होता.''

''लष्करी ठाण्यावर जाऊन त्याच्या अधिकाऱ्यांना आणि त्यांच्या बायकांना भेटायचा निश्चय तिने केला. त्या आनंदोत्सवात त्याच्यासह सहभागी होण्याचा चंगच तिने बांधला होता. जणू काही तीही अधिकाऱ्याचीच पत्नी होती!

परबतियाने आपल्या वडलांच्या आणि सासऱ्याच्या सगळ्या सूचना ऐकून घेतल्या आणि या कानाने ऐकून त्या कानाने सोडून दिल्या. तिने मनातल्या मनात गुपचुप आपली योजना आखून ठेवली होती.

अमावस्येच्या एका रात्री ती गुपचुपपणे गावातून बाहेर पडली आणि पहाटेची बस पकडून निघून गेली. बस स्टॉपवरच्या चहावाल्याच्या सुनेला तिने चौकशी करण्यासाठी आलेल्या लोकांना आपण गेल्याचे सांगायला सांगून ठेवले होते.

काय पण धाडस! परबतियाच्या मनात रोमहर्षकता होती. ती प्रथमच बसमधून एकटीने प्रवास करत होती. परंतु आपण नियमित प्रवासी असल्याचा बहाणा ती करत होती. तिने आपल्या पोटात न मावणारा आनंद तसाच दडपून टाकला होता. ती सतत खिडकीतून बाहेर पहात होती. आपल्या टेकड्यांवरील हिरवीगार झाडे ती पहात होती. टेकडीवरची हिरवळ तिथून खाली पसरलेल्या हिरव्यागार शेतांत मिसळून गेल्यासारखी वाटत होती. त्यानंतर तिला धुळीने भरलेला उघडाबोडका रस्ता दिसू लागला. त्या दिवशी भरपूर उकडत होते. उकाडा आणखी वाढत गेला, परंतु परबतिया मात्र रोमहर्षकतेने थरथरत होती. आता संपतला केवढं आश्चर्य वाटेल. तो केवढा रोमांचित होईल!

त्या विचाराने ती रोमांचित होत होती. त्या तंद्रीत एकटीनेच त्या भागातून प्रवास करणाऱ्या तरुणीकडे लागलेल्या पुरुषांच्या नजरा तिच्या लक्षातही आल्या नव्हत्या.

परबतियाला आपल्या इच्छित स्थळी पोहचण्यास थोडासाच त्रास झाला. तिला घराची काळजी नव्हतीच. कारण तिथे आपण ठेवलेला निरोप खात्रीने पोहचणार आणि घरचे लोक निरोप मिळाल्यानंतर व्याकूळ होणार नाहीत, काळजी करणार नाहीत याची तिला खात्री होती.

संपतने घरी पाठवलेल्या अखेरच्या पत्रावरचा पत्ता एका कागदावर लिहून घेऊन ती निघाली होती. ती सेंट्रीमध्ये पोहचली. ''इथून २०० यार्ड खाली जाऊन डावीकडे वळा. त्यानंतर पुन्हा डावीकडे वळा आणि मग उजवीकडे वळून ५०० यार्डांवर जा.''

परबतियाने अत्यंत कृतज्ञतेने मान डोलावली. या ओबडधोबड रस्त्यावरून २०० यार्ड खाली जायचे म्हणजे किती अंतर जायचे असा विचार तिच्या मनात आला. तिचे पाय दुखू लागले. ती कंटाळून गेली. तिला तहानही लागली होती. आता आपले हे धाडस लवकर

संपावे असाच विचार ती करत होती. त्याने आपल्याला काय सांगितले होते ते आठवून आपल्याला पाहून संपतला काय वाटेल याविषयी तिच्या मनाची दोलायमान स्थिती होऊ लागली. कारण तो म्हणाला होता, ''अधिकारी प्रत्येक गोष्टीची आगाऊ तयारी करतात. त्यांना आश्चर्यं आवडत नाहीत.''

ते अगदी बरोबरच होते. सैनिकांना आश्चर्ये आवडत नाही. आपल्या तरुण पत्नीला पाहून त्याला आनंद झाला होताच; परंतु परबतिया तिथे पोहचल्यामुळे त्याची पंचाईत झाली होती. त्याच्या सेंट्रीने इतरांना काहीही कल्पना न देता त्याला सावधगिरीचा इशारा दिला होता. परंतु जर मुख्य अधिकाऱ्याला याचा सुगावा लागला असता तर काय झाले असते?

संपतने आपल्या सुभेदार साहेबाची भेट घेतली आणि त्याच्यासमोर आपले मन खुले केले. ''जनाबजी, ती अगदी निष्पाप आहे. थोडीशी मूर्खही आहे. घरात कोणालाही न सांगता ती इथे आली आहे. एका मैत्रिणीकडे तिने फक्त निरोप ठेवला आहे. आता मी काय करावं? तिला न्यायला कोणीतरी येईपर्यंत मी काय करू?''

सुभेदाराच्या मिशा आपोआपच थरथरल्या.

''एक वाघीण इथपर्यंत आली, म्हणजे तू खरोखरच सुदैवी कुत्रा आहेस. एवढा सगळा रस्ता तुडवून ती तुझ्यासाठी इथपर्यंत आली आणि रस्त्यात तिला साधा कोणी स्पर्शही केला नाही. आता तिची काळजी घे.'' मात्र त्याच्याकडे करडी नजर टाकल्यावर त्याने त्याला मदत देऊ केली. क्वार्टर्समधल्या एका सहकाऱ्याशी बोलण्याचे वचनही त्याने दिले. त्याची बायको काही काळासाठी घरी गेली होती. ''ती तिथे काही दिवस राहू शकेल,'' तो म्हणाला.

परबतिया त्या संपूर्ण तळावर एकदम लोकप्रिय झाली होती. भाभीजीच्या धाडसामुळे तळावरील सगळे जवान आणि अधिकाऱ्यांच्या पत्नी एकदम रोमांचित झाल्या होत्या. संपतची पाठ चांगलीच थोपटली जात होती. त्याचे कौतुक केले जात होते.

त्याच्या लैंगिक पराक्रमाविषयीच्या चर्चा तिथे रंगू लागल्या. त्याच्या कामोत्सुकतेमुळे त्याची बायको एवढ्या उत्सुकतेने त्याच्याकडे आली होती का? अगदी निःसंदिग्धपणे काही विधाने केली जाऊ लागली. उत्तरोत्तर ती वाढतच जात होती.

ज्येष्ठ अधिकारी आणि त्यांच्या कुटुंबीयांमुळे संपतवर बंधने येत होती. त्याच्या गप्प राहण्याने परबतियाला काळजी वाटू लागली. ''तुला मी आता आवडेनाशी झालेय का? मी तिकडे यावं असं तुला वाटत नाही का?'' ती त्याला चिंताग्रस्ततेने विचारत असे. त्यानंतर त्याने थोड्या दिवसांची सुट्टी घेतली आणि तो तिला घरी सोडायला आला. तिथे आल्यावर तो तिच्याशी खूपच प्रेमाने आणि कामुकतेने वागला. त्याच्या प्रतिसादामुळे तिच्या मनातील भीती आणि राग कमी झाला. ती तशीच घरातून निघून गेल्यामुळे घरातील लोकांना आलेला रागही त्याच्या येण्यामुळे काही प्रमाणात मावळला होता. त्यावेळीच तिने त्याला अखेरचे बघितले. त्यानंतर तो घरी परतला, तो छिन्नविच्छिन्न झालेले शरीर घेऊनच.

त्या म्हाताऱ्या सैनिकाचा आवाज फाटला होता. ''त्या दोघांचंही एकमेकांवर खूपच प्रेम होतं. आणि आता? आता आपल्या जावयाला लवकरात लवकर मृत्यू यावा असं मला वाटतंय. केवढा दुष्ट सासरा आहे मी!''

त्याच्या चेहऱ्यावरच्या करड्या भावनांमुळे त्याचा आवाज आणखी फाटल्यासारखा वाटला आणि थरथरू लागला. त्या छोट्याशा अंगणात भरलेल्या गर्दीत त्याचे ते शब्द घुमल्यासारखे फिरले. लगेच तिथे प्रश्नार्थक कुजबुज सुरू झाली. मात्र त्यांच्या प्रत्येकाच्या मनातील प्रश्न माधाच्या तोंडातून एकाच शब्दांत बाहेर पडला. ''का?''

तो शब्द बंदुकीच्या गोळीसारखा सुटला होता. त्यात प्रश्न, उदासपणा आणि आश्चर्य अशा सगळ्या भावना ठासून भरलेल्या होत्या.

''माधा, मेरे भाई, संपतच्या स्थितीची तुला कल्पना नाही. परबतिया आणि त्याची आई या दोघीही त्याच्या बाजूला असतात. त्याचे दोन्ही पाय कापावे लागले आहेत. पोट, छाती आणि मानेवर जखमा आहेत. त्याला मृत्यू येणारच नाही, याची खात्री कोणालाही देता येत नाही. डॉक्टरांनाही नाही. पण मृत्यू आला नाही तरी तो कसा जगेल? तो काय करेल? संपत हा अभिमानी हिरो होता. त्याला तसाच राहू देत. त्याला पाय मिळतील का? परबतियाला त्याने सांगितलंय की त्याला जगण्याची इच्छा नाही आणि डॉक्टरांनाही तो जगेल याची खात्री वाटत नाही. त्यामुळे त्याला मृत्यू येणारच असेल तर तो लवकरात लवकर यावा अशीच माझी इच्छा आहे. परंतु लष्कराचे डॉक्टर आकाश-पाताळ एक करून रुग्णांचा जीव वाचवण्याचे प्रयत्न करतात. त्यांना न गमावण्याचे प्रयत्न करत

राहतात. आता जर संपत लवकर गेला, तर परबतियाला लवकरच नुकसान भरपाई आणि निवृत्तिवेतन मिळेल. मीही शक्य तितक्या लवकर तिचं दुसरं लग्न लावून देईन.''

''एकदा ही राजकीय रणधुमाळी संपली की कारगिल आणि त्याच्या हुतात्म्यांची आठवण कोणाला राहणार आहे? क्या कारगिल, कौन फौजी? त्यानंतर ते पैसे तरी देतील की नाही कोणास ठाऊक! की आम्हाला या डेस्कवरून त्या डेस्ककडे अशा प्रकारे हेलपाटे मारत वर्षानुवर्षं फिरावं लागेल? काही मेमसाहेबांना अशा समस्यांना वर्षानुवर्षं तोंड द्यावं लागलं हे मला माहिती आहे आणि तरीही त्या मेमसाहेब होत्या. माझ्या गरीब बिचाऱ्या परबतियाचा तिथे काय पाड लागणार? संपत असाच काही महिने पडून राहिला तर आता ज्या गोष्टी तातडीने केल्या जातायत तशा त्या नक्कीच नंतर होणार नाहीत. मग काय करायचं?''

''म्हणूनच मी देवाकडे प्रार्थना करतो आहे, की संपतला आणि माझ्या परबतियालाही देवाने लवकर मोकळं करावं. मी दोन्ही मुलींची पुन्हा एकदा लग्नं लावून देईन.''

हा सगळा वेळ माधा त्याचे म्हणणे पूर्ण लक्ष देऊन ऐकत होता. आता त्याचा चेहरा उतरला. त्याचा आवाज एकदम कडक बनला. तो म्हणाला, ''तुम्हाला हवं तर तुम्ही परबतियाचं लग्न लावून देऊ शकता. परंतु बेलिया आता आमची आहे.''

लगेच तिथे त्याचे मुलगे आणि भाऊ आपोआपच त्याच्या बाजूला गोळा झाले. माधा आणि बेलिया तिच्या वडलांच्या पायाशी बसले होते. त्यांच्या भोवती ते येऊन उभे राहिले. त्या दोघा वृद्धांच्या नजरा एकमेकींत मिसळल्या आणि लगेच बाजूला झाल्या. आपल्या मुलीच्या झुकलेल्या डोक्याकडे प्रेमाने पाहणाऱ्या पित्याची नजर आता थंडगार होती.

माधाचा चेहराही तेवढाच कठोर आणि पोलादी बनला होता. ती लोभी अपप्रवृत्ती होती का?

''ती माझी मुलगी आहे. आता तिचं इथे काय स्थान आहे? तिला घरी येऊ दे. आम्ही तिला पुन्हा तिच्या आयुष्यात स्थिरस्थावर करून देऊ. उका अजूनही तिची वाट बघतोय. त्याने मला तसं सांगितलंय.''

त्याच्या मुलीची बोटे त्याच्या बोटांमध्ये अडकली होती. तिच्या त्या स्पर्शात विनवणी होती.

परंतु माधा तसाच आपल्या निर्णयावर ठाम होता. ''नाही. बेलिया इथेच राहील. आपल्याला सगळ्यांनाच माहिती आहे, की बहुतेक तिच्या पोटात भीमाचा अंकुर वाढतोय. तो माझा नातू आहे. माझा वंशज आहे. इथे भरपूर काम आहे. आमच्या जमिनी आहेत आणि शिवाय सरकारनं नवीन जमीन देण्याचं मान्य केलंय. ती जमीन कोण कसणार? बेलियाला ते करावंच लागेल. त्या सगळ्या फाईल्स आणि खाती आणि ते सगळे व्यवहार कोण हाताळणार? शिवाय तिचं लग्न झालंच, तर ते सगळी जमीन काढून घेतील...''

''घेऊ देत ना,'' तो वृद्ध सैनिक खेकसला. ''तिला आधीच भरपूर दुःख भोगावं लागलेलं नाही का? तुम्ही तिला आणखी जन्मठेपेची शिक्षा का सुनावताय? तिने काय बँकेची खाती हाताळण्यात आणि जमिनी कसण्यात सगळं आयुष्य घालवायचं?''

त्याला आणखीही बरेच काही बोलायचे होते. 'तुम्हाला जमिनीवर हात मारायचा आहे आणि बँकेत येणाऱ्या पैशांवर तुमचा डोळा आहे. म्हणून तुम्ही माझ्या मुलीला माझ्याबरोबर येऊ देत नाही.' असे त्याला म्हणायचे होते. परंतु दक्षता हा युद्धाचा अधिक चांगला भाग असल्याचे त्याने ठरवले होते. आधीच तिथले तडे स्पष्ट दिसत होते आणि अनिष्टसूचक चिन्हेही दिसत होती. माधाच्या मागे सरपंच आणि खेड्यातील बनिया उभे होते. जमीन आणि पैसा या दोन गोष्टींच्या जादूने त्यांना गेटजवळच रोखून ठेवल्याचे दिसत होत.

बनिया म्हणाला, ''फौजीभाई, बेलिया आता या गावची झालेय. आम्ही तिची काळजी घेऊ. नवीन जमिनीसाठी लागणाऱ्या बियाण्यांची आणि खतांची काळजी करू नकोस असं मी आताच माधाला सांगितलंय. त्याने घेतलेलं आधीचं कर्ज त्यानं फेडलं रे फेडलं की मी बेलियाच्या जमिनीसाठी नवीन खातं उघडेन. आता ट्रॅक्टरचं कर्ज सहजगत्या फेडलं जाऊ शकतं.''

बेलियाच्या झुकलेल्या मानेकडे पहात असलेल्या काही स्त्रियांच्या मनात तिच्याविषयी सहानुभूती निर्माण झाल्याचे दिसत होते. प्रत्येक शब्दातून बेलियासाठी जन्मठेपेची शिक्षा सुनावली जात होती. तिची सासू अगदी विदीर्ण झाल्याचे दिसत होते. तिच्या चेहऱ्यावर भरपूर सहानुभूती दिसत होती, परंतु तिच्या डोळ्यांत मात्र पुरुषांच्या कोंडाळ्यात दिसत होता, त्याप्रमाणेच अगदी स्पष्ट लोभीपणा दिसत होता. तिचा सासरा, दीर, नवऱ्याचे काका, भाऊ, सावकार आणि पतपुरवठा करणारे आणि अगदी दलाल या सगळ्यांच्याच डोळ्यांत ती लालसा स्पष्ट दिसत होती.

त्या वृद्ध सैनिकाने अधिकारी कुठे दिसतात का ते पाहण्यासाठी सर्वत्र नजर फिरवली. परंतु ते कुठेच दिसत नव्हते. त्याच्या बेलियाला जन्मठेपेची शिक्षा सुनावत असलेल्या असंस्कृत न्यायालयापासून दूर थांबून नक्कीच ते या सगळ्या प्रकाराची मजा अनुभवत असणार हे त्याला माहिती होते.

''माधा,'' त्याने याचनेच्या स्वरात म्हटले, ''तुलाही मुली आहेत. माझ्या मुलीलाही थोडा आनंद लाभू देत. तिने तिचं कर्तव्य पार पाडलंय आणि तुमच्या बाबतीतलं कर्तव्य ती यापुढेही पार पाडत राहील.''

''ते तर तिचं कर्तव्यच आहे,'' लगेच झटक्यात उत्तर आले. ''आपल्या कुटुंबाची काळजी तिने घेतलीच पाहिजे. आता तू शांतपणे निघून जा. जर तिला लग्न करायचंच असेल, तर तिने भीमाच्या स्मृतीशी ते करावं किंवा त्याच्या छोट्या भावाशी करावं. (नऊ वर्षाच्या छोट्या मुलाशी?)''

याचा अर्थ स्पष्ट होता. ती गिधाडे आपल्या भक्ष्याला जाऊ देणार नव्हती. त्यांच्यासमोर चालून आलेली ती मेजवानी होती. बेलियाने तिच्या वडलांकडे वर पाहिले. तिच्या चेहऱ्यावर आता अपेक्षा उरली नव्हती. तिचा चेहरा निस्तेज दिसत होता आणि डोळे निर्जीव दिसत होते.

''बाबा जा आता तुम्ही,'' ती संरक्षणात्मक पवित्रा घेत म्हणाली. ''तुम्हाला शक्य असेल तर तिच्यावरही गिधाडांनी झडप घालण्याआधी तुम्ही परबतियाची काळजी घ्या आणि आता मी पुढच्या जन्मी त्याला भेटेन, असं उकाला सांगा.''

तिचा आवाज स्पष्ट आणि मोठा होता. त्यामुळे माधाचा संताप पराकोटीला पोहचला. त्याने तिच्यावर हात उगारला. मात्र त्याच्या व्याह्याने त्याला रोखले. त्याच्या चेहरा ठाग होता.

''बेलिया तुझी मुलगी आहे, असं तू आताच म्हणाला होतास. एकदा माझी पाठ फिरली की तुम्ही तिची काळजी घ्याल याची मला कशी काय खात्री वाटेल? कारण आता तर भीमही गेलाय.''

बाहेरून एक कर्कश आरोळी आली, ''सोन्याचं अंडं देणाऱ्या कोंबडीला कोण मारून टाकेल?''

आता तो वृद्ध उठून उभा राहिला. ''तुम्हाला सगळ्यांना लाजा वाटल्या पाहिजेत. तुम्ही स्वतःला पुरुष म्हणवून घेता? आम्ही तुम्हाला दलाल किंवा गिधाडं म्हटलं पाहिजे. एका विधवेच्या आणि तिच्या नवऱ्याच्या रक्तावर मिळणाऱ्या पैशावर जगता?''

त्या वृद्ध स्त्रीचा मुलगा त्याला शांत करण्यासाठी पुढे आला. तिने त्याला बाजूला केले.

''माधा, मक्खीचूस आता तू कोण आहेस? गिधाडच ना?''

आता तिथे चर्चेला ऊत आला. प्रत्येक जण बोलू लागला. त्या सगळ्या गडबडीत बेलियाने आपल्या वडलांना घराच्या आतल्या बाजूला नेले. स्वयंघोषित शरीररक्षकांकडे तिचे लक्ष होतेच.

''बेटी,'' तो वृद्ध सैनिक कुजबुजला, ''मी तुला रात्री इथून घेऊन जातो. मी अधिकाऱ्यांशी बोलतो...''

''नाही बाबा, नाही. त्यांना रक्ताची चटक लागली आहे. त्यांच्यापासून मी किती दिवस लपून राहणार आहे? अगदी घरात तरी मी किती दिवस दडून राहीन? उकाबरोबर ते मला शांततेनं जगू देतील असं तुम्हाला वाटतं का? ते त्यालाही ठार मारतील. त्यांच्या मनाला आधीच पैशाच्या लोभानं पोखरून टाकलंय. इथून मी किती काळाने आणि कशा प्रकारे बाहेर पडू शकेन हे आता मलाच पहावं लागेल. माझं भवितव्य सुरक्षित करून त्यांना माझ्यामागे कसं नाचवायचं ते मी पाहते.''

''तुम्ही मला लिहायला शिकवलंत, त्याबद्दल मी तुमची आभारी आहे. त्यामुळे ते मला फसवू शकणार नाहीत. मी प्रत्येक ठिकाणी वेगवेगळ्या सह्या करू शकेन आणि त्यामुळे त्यांना माझ्या तालावर नाचावंच लागेल. ते त्यांना करू देत....''

''बेटी, समजून घेण्याचा प्रयत्न कर. ते कदाचित तुला.....''

त्याला सर्वाधिक अनिष्टाची जी भीती वाटत होती, तिचा उच्चारही तिने त्याला करू दिला नाही. ''नाही बाबा. माधा मला काहीही करणार नाही. परंतु तो मला जाऊही देणार नाही. त्याला त्या पैशांची अगदी हाव सुटलेय. आता तुम्ही जा. परंतु मला ज्यावेळी आधाराची गरज भासेल, त्यावेळी मी तुम्हाला पुन्हा बोलावून घेईन. तिकडच्या गिधाडांनी तिच्यावर झडप घालण्याआधी परबतियाकडे जा.''

बेलियाने तिच्या वडलांना बाहेर जाण्यासाठी ढकलले. परबतियाकडे जाण्यासाठीसुद्धा त्यांना खूप उशीर होऊ नये, यासाठी जणू ती त्याला घाईने तिथून जायला सांगत होती!

२२. संकटातून बचावलेली निर्भया

एक निचेष्ट दिसणारी आकृती पलंगावर पडलेली होती. अत्यंत वेदना सहन करत तिने आपला चेहरा नुकत्याच उघडलेल्या दरवाजाकडे वळवला. छुटकीला तिच्या आईची चाहूल लागली होती. आईची पावले जड, कंटाळल्यासारखी पडत होती. जवळजवळ ती पाय ओढतच चालत होती.

आपले डोळे उघडायला छुटकीला थोडा वेळ लागला. परंतु तिने डोळे उघडले आणि आपल्या नवीन घोगऱ्या आवाजात तिने क्षीणपणे विचारले, ''काय झालं आई?''

तिच्या आईने, दिव्याने हातानेच तिला थांबण्याची खूण केली. ती प्रथम बाथरूममध्ये गेली आणि नंतर चेहरा पुसत बाहेर आली.

''बेटा, तुला सगळं काही जाणून घ्यायचं आहे, हे मला माहिती आहे. सलोनी आणि संदीप भैय्याला येऊ देत. मग तुम्हाला सगळ्यांनाच मी सगळं एकदमच सांगते. ठीक आहे?''

दिव्याने आपल्या मुलीकडे पाहिले. तिच्या चेहऱ्यावर दयार्द्र भाव होते. छुटकीचा रंग अजूनही फिका दिसत होता आणि तिचा आवाज अगदी क्षीण होता. तो अगदी कसाबसा ऐकू येण्याएवढा होता. परंतु ती आता बोलू शकत होती. पहिल्या मध्यरात्री तिथे फक्त मूक शांतता पसरलेली होती आणि ती फक्त घोगऱ्या आवाजात चारच नावे पुनःपुन्हा उच्चारत राहिली होती. धीर, धिमंत, नवीन आणि उज्वल. ती चार नावे त्यांच्या सगळ्यांच्याच सामूहिक जाणीवेत आता कायमची कोरली गेली होती.

''मी प्रथमच खरोखरचं न्यायालय आतून पाहिलं,'' तिने स्मित करत सांगितले. ''टी.व्ही. किंवा सिनेमात असतात तशा चकाचक प्रतिमांची ही न्यायालयं नसतात. त्यांच्या आवारांमध्ये प्रचंड गर्दी असते. तिथेच दलालांची टेबलं असतात आणि ज्यांना स्वतःची ऑफिसं नसतात असे वकीलही तिथेच फिरत असतात. लोकांचे घोळकेच्या घोळके तिथून फिरत असतात. एखाद्या बाजारासारखंच तिथलं वातावरण असतं. एखाद्या मॉलसारखाच गजबजाट असतो. या प्रकरणाची सुनावणी कुठे होणार आहे, ते शोधण्यासाठी मला चौकशी करावी लागली. एका जुनाट इमारतीत वरच्या मजल्यावर ती होती. जिन्याच्या पायऱ्या वापरून वापरून जीर्ण झालेल्या आहेत. न्यायालयीन कक्षाच्या बाहेरच्या बाजूला कोपऱ्यात गोलाकार गच्ची आहे. प्रत्येक भिंतीवर पान खाऊन थुंकल्याच्या खुणा आहेत आणि सगळीकडे दुर्गंधी भरलेली आहे. कॉरीडॉरमध्ये सर्वत्र घामट शरीराचे लोक फिरत असतात आणि न्यायालयीन कक्षांमध्ये खिळखिळ्या झालेल्या खुर्च्या आहेत. त्यांच्या खुर्च्यांची प्लॅस्टिक आणि वेत एवढे जीर्ण झालेले असतात की त्यांच्यावर बसणंही धोकादायक वाटू लागतं. बेंच अगदीच अव्यवस्थित असतात. वकिलांच्यासाठी भलीमोठी टेबलं असतात. दोन टेबलं स्टेनो आणि क्लार्कसाठी असतात. आरोपी आणि साक्षीदार यांच्यासाठी दोन लाकडी पिंजरे असतात. त्यांना उंच रेलिंग असते. तिथे न्यायाधीश असतात. त्यांची जागा सर्वोच्च असते. त्याही वरच्या बाजूला न्यायदेवतेची मूर्ती असते.

''आपल्या केससाठी एक भारदस्त दिसणारी महिला न्यायाधीश होती,'' दिव्या आता सर्वांच्याच दृष्टीने महत्त्वपूर्ण असलेली माहिती सांगू लागली. ''तिने मागे स्टायलिश अंबाडा घातला होता. तिच्या चेहऱ्यावर किमान मेकअप होता आणि ती निष्पक्षपाती असल्याचं दिसत होतं.'' पुन्हा एकदा तिने आपल्या मुलांकडे नजर टाकली. ती ऐकत होती. छुटकीने आपला हात पुढे केला. ''होय. ते तिथेच होते. चारही जण आणि त्यांचे वकील तिथेच होते. शिवाय आपले वकील – साहाय्यक सरकारी वकील (एपीपी) तिथे उपस्थित होती. आजचा पहिलाच दिवस असल्यामुळे खरं पाहता तसं फारसं काही घडलं नाही.''

दिव्याने आजूबाजूला पाहिले होते, तेव्हा आरोपी आपापसात कुजबुजत होते आणि त्यांचे वकील आत्मसंतुष्टीचा भाव चेहऱ्यावर आणून इकडे तिकडे बघत होते. दिव्याचे पालक आणि भावंडे ताठ बसून आरोपींकडे एकटक, रोखून पहात होती.

वकिलाने सूचना दिली होती की न्यायालयीन कक्षातील कामकाज रुक्ष आणि कंटाळवाणे असते ; मात्र ते सहन करावेच लागेल.

''आपली केस उशीरा सुनावणीसाठी आली. एपीपीचे नाव श्रुती आहे. तिने न्यायाधीशाला त्या चारही तरुणांविरुद्ध असलेल्या आरोपांची माहिती दिली. सामूहिक बलात्कार, खुनाचा प्रयत्न आणि प्राणघातक हल्ला करणे असे आरोप त्यांच्यावर आहेत, असे तिने सांगितले. सेक्शन ३७६ जी खाली सामूहिक बलात्काराचा, ३०७ खाली खुनाच्या प्रयत्नाचा आणि प्राणघातक हल्ल्याचा ३२० खाली गुन्हा दाखल करण्यात आला. आरोपींच्या रिंग लीडरने जामीन मिळवला होता. तो थोडासा लांब उभा होता. न्यायाधीशाने वाचून दाखवलेल्या आरोपांविषयी तो उदासिन होता. त्या चौघांनीही ठामपणे सांगितले, ''आम्ही अपराध केलेला नाही.''

उज्वल म्हणाला, ''तिने आमच्याकडे मोबाईल मागितला आणि आम्ही तो तिला दिला,'' त्याने हातातील मोबाईल वर उचलून दाखवला.

मिस श्रुतीने लगेच कामाला सुरुवात केली. तिने पोलीस तपासाचे निष्कर्ष, घटनास्थळी सापडलेला पुरावा आणि अखेरीस वैद्यकीय अहवाल न्यायालयासमोर ठेवला. डॉक्टरांनी सामूहिक बलात्कार झाल्याचे स्पष्टपणे म्हटले होते. याशिवाय पायांवर, पोटावर आणि स्तनांच्या मध्यभागी चटके दिल्याच्या खुणा, मनगटांवर आणि पायांवर घट्ट बांधून ठेवल्याच्या खुणा आणि हनुवटीखाली काही गूढ, संसर्ग झालेली गोष्ट घासली गेल्याचे आढळले होते. एक हात मोडला होता. कोपर खिळखिळे झाले होते आणि डोक्याला भयानक गंभीर दुखापत झाली होती.

हे सगळे सांगितले गेल्यावर आरोपींनी एकमेकांकडे बघितले. त्यांच्या चेहऱ्यांवर प्रश्नचिन्ह होते.

तिच्या नखांमध्ये काहीही सापडले नाही. मात्र त्या चारही पुरुषांच्या नखांखाली बऱ्याच गोष्टी सापडल्या. दोघांच्या वीर्याच्या नमुन्याशी सापडलेले वीर्य जुळले आहे. तिला रक्तस्त्राव होत असल्यामुळे कोणते ना कोणते हत्यार या गुन्ह्यात वापरले गेले असणार असा अंदाज डॉक्टरांनी व्यक्त केला होता. अंतर्गत भागात गंभीर दुखापत झाली होती. त्यामुळे जर कधी गर्भधारणा होण्याची शक्यता निर्माण झालीच तर ती होऊ शकेल का याविषयी साशंकताही डॉक्टरांनी व्यक्त केली होती.

खरे तर तिथे बरेच काही घडले होते. छुटकीवर तो प्रसंग गुदरला होता आणि तिला रुग्णालयात दाखल करण्यात आले होते त्याला आता महिना उलटून गेला होता. ती अजूनही अंथरुणालाच खिळून होती. अजूनही त्या साऱ्या प्रसंगाच्या भयावहतेतून ती बाहेर पडलेली नव्हती. तिचा एक हात प्लास्टरमध्ये होता. तिचे डोके जड होते. ती फारसा विचार करू शकत नव्हती. तिला अजूनही चक्कर आल्यासारखे होत होते. ती अगदी कमीत कमी बोलू शकत होती. हनुवटीखालचे ते भयानक ओरखडे आणि जखमा कसल्या होत्या ते कोणालाही समजलेले नव्हते. त्यांच्यामधून अजूनही स्राव बाहेर पडत होता. त्या जखमा कसल्या होत्या ते कोणाला समजत नव्हते आणि ती काहीही बोलत नव्हती. अंतर्गत जखमा भरून येण्यास बराच वेळ लागत होता. त्या चार नावांखेरीज ती काहीही बोलत नव्हती. वैद्यकीय तपासणीतून सामूहिक बलात्कार झाल्याचे अगदी स्पष्टपणे समोर आले होते.

परंतु तिचे कुटुंबीय आता अत्यंत व्यग्र होते. ते सगळे असे घडले होते :

एके दिवशी संदीप रात्री उशीरा घरी परतला त्यावेळी त्याला ती घरी येण्याच्या पायऱ्यांवर बेशुद्धावस्थेत सापडली. त्याने बेल वाजवली आणि तिला आत आणले. 'मला स्पर्श करू नकोस, मला स्पर्शही करू नकोस,' असे म्हणून ती प्रतिकार करण्याचा दुबळा प्रयत्न करत होती. डॉक्टरला बोलावण्यात आले; परंतु एकूण परिस्थिती पाहता डॉक्टरने तिला रुग्णालयात दाखल करण्यास सांगितले. सामूहिक बलात्कार आणि डोक्याला जबरदस्त दुखापत, शिवाय हात मोडलेला होता. तिला तातडीने रुग्णालयात दाखल करण्यात आले आणि लगेच उपचार सुरू झाले. शिवाय पुरावे गोळा करण्यासही सुरुवात झाली.

छुटकीचे बोलणे एकदम बंद झाले होते. वैद्यकीय पुराव्यांमध्ये बऱ्याचशा जागा मोकळ्या होत्या. ती फक्त चारच नावे पुनःपुन्हा घेत होती. धीर, धिमंत, नवीन आणि उज्वल. तिचा आवाज घोगरा बनला होता. तिच्या आधीच्या मंजुळ, कोमल आवाजाशी तो पूर्णपणे विसंगत होता. त्यानंतर तिने आपले तोंड मिटून घेतले. तिला कित्येक दिवस बोलताही येत नव्हते. त्यामुळे दिव्याने वकिलाचा सल्ला घेतला. पोलिसांशी बोलणी केली आणि छुटकीच्या त्या स्थितीला जबाबदार असलेल्या चौघांची नावे पोलिसांना सांगितली. त्यांना कोठडीत नेण्यात आले. तपासात त्यांचा अपराध सिद्ध झाला. परंतु त्यांच्यापैकी एकाचे लागेबांधे वरपर्यंत असल्यामुळे वैद्यकीय तपास पूर्ण झाल्याबरोबर लगेच त्याला जामीन मिळाला.

तरुणांनी पुढाकार घेतला. सलोनी आणि संदीप यांनी आपल्या जवळच्या विश्वासू मित्र-मैत्रिणींना, चुलत-मावस भावंडांना गोळा केले.

''आपण काहीतरी केलंच पाहिजे....''

''काय करायचं सलोनी दीदी, त्यामुळे छुटकीची परिस्थिती अधिकच बिघडेल.''

संदीपच्या मनात एकच विचार धगधगत होता. ''मी त्या सगळ्यांचे खून करेन.''

त्याच्या आईने त्याला सणसणीतपणे खडसावले, ''मग तूही तुरुंगात जाशील. त्यामुळे छुटकीचं चांगलं कसं काय होईल? डोकं चालवून विचार कर. खून वगैरे करण्याची ही वेळ नाही. त्यांना सगळ्यांना, त्यांच्या कुटुंबीयांना, मित्र-मैत्रिणींना आणि त्यांच्याशी संबंधित प्रत्येकाला शरमिंदं करण्याची ही वेळ आहे. त्यांचे उदाहरण सगळ्यांसमोर ठेवून त्यांच्या नावांना काळिमा फासला जावा अशा प्रकारे काहीतरी करण्याची ही वेळ आहे. त्या दृष्टीने काम करा. यावर थंड डोक्याने विचार करा.''

अचानकच प्रत्येक जण जागा झाल्यासारखा ताठ बसला.

''त्यांच्या कुटुंबीयांना शोधून काढा. त्यांचे फोटो घ्या. अगदी त्यांच्या चुलत-मावस भावंडांचे आणि मित्र-मैत्रिणींचे आणि शेजाऱ्यांचे फोटोही घ्या. त्यांचे भाजीवाले, धोबी, गॅरेजवाला सगळ्या-सगळ्यांचा शोध घ्या. सगळ्या जगाने त्यांच्या बहिणींना, आयांना, मेव्हण्यांना, मैत्रिणींना बलात्काऱ्यांच्या आया, बहिणी, मेव्हण्या, मैत्रिणी म्हणून ओळखलं पाहिजे. त्यांच्या स्वतःच्या कुटुंबांत आणि समाजात शरमिंदेपणाने वावरण्याची वेळ त्यांच्यावर येऊ द्या. त्यांनी केलेल्या लज्जास्पद कृत्यामुळे त्यांच्या बहिणीचे लग्न मोडेल किंवा त्यांच्या चुलत-मावस बहिणींना बलात्काराच्या या प्रकरणामुळे त्यांच्या सासरचे लोक घरी परत पाठवून देतील तेव्हाच त्यांना खरा धडा मिळेल.''

ती तिथून निघून गेली. तरुण मने मग तिने दिलेल्या दिशेवर काम करू लागली.

दोन दिवसांनी बाजारातील मिठाईच्या प्रसिद्ध दुकानाकडे पाहून लोक सकाळी हसत होते. कुजबुजत होते. दुकानात येणारे ग्राहकही खिदळत होते आणि फक्त नव्या मिठाईच्या चवीविषयी विचारून निघून जात होते. त्यामुळे दुकानातील कर्मचारी बुचकळ्यात पडले होते. काय चालले होते?

''छोटू, रस्त्यावरचे सगळे लोक आपल्याकडे पाहून का हसतायत ते बघून ये बघू.'' त्यांच्या मालकाने आदेश दिला. छोटू रस्त्यावर गेला आणि त्या गर्दीत मिसळून गेला. तो चांगलाच हैराण झाला होता. कारण बाकीच्या सगळ्या गोष्टी योग्य प्रकारे सुरू होत्या; मग लोक हसत का होते? स्टेशनरीच्या दुकानातील शिपायाला त्याने कारण विचारले.

''तुझ्या दुकानाचं नाव तू वाचू शकत नाहीस का? नवीन साईनबोर्ड बघ. 'भालुभाई स्वीट्स' ऐवजी 'बलात्कारी स्वीट्स' असा फलक तुझ्या दुकानावर लागलेला आहे.'' छोटूने आ वासला. आपल्या मालकाला 'बलात्कारी स्वीट्स' बद्दल कसे सांगावे या विचारात तो पडला.

लोक मोबाईलवर त्या साईनबोर्डचे फोटो काढत होते. थोड्याच वेळात दोन प्रेस फोटोग्राफर तिथे आले. छोटू धावतच दुकानात गेला आणि त्याने आपल्या मालकाला साईनबोर्डविषयी सांगितले. परंतु तोपर्यंत खूपच उशीर झाला होता. फोटोग्राफर्सनी फोटो काढले होते आणि ते निघून गेले होते. लवकरच दुपारच्या आवृत्त्या बाजारात आल्या आणि गरमागरम केकसारख्या हातोहात खपल्या. दुसऱ्या दिवशी सकाळी भालुभाई स्वीट्स आणि धीर हा बलात्कारी यांच्यातील संबंध सगळ्या गावाला समजला. फक्त त्या दुकानाचेच नव्हेत; तर धीरचे पालक, त्याच्या बहिणी काही चुलत-मावस भावंडे आणि अगदी आधीच्या मैत्रिणी वगैरेंचे फोटोही छापून आले होते. एका माजी मैत्रिणीने स्पष्टच सांगितले होते, की त्याचे वागणे नेहमीच विकृतपणाचे आणि नैतिक अधःपतनाचे असल्याचे तिच्या लक्षात आले होते. तो असे काहीतरी करेल असे तिला वाटलेही होते.

'त्यांना हे फोटो कुठून मिळाले?' कुटुंबीय आश्चर्यचकीत झाले होते. हे कोणी केले असेल, याविषयी ते तर्कवितर्क करत होते. इतर बलात्काऱ्यांच्या कुटुंबीयांनी मनातल्या मनात हसत समाधान व्यक्त केले होते. कारण काहीही झाले तरी धीर तर फक्त एका 'हलवाया' चाच (मिठाईवाल्याचा) मुलगा होता. त्याच्या बाबतीत हे घडणारच होते. धीरच्या इतर कुटुंबीयांनी त्याच्या पालकांवर तोंडसुख घेतले होते. ''तुम्ही आपल्या मुलाला हेच शिकवलं का? आता आमच्या मुलींबरोबर कोण लग्न करेल?'' पोलीस कोठडीतील इतर पुरुषांविषयी मात्र काहीही म्हटले गेले नव्हते.

त्या पुरुषांची वैद्यकीय तपासणी पूर्ण झाल्याबरोबर त्यांनी जामीन मिळण्यासाठी अर्ज केले. काही दिवसांनंतर नवीनच्या जामीन अर्जावर सुनावणी सुरू होती. त्याच वेळी त्याचा

भाऊ निराश झाल्यासारखा न्यायालयात शिरला. त्याच्या हातात गुंडाळी केलेले वृत्तपत्र होते. जामीन मिळेपर्यंत त्याने ते तसेच आपल्या हातात ठेवले होते. नंतर त्याचे वडील न्यायालयीन कक्षातून पोलीस ठाण्याकडे निघाले. तिथे काही कायदेशीर कागदपत्रांचे काम करायचे होते. त्यावेळी त्याने दुपारची आवृत्ती दाखवली. बाजारपेठेतील प्रसिद्ध पुस्तकांच्या दुकानावर लागलेल्या फलकाचा फोटो त्याने दाखवला. त्या भल्या मोठ्या फलकावर लिहिले होते, 'बलात्काऱ्याचे कुटुंबीय' त्यावर त्याच्या सगळ्याच्या सगळ्या कुटुंबीयांचे फोटो होते. शिवाय त्याच्याही काही पूर्वाश्रमीच्या मैत्रिणी, त्याची शिकवणी घेणारे शिक्षक–शिक्षिका, जवळचे मित्र, त्यांच्या दुकानाचा मालक आणि त्याच रस्त्यावर त्यांना पान विकणारा पानवाला या सगळ्यांचे फोटो त्यावर होते.

'या लोकांना ओळखा,' त्या फोटोच्या वरच्या बाजूला ठळक ओळ छापली गेली होती.

'दोन धारातीर्थी, दोन अद्याप जिवंत.' त्यांचे कुटुंबीय आता सावध झाले होते. परंतु कशाविषयी? कोणाविषयी? ते कधी घडणार होते? नवीनचे वडील हे सारे घडेपर्यंत अगदी प्रतिष्ठित व्यक्ती म्हणून गणले जात होते.

तरुणांकडे भरपूर नवनवीन कल्पना असतात. आता काय? फेसबुक आणि ट्विटरवरून भरभरून माहिती पुरवली जात होती. सर्वत्र या प्रकरणाखेरीज संबंधित लोकांचे फोटोही झळकत होते.

पुढच्याच आठवड्यात एका भारदस्त संकुलातील एका इमारतीत काही मुलींचा घोळका हसत–खिदळत घुसला. सुरक्षा रक्षकाने त्यांच्याकडे पाहिले. त्या सर्वांच्या अंगावर चांगले कपडे होते. त्यामुळे त्यांना थांबवावे अशी कल्पनाही त्याच्या मनात आली नाही. वर जाण्यासाठी त्या लिफ्टमध्ये चढल्या. त्याने बघितले. दहाव्या मजल्यावर लिफ्ट गेली होती. तिथे कॉलेजला जाणारी एक तरुणी रहात होती.

त्या तरुणी बाहेर पडल्या आणि वरचे दोन मजले चढून जाऊन टेरेसजवळ पोहचल्या. टेरेसच्या दरवाजाला कुलूप होते. त्यांच्यापैकी एकीने आपल्या बॅगमधून हातोडा बाहेर काढला आणि कुलूप तोडून त्या टेरेसवर पोहचल्या. त्यानंतर त्यांनी टेरेसची पाहणी केली. इतर सगळ्याच इमारतींवरून दिसू शकेल अशी जागा त्यांनी शोधली. मात्र कोणाच्याही गच्चीतून ती दिसणार नाही याची त्यांनी काळजी घेतली. त्यामुळे निदान काही

काळ तरी त्यांना अटकाव होऊ शकणार नव्हता. गच्चीच्या बाहेरच्या भागातून जमिनीपर्यंत दोरखंड सोडण्यात आले. त्यानंतर त्या शांतपणे प्रतीक्षा करू लागल्या. संध्याकाळचे सहा वाजण्याची वाट त्या बघत होत्या. त्यावेळी मुले आणि त्यांच्या आयांचे घोळके पायऱ्या उतरून खाली जातात. मुले खेळायला जातात आणि त्यांच्या आया गप्पाटप्पा करत थांबतात. त्यांच्यापैकी एकीने नवीन कुलूप आणि चावी आपल्या हातात धरली होती. डेडलाईन जवळ येऊ लागल्याबरोबर काहींनी झटपट टेरेस सोडले आणि लिफ्टमधून खाली जाऊन त्या शांतपणे उभ्या राहिल्या.

पहिले मूल तिथे आले. त्याबरोबर अंगठा वर करून खाली उभ्या असलेल्या मुलींनी खूण केली. त्याबरोबर तिथे वर उभ्या असलेल्या मुलींच्या हातातील फलक विजयीपणे झळकला. 'बलात्कारी खानदान देखो.' धिमंत आणि त्याच्या कुटुंबीयांचे फोटो त्या फलकावर होते. त्याच्या घरातील आबालवृद्धांचे ते फोटो होते. कोणीही त्या फोटोंमधून सुटले नव्हते. त्यांच्या कुटुंबाच्या मालकीच्या दुकानाचा फोटोही तिथे होता आणि त्यावर ठळक अक्षरातील ओळ होती, 'त्यांचा खरा धंदा हा आहे का?'

त्यांनी झटकन टेरेसला नवीन कुलूप लावले आणि किल्ल्या खिशात टाकल्या. जुन्या किल्ल्या शोधण्यात आणि टेरेसचे कुलूप तोडण्याची परवानगी मिळवली नसल्याविषयी चर्चा करण्यात सुरक्षारक्षकांचा थोडा वेळ जाणारच होता. शिवाय नवीन कुलूप तोडायलाही वेळ लागणार होता. तोपर्यंत सगळी सोसायटी तो फलक पाहणार होती. शिवाय खाली उभ्या असलेल्या मुलींनी आपापल्या मोबाईलमध्ये तोपर्यंत त्या फलकाचे फोटो घेतले होते. दुसऱ्या दिवशीच्या वर्तमानपत्रांची प्रमुख बातमी म्हणून हा प्रकार झळकला होता. पण उद्यापर्यंत कशाला थांबावे लागणार होते? व्हॉट्स ॲप होतेच की! तातडीने ते फोटो सगळीकडे गेले.

पहिल्या दोन प्रकारांनंतर बलात्काराचा विषय सर्वत्र चर्चिला जात होता. आता तर घरा-घरात त्याची मोठीच चर्चा होत होती. शाळा आणि महाविद्यालयांमध्ये व्याख्याने ठेवली जात होती. स्वसंरक्षणाचे धडे मुलींना दिले जात होते. त्यावर चर्चा होत होत्या. परंतु त्याहूनही अधिक महत्त्वाची गोष्ट मॉलमध्ये घडली होती आणि दुसऱ्या दिवशीच्या वर्तमानपत्रांची ती मुख्य बातमी होती.

दिव्याची पुतणी आणि तिच्या मैत्रिणींनी नवीनच्या दोन चुलतबहिणीचा मॉलमधील रेस्टॉरंटपर्यंत पाठलाग केला. 'सोईस्करपणे' त्यावेळी काही पत्रकारही तिथे उपस्थित होते.

ती ऑर्डर देण्यासाठी गेल्यावर दिव्याच्या पुतणीने मोठ्या आवाजात स्पष्टपणे विचारले, ''बलात्कारी आणि त्यांच्या कुटुंबीयांनाही तुम्ही खाऊ घालता का? त्यांचीही सेवा करता? मला वाटलं होतं की तुमचं रेस्टॉरंट प्रतिष्ठित लोकांसाठी काम करतं.''

तो आवाज आजूबाजूच्या सगळ्या टेबलांपर्यंत पोहचला आणि प्रत्येक जणच कान देऊन ऐकू लागला. व्यवस्थापक आला आणि शरमिंदेपणाने, संकोचाने म्हणाला, ''मॅडम....''

''मला मॅडम म्हणू नका. या लोकांपासून सुटका करून घ्या,'' तिने बोटाने त्यांच्याकडे निर्देश केला. ''किंवा आम्हाला सगळ्यांना इथून निघून जायला सांगा. तुम्हाला बलात्काऱ्यांच्या कुटुंबीयांबरोबर खात बसायला आवडेल का?'' तिने तिथल्या लोकांना विचारले.

''परंतु त्यांचा अशा प्रकारे छळ का करायचा?'' एकाने विचारले.

''तुम्ही त्यांचे नातेवाईक आहात का?''

''मला त्यांची काहीच माहिती नाही. परंतु अजूनही या प्रकरणासंदर्भातील निकाल लागायचा आहे.''

''म्हणजे या प्रकरणाचा निकाल लागायचा आहे, म्हणून तुम्ही या कुटुंबीयांसमवेत खात बसणार आहात. उद्या तुम्ही म्हणाल की आता निकाल लागलाय. तो तुरुंगात आहे. मग त्याच्या कुटुंबीयांना शिक्षा का करायची? बरोबर?''

''का म्हणू नये? ही फक्त माणुसकी आहे.''

''मग जिला या सगळ्या नरकयातना भोगाव्या लागल्या आणि जी अजूनही त्या भोगते आहे तिचं काय? तुम्ही तिचा कधी विचार तरी केला आहे का? तिच्याविषयी सहानुभूती दाखवण्याची तसदी घेतली? माणुसकी दाखवली? पणती, मेणबत्ती पेटवली? फुलं दिली किंवा तिच्याशी अगर तिच्या कुटुंबीयांशी एखादा शब्द तरी बोललात? तिच्यावर

सामूहिक बलात्कार झाला ही गोष्ट आधीच सिद्ध झाली आहे. मग तुमच्या या माणुसकीच्या भावनेला ती पात्र नाही का?''

कित्येक मोबाईलचे कॅमेरे चमकले. प्रेसनेही कित्येक फोटो घेतले आणि हा दुसरा प्रसंगही नोंदवला गेला. आता सर्वच तरुणांमध्ये या प्रकरणाविरुद्ध काम करण्याची लाट उसळली होती. एखाद्या उच्चभ्रूच्या लग्न समारंभात काही जण जात. त्यानंतर कोणाला तरी नवीनच्या कुटुंबीयांची ओळख करून देत आणि मग जोरात ओरडून म्हणत, 'अरेच्चा, हे तर बलात्कारी नवीनचे कुटुंबीय आहेत.''

अजूनही या सगळ्यातून उज्वल सुटला होता. सलोनीने सल्ला दिला, ''आता थोडा वेळ थांबूया. आपल्याला कधी, केव्हा, कसा आणि कसला तडाखा बसणार आहे याची त्यांना जीव मुठीत धरून वाट बघू द्या. सध्या आपण न्यायालयीन सुनावणीवर आपलं लक्ष केंद्रित करूया. फक्त इतरांच्या कुटुंबीयांच्या बाबतीतही रेस्टॉरंट्समध्ये, बागांमध्ये, ते जात असलेल्या लग्न व इतर समारंभांमध्येही असेच प्रकार करत रहा. आपण उज्वलच्या बाबतीत लगेच काही केलं नाही तर तो कदाचित माफीचा साक्षीदार बनेल असा संशय इतरांच्या मनात येत राहील. नंतर आपण त्याला किंवा त्याच्या कुटुंबीयांना लक्ष्य करू. चालेल? कारण आता उज्वलपेक्षाही लोकांना न्यायालयात बोलायला लावणं अधिक महत्त्वाचं आहे.''

शाळा, महाविद्यालये आणि कॉफी शॉप्समधील कित्येक लोकांच्या संपर्कात ते आधीच आले होते आणि हळूहळू पाठीराख्यांचा एक मोठा गट तयार होत होता. न्यायालयीन कक्षातील नाट्य सुरू होण्याआधी स्त्रोतांशीही संपर्क साधला गेला होता.

जलदगती न्यायालयात खटला सुरू असला तरीही सगळ्या हालचाली मंद गतीनेच सुरू होत्या. प्रत्येक पुरावा आणि प्रत्येक अहवाल तपासला गेला. बलात्कारीत मुलीच्या अनुपस्थितीविषयी धारदार प्रश्न विचारले गेले. शिवाय तिच्या नखांत काहीही सापडले नव्हते, त्याविषयीही अशाच शंका-कुशंका उपस्थित केल्या गेल्या. कारण त्यामुळे तिने संघर्ष केला आणि त्या चौघांपैकी कोणाला तरी ओरखडे काढले, ओरबाडले असे स्पष्ट होत नव्हते. त्या सगळ्यात अनेक आठवडे गेले.

आरोपींचा वकील वाचाळपणे बोलत होता.

''न्यायाधीश महाराज, माझ्या अशिलांनी आधीच सांगितलं आहे की तो सारा परस्पर संमतीने घडलेला मामला होता. तिला ते हवं होतं. ती फक्त त्यासाठीच त्या दिवशी पार्टीला आली होती. म्हणूनच तिने त्यांना प्रतिकार केला नाही. ओरबाडलं नाही आणि तिची नखं त्यामुळेच स्वच्छ आढळली. आता ती आपला चेहरा कसा लपवते आहे ते पहा. खरं तर यात खटला भरण्यासारखं काही नाहीच. खटल्यात तथ्यच नसल्यामुळे वर्तमानपत्रात स्टंटबाजी करून माझ्या अशिलांची ते अकारणच बदनामी करत आहेत.''

मिस श्रुतीने दिव्याच्या हातावर हात ठेवला. ''हा मुद्दा अपेक्षितच होता. आपल्या साक्षीदारांना मी बोलावेन त्यावेळी तिला बोलण्यासाठी तयार ठेवा.'' तिने सांगितेल.

दिव्याने हळुवारपणे मान डोलावली. मिस श्रुती उठून उभी राहिली आणि तिने आपल्या साक्षीदारांना बोलावले. त्या दिवशी कित्येक महिला न्यायालयात आल्या होत्या. त्यांनी आपल्या दुपट्ट्यांनी चेहरे झाकून घेतले होते आणि त्यांच्या डोळ्यांवर गॉगल होते. त्यांच्यापैकी एकीला बोलावण्यात आले. तिने आपला दुपट्टा आणि गॉगल काढून ठेवला. प्राथमिक शपथविधी झाल्यानंतर तिने न्यायालयाला सांगितले,

''या चौघांपैकी नवीन आणि उज्वल माझ्याबरोबर शाळेत शिकत होते. ते क्रूरपणे मुलींना चिडवत असत आणि त्यांना संकोच वाटेल असं वर्तन करत. आम्ही बारावीत असताना बोर्डाच्या परीक्षेच्या आधीच एका मुलीला आपण निवडल्याचं त्यांनी सांगितल. ती परीक्षेला बसणार नाही, असंही त्यांनी आधीच जाहीर करून टाकलं होतं. सुरुवातीला त्यांच्यावर कोणीही विश्वास ठेवला नव्हता. परंतु त्यानंतर त्या मुलीची परीक्षाच चुकली नाही; तर तिच्या कुटुंबीयांना शहर सोडून जावं लागलं आणि नंतर आमच्यापैकी कोणालाही तिच्याविषयी काहीही समजू शकलं नाही. नंतर अफवा पसरल्या होत्या; परंतु तिच्या बाबतीत नेमकं काय घडलं होतं ते कोणालाही समजलं नाही.''

''तुझ्याकडे याचा पुरावा आहे का?'' आरोपींच्या वकिलाने तडाखेबंदपणे विचारले.

''काहीही कारण नसताना एका हुशार मुलीने परीक्षा दिली नाही, एवढीच माहिती माझ्याकडे आहे. त्यानंतर याविषयी हे लोक बढाई मारत फिरत होते.''

त्यानंतर एका पाठोपाठ एक दोन साक्षीदारांनी अशाच प्रकारची माहिती सांगितली.

त्यापैकी एक त्याच्या शाळेतील मुलगी होती आणि दुसरा त्याच्या कॉलेजमधील मुलगा होता. न्यायाधीशाच्या चेहऱ्यावर साशंकता पसरली होती.

त्यानंतर धीरची मैत्रीण साक्षीदाराच्या पिंजऱ्यात आली होती. तिने निःसंदिग्धपणे सांगितले, ''यापुढे कधीही छुटकी सार्वजनिक ठिकाणी तोंड दाखवू शकणार नाही, आम्ही तिला संपवलंय, अशी बढाई धीर मारत होता.''

तिच्या सुदैवाने तिच्या साक्षीला त्या कॉफी शॉपमध्ये वरचेवर येत असलेल्या एका ग्राहकाने दुजोरा दिला. त्या रात्री तो तिथेच होता. ते बलात्कारी उत्साहाने बढाया मारत होते आणि त्यांनी तिला पार्टीच्या वेळी कशा प्रकारे सापळ्यात ओढले आणि तिथल्या सुरक्षारक्षकाच्या केबिनमध्ये तिच्यावर कसा सामूहिक बलात्कार केला, त्याचे रसभरीत वर्णन ते करत होते असे त्याने सांगितले. ''आता यापुढे ती कोणाबरोबरही झोपू शकणार नाही,'' असे तो म्हणत होता. त्याने त्याच्याकडे तीव्र कटाक्ष टाकला.

त्या पार्टीला उपस्थित असलेल्या एका तरुणीने पार्टीतून छुटकी नवीनबरोबर बाहेर पडत असताना पाहिल्याचे आणि इतर तिघे जण त्यांच्या पाठोपाठ गेल्याचे सांगितले.

त्या प्रत्येकाच्या आईला बोलावण्यात आले आणि याविषयी त्यांच्याकडे आरोपी काही बोलले होते का याची चौकशी करण्यात आली. काही वेळा त्यांचे प्रतिसाद असंबद्ध होते; तर एका स्त्रीने सांगितलेले फारसे लक्षणीय नव्हते.

एपीपी मिस श्रुतीकडे न्यायाधीश रोखून पहात होती. त्यानंतर श्रुतीने गीतेच्या चार प्रती आणायला सांगितल्या. त्यांच्यासमवेत आरोपींच्या आईचे आणि बहिणीचे फोटोही होते. त्या फोटोंसह असलेल्या गीतेवर हात ठेवून प्रत्येकाला प्रश्नाचे उत्तर द्यायला सांगण्यात आले. श्रुती म्हणाली, ''तुमच्या आई आणि बहिणींचे फोटो आणि गीता तुमच्या प्रत्येकाच्या समोर आहे. तुम्ही त्यांवर हात ठेवून सांगा, तुम्ही बलात्कार केला नाही?''

त्यांच्यापैकी तिघांनी हात मागे घेतले; मात्र नवीनने धीटपणे नकारार्थी मान डोलावली.

''न्यायाधीश महाराज, आता वेळ जवळजवळ संपत आलेय. उद्या सकाळी या खटल्यातील महत्त्वाच्या, स्टार साक्षीदाराला मी सादर करेन.''

ताबडतोब न्यायालयात अंदाज बांधले जाऊ लागले. 'स्टार साक्षीदार?' सामूहिक बलात्कार झाल्याचे स्पष्ट झाले होतेच. चार आरोपींना पकडण्यात आले होते आणि फोरेन्सिक लॅबोरेटरीने त्यांनीच शारीरिक संबंध ठेवल्याचा शिक्का मारला होता. आता फक्त एकच प्रश्न होता : तो सारा प्रकार स्वेच्छेने घडला होता की बळी पडलेल्या मुलीची आई म्हणत होती त्याप्रमाणे तो बलात्कार होता?

न्यायालय सुरू झाले, त्यावेळी मोठी गर्दी जमली होती. मिस श्रुती थोडीशी विलंबाने आली आणि अगदी न्यायाधीश येण्याआधी लगबगीने ती न्यायालयात दाखल झाली.

''फक्त काही मिनिटं, न्यायाधीश महाराज. लिफ्टमध्ये गर्दी होती. साक्षीदार आली आहे आणि ती इथे काही मिनिटांतच पोहचेल,'' न्यायाधीशाने गंभीरपणे मान डोलावली. ती कोण असेल याविषयीचा काही अंदाज तिच्या मनात होता. तिने चारही आरोपींकडे काळजीपूर्वक पाहिले.

चाकाच्या खुर्चीवरून ती 'स्टार साक्षीदार' आत आली.

''न्यायाधीश महाराज, या दुर्घटनेतून बचावलेली ही मुलगी आपली कहाणी सांगेल,'' श्रुती म्हणाली.

छुटकी अगदी अशक्त आणि म्लान दिसत होती. ती नियमितपणे श्वास घेण्याचा आटापिटा करत होती. तिचा एक हात प्लास्टरमध्ये होता. डोक्याला बँडेज बांधलेले होते. परंतु तिने तोंड उघडल्यानंतर तिचा घोगरा आवाज अगदी तीव्र बनला होता. दिव्या आणि तिच्या भावंडांनी तिचा जो आवाज ऐकला होता, तो अगदी क्षीण होता. मात्र न्यायालयातील तिच्या आवाजात चांगलाच जोर होता.

''न्यायाधीश महाराज, मी तुम्हाला माझी कहाणी सांगू का?'' तिने थेट न्यायाधीशाकडे पहात विचारले. न्यायाधीश पुढे झुकून तिच्याकडेच पहात होती. तिने गंभीरपणे मान डोलावली.

''माझ्या मैत्रिणीच्या फार्म हाऊसवर पार्टी होती. मी तिथे येण्याचं वचन तिला दिलं होतं म्हणून मी तिकडे गेले. परंतु तिथून मला लवकर निघायचं होतं. मी तिथेच थांबावं यासाठी नवीनने माझं मन वळवण्याचे प्रयत्न केले,'' नवीनकडे ती थेट रोखून पहात म्हणाली.

''मी जाण्यावरच ठाम राहिल्यावर त्याने मला गेटपर्यंत सोडायला येतो, असं सांगितलं आणि तो माझ्याबरोबर बाहेर पडला. त्याचे तिघे मित्र त्याच्या पाठोपाठ बाहेर पडले.'' श्वास घेण्यासाठी ती क्षणभर थबकली. नीट सारे काही आठवावे म्हणून तिने आपले डोळे मिटून घेतले.

''गेटजवळ पोहचल्यावर त्यांनी मला जवळच असलेल्या सुरक्षारक्षकाच्या खोलीत ढकलले आणि ते माझे कपडे काढण्याचा प्रयत्न करू लागले. मी किंचाळले, परंतु आत खूपच मोठ्या आवाजात संगीत सुरू होते. त्यांनी माझे सगळे कपडे काढून टाकले आणि ते हसू लागले. मी खाली बसले आणि हातांनी आणि गुडघ्यांनी माझे शक्य तेवढे शरीर मी झाकून घेऊ लागले. तिथे त्या खोलीत पलंग होता. त्यांनी मला वर उचललं आणि पलंगावर फेकलं. त्यानंतर माझे हात आणि पाय पलंगाच्या चारही बाजूंना बांधले. तिथे एक छोटासा टी.व्ही. होता. त्यावर लैंगिक संबंधांविषयीची सीडी लागलेली होती. ते म्हणाले, 'ती बघ. म्हणजे आम्ही तुझ्याकडे परत येऊ, त्यावेळी तू आमच्याकडे त्यासाठी याचना करशील.'' मी काकुळतीला येऊन त्यांना विनंती करत राहिले, ''प्लीज, असं करू नका.'' परंतु ते फक्त हसले. त्यांच्यापैकी एकाने खोलीतील कोपऱ्यात पडलेली कुत्र्याची मोठी कॉलर पाहिली. त्यांनी ती आणली आणि माझ्या गळ्याभोवती बांधली आणि पलंगाच्या कोपऱ्याला दोरीने बांधून टाकली. त्यामुळे माझ्या हाताला बांधलेल्या दोरखंडापर्यंत माझे तोंड पोहचू शकले नसते. त्या कॉलरवरच्या खिळ्यांमुळे आणि नटांमुळे माझ्या हनुवटीला जोरदार जखमा झाल्या आणि मला जंतुसंसर्गही झाला. हा पहा.......'' तिने आपला चेहरा वर करून आपल्या हनुवटीचा खालचा भाग दाखवला.

एक गूढ उलगडले होते.

''वकिलाने असं विचारलं की माझ्या नखांखाली काहीच का सापडलं नाही. कारण माझे हात बांधलेले होते. मी त्यांना कशी काय ओरबाडणार होते? त्यांनीच मला ओरबाडलं आणि मारलं. ते वळ, त्या खुणा माझ्या शरीरावर आहेत. त्यांच्या हातांत मेणबत्त्याही होत्या. माझ्याभोवती फिरत ते 'हॅपी बर्थडे' च्या ओळी गुणगुणत होते. त्यांनी जळत्या मेणबत्त्यांचं मेण माझ्या शरीरावर टाकलं. त्यामुळे माझ्या शरीरावर या जळल्याच्या खुणा आहेत.''

आणखी एक गूढ उकलले होते.

आता तिचा आवाज खालच्या पट्टीत आला होता. अगदी मंद आणि निर्जीव भासत होता. ''ते कधी परत आले ते मला माहिती नाही. परंतु बऱ्याच वेळाने ते परत आले. ते दारू प्यायलेले होते. धीरने तिथेच उलटी केली.''

आणखी एक गूढ उकलले होते.

त्यांनी काहीतरी माझ्या शरीरात घुसवले. त्यामुळे माझ्या शरीराचा संपूर्ण खालचा भाग थरथरू लागला. त्यानंतर....त्यानंतर...'' तिच्या आवाजात कंप निर्माण झाला होता. तिची सुटका करण्यासाठी श्रुती पुढे झाली.

''मग नंतर ते एका पाठोपाठ एक तुझ्याकडे आले. बरोबर?''

''पुनःपुन्हा येत राहिले. दर वेळी माझ्या हनुवटीतून रक्त बाहेर पडत असल्यामुळे मी मान हलवत असे. त्यानंतर त्यांनी माझे हात सोडले. त्यांच्यापैकी एकाने माझ्या अंगावर पँट आणि शर्ट फेकला. माझे कपडे आधीच फाटले होते. त्यांनी मला कारमध्ये घातले आणि आम्ही घरी पोहचल्यावर त्यांनी...त्यांनी....''

आता न्यायाधीशाने विचारले, ''त्यांनी काय केलं?''

तिथे बराच काळ शांतता पसरली होती. त्यांनी केलेले ते अखेरचे भयावह कृत्य..ते भयनाट्य सांगण्यासाठी ती शब्द शोधत होती.

''त्यांनी कारमधून मला ओढून बाहेर काढलं आणि जमिनीवर फेकून दिलं. नंतर माझ्या पाठीत आणि डोक्यावर लाथा मारल्या. त्यानंतर त्या प्रत्येकाने माझा हात आणि पाय उचलून तो गरागरा फिरवला. प्रत्येकाने दोनदोनदा तसं केलं. त्यानंतर त्यांनी दरवाजाच्या हँडलजवळ मला फेकून दिलं. मी खाली पडल्यावर मरून जावं अशी त्यांची अपेक्षा होती. परंतु तसं झालं नाही. मी जिवंत राहिले.''

अखेरचे गूढही उकलले होते.

दरवाजाच्या हँडलवर फेकल्यामुळे तिच्या डोक्याला जखम झाली होती आणि हिंस्त्रपणे हात- पाय पिरंगाळल्यामुळे हाता-पायाला जखमा झाल्या होत्या आणि हात मोडला होता.

साक्षीदाराच्या पिंजऱ्यात थरथरत बसलेल्या त्या तरुणीकडे एकटक पहात सुन्नपणे न्यायाधीश मागे रेलून बसल्या. मात्र फक्त त्याच सुन्न झाल्या नव्हत्या; तर आई, बहीण, भाऊ, आजी–आजोबा, नातेवाईक आणि मित्र–मैत्रिणी या सगळ्यांनीच भयावह नजरेने छुटकीकडे आणि चारही आरोपींकडे पाहिले.

आरोपींचे नातेवाईक त्या दिवशी सोईस्करपणे उपस्थित नव्हते. अचानकच नवीनचा भाऊ तिथे आला. त्याच्या हातात एक चिठ्ठी होती. त्याने ती वकिलाच्या हातात दिली. त्याने सांगितले, ''न्यायाधीश महाराज, तिने आधीच आपला सूड उगवला आहे.''

न्यायाधीशाने वकिलाकडे पाहिले.

''नवीनला जामीन मिळाल्यानंतर एका दिवसाने तिने नवीनला फार्म हाऊसमध्ये भेटायला बोलावलं. तिथे आपण तडजोड करू, असं तिने त्याला सांगितलं होतं. तो तिथे पोहचल्यावर तिने त्याला खोलीत बोलावलं आणि त्याला बेशुद्ध केलं. तो उठला त्यावेळी ती निघून गेली होती आणि त्याला प्रचंड यातना होत होत्या. हा त्याचा वैद्यकीय अहवाल आहे. त्याच्यावर पूर्ण नसबंदीची शस्त्रक्रिया करण्यात आली आहे. तो आता फक्त २४ वर्षांचा आहे; परंतु आता त्याला कधीही मुलं होऊ शकणार नाहीत.''

''पुरावा?''

''तिने त्याला त्याच फार्म हाऊसमध्ये बोलावलं होतं.''

मिस श्रुतीने दिव्याशी चर्चा केली आणि नंतर न्यायाधीशाकडे वळून ती म्हणाली,

''न्यायाधीश महाराज, या बलात्काऱ्यांनी तिचा मोबाईल काढून घेतला होता. त्यांच्यापैकी एखाद्याकडे किंवा त्यांच्या कुटुंबीयांकडे तो असू शकेल. मग तो फोन कसा काय आला? कदाचित नवीनच्या एखाद्या संतप्त मैत्रिणीने तर तो केला नसेल? माझी अशील नवीनला बेशुद्ध कशी काय करू शकेल? ती कशीबशी उभी राहू शकतेय. तिचा हात अद्याप कापडी झोळीत (स्लिंगमध्ये) आहे. या प्रकरणात कसली तडजोड होऊ शकणार होती? या शहरातील एकही मुलगी या आरोपींपैकी कोणाशीही लग्न करणार नाही.....'' तिने त्या चौघांकडेही एक जळजळीत कटाक्ष टाकला आणि ती म्हणाली, ''या बलात्काऱ्यांशी कोण लग्न करेल?''

धीर, धिमंत आणि उज्वल या इतर तिघांच्याकडे दिव्या आणि तिचे पालक पहात होते. ते आपल्या शरीराकडे खालपर्यंत पहात होते आणि नंतर नवीनकडे पहात होते. त्या पाहण्यात एक प्रकारचा दुष्टपणा भरून राहिला होता. पण हळूहळू त्या तिघाही अपराध्यांच्या चेहऱ्यांवर अस्वस्थपणा आणि भय पसरत गेले.

मिस श्रुतीने नवीनला विचारले,

''आपल्याला नेमकं कोणी बोलावलं हे तुला कसं काय समजलं?''

''मी तिचा आवाज ओळखला.''

''म्हणजे तिचं नाव तुझ्या मोबाईलवर झळकलं नव्हतं.''

''नाही.''

''तू जर तिला पुरेसा ओळखत नव्हतास, तिचा नंबरही तुझ्या मोबाईलमध्ये सेव्ह केलेला नव्हता; तर तू तिचा आवाज कसा काय ओळखलास?''

''मी तिला बोलताना ऐकलं होतं आणि तिचा आवाज मला माहिती होता.''

''कसं काय?'' श्रुतीने विचारले आणि न्यायाधीशाकडे वळून ती म्हणाली, ''आजतागायत ही तरुण मुलगी क्वचितच बोलली असेल. आतापर्यंत आपल्या नजरेनं किंवा हातांनी ती आपल्या आईशी संपर्क साधत होती. आज प्रथमच आम्हीही तिची कथा ऐकली. शिवाय तिचे कुटुंबीयही तिचा आताचा घोगरा आवाज फारसा ओळखू शकत नाहीत. कारण तिचा मूळचा आवाज खूपच कोमल आणि नाजुक होता.''

दिव्याने तिच्याकडे एक मोबाईल दिला. तो व्हॉईस रेकॉर्डरवर ठेवलेला होता. मिस श्रुतीने न्यायालयाची परवानगी घेतली आणि ती तो आवाज ऐकवू लागली. तिथे असलेला प्रत्येक जणच छुटकीच्या मधुर आवाजातील गाणे ऐकत होता. त्यांनी नुकताच तिचा न्यायालयातील घोगरा आवाजही ऐकला होता. दोन्ही आवाजांत जमीन–अस्मानचे अंतर होते.

मोबाईल बंद करून मिस श्रुती नवीनकडे वळली. ''मग अजूनही तिनेच तुला फोन केला होता, असं तू म्हणशील का? तुझ्या विधानावर तू ठाम आहेस? अजूनही? तिने तुला

बेशुद्ध केलं? तुझ्या डोक्याला तिच्यामुळे दुखापत झाली? की फक्त नसबंदी करण्यात आली?''

वैद्यकीय अहवाल पाहण्यासाठी तिने आपला हात पुढे केला.

यावेळी नवीनकडे न्यायाधीश साशंकतेने पहात होती.

आरोपीचा वकील एकदम उसळून म्हणाला, ''तो स्वतःच स्वतःची नसबंदी का करून घेईल?''

''त्याने स्वतःच ती केली असं तर मी म्हटलंच नव्हतं. त्याच्या एखाद्या अवमानित झालेल्या संतप्त मैत्रिणीने ती केली असावी असं मी म्हटलंय.''

नवीनने आपल्या वकिलाकडे खुनशीपणे पाहिले.

'हे कोणी केलं?' दुसऱ्या दिवशीच्या वर्तमानपत्रांमध्ये पुन्हा एकदा मुख्य बातमी झळकली. लवकरच निकाल जाहीर झाला. छुटकीची परिस्थिती पाहता सौम्य शिक्षा देण्याची स्थिती उरलीच नव्हती. त्यामुळे चौघांनाही जन्मठेपेची शिक्षा सुनावण्यात आली.

''आपण अपील करू,'' सगळ्यांचे कुटुंबीय ओरडत होते. परंतु दरम्यानच्या काळात त्या तरुणांना तुरुंगात टाकण्यात आले होते.

दिव्या आपल्या तिन्ही मुलांसह तिथून निघून गेली. नवीन शहर, नवीन वातावरण...तिथेही छुटकीची तब्येत ज्या झपाट्याने सुधारत होती, त्यामुळे आजूबाजूचे लोक आश्चर्याने थक्क होत होते. दिव्या तिची सदासर्वकाळ पूर्ण काळजी घेत होती. खरे तर त्याच कामाला तिने वाहून घेतले होते. त्यानंतर एके दिवशी छुटकी थेट UPSC च्या परीक्षेला बसली. त्यावेळी जेवणाच्या टेबलावर तिने आईला विचारले, ''आई, बघ मी कशी दिसतेय? किती छान बरी झालेय ना मी? आता मला सांग, ते कोणी केलं होतं?''

कुटुंबीयांनी एकमेकांकडे पाहिले. ''नवीनला नपुंसक कोणी बनवलं?''

दिव्या मोठ्याने हसली. ''तुला त्याबद्दल अपराधीपणा वाटतोय का? मला तरी अजिबात वाटत नाही.''

''अपराधीपणाविषयी कोण बोलतंय? तो कशाला वाटेल? मला फक्त ते कोणी केलं तेवढंच जाणून घ्यायचं आहे. कदाचित दुसऱ्या कोणाला तरी याची एखाद्या वेळी गरज भासू शकेल.''

''केव्हाही छुटकी. मी तर तुझ्या सेवेला सदैव हजर आहे,'' संदीप गंमतीने म्हणाला. ''तोपर्यंत तो डॉक्टर या सगळ्यात आणखी निष्णात बनलेला असेल.''

''प्लीज, मला सांगा.''

संदीप आणि दिव्याने एकमेकांकडे पाहिले. त्यानंतर आई बोलू लागली, ''नवीनला तो फोन मीच केला. फोनवरून आपले आवाज किती एकसारखे वाटतात ते तुला माहितीच आहे. मी तुझ्यासारखाच पोशाख करून फार्म हाऊसवर गेले होते. जीन्स, टॉप आणि कॅप. तुझ्या बाईकजवळ मी थांबले होते. त्याची कार थांबल्याबरोबर मी आत पळाले. त्यामुळे त्याला फरक ओळखता आला नाही. कदाचित तिथे तूच असशील, असं वाटल्यामुळेही त्याने एवढ्या बारकाईने पाहिलं नसेल.''

''त्यानंतर तो आत येताच संदीपने आणि त्या डॉक्टरने त्याच्या नाकावर क्लोरोफॉर्मचा रुमाल दाबला. तो झटकन बेशुद्ध झाला. त्यानंतर आम्ही दोघं तिथे अर्धा तास बाहेर होतो. फार्म हाऊसच्या चौकीदाराच्या रेकॉर्डवर बनावट नंबर रहावा, यासाठी आम्ही लावलेली बनावट नंबर प्लेट आम्ही काढून टाकली. संदीपने मला घरी सोडलं आणि त्या डॉक्टरला रेल्वे स्टेशनवर. असं सगळं घडलं.''

''जर त्या डॉक्टरनं सांगितलं तर आई?'' आश्चर्यचकीत झालेल्या छुटकीने विचारले.

''माझ्या एखाद्या मैत्रिणीसाठी तू असं काही केलं असतंस तर तू ते कधी सांगितलं असतंस का?'' सलोनीने विचारले.

तो प्रश्न तसाच त्या टेबलावर तरंगत राहिला होता आणि ते सगळे जण एकमेकांकडे पहात होते.